HƯƠNG VỊ NGÀY XƯA
& MÓN NGON MIỀN NAM

Nam Sơn Trần Văn Chi

HƯƠNG VỊ NGÀY XƯA
& MÓN NGON MIỀN NAM

Nam Sơn Trần Văn Chi

In ấn và phát hành tại California, Hoa Kỳ:
NXB Văn Mới ấn hành Lần Thứ Nhất, 2008
NXB SỐNG - Tái bản - In Lần Thứ Hai, 2024

ISBN # 979-8-3302-1031-2

Tranh bìa trước: Nguyễn Thị Hợp, 2016

Đánh máy: Vũ Đình Trọng

Trình bày bìa và dàn trang: Lê Giang Trần

***

Hình ảnh minh họa được sưu tầm trên mạng và

Phụ bản minh họa dùng tranh vẽ của Bộ sách ***Chuyên khảo***
(The Monograph of Fine Drawings of Indochina / Monographie
Dessinée de L'Indochine) của Trường Mỹ Nghệ Gia Định.

Chúng tôi xin trân trọng cảm ơn quý tác giả và
các nguồn mạng cung cấp hình ảnh, tài liệu
mà chúng tôi sử dụng để minh họa trong tập sách này.

Nam Sơn Trần Văn Chi

Hương Vị Ngày Xưa & Món Ngon Miền Nam

NXB SỐNG - Tái bản - In lần thứ hai - 2024

Học giả GS. Trần Văn Chi
Nhà nghiên cứu miền Nam

Trước năm 1975:
Giảng Viên Phó Khoa Trưởng
Viện Đại Học Hòa Hảo
tại Long Xuyên

LỜI NÓI ĐẦU

Đất và Người Lục Tỉnh

Trước hết xin nói về hai chữ Lục Tỉnh.

Ngày nay **Lục Tỉnh** được hiểu là miền Tây, có người gọi là vùng Đồng Bằng Sông Cửu Long.

Gọi **Đồng Bằng Sông Cửu Long** chỉ nói được vùng đất, địa lý, chớ không nói được hết ý nghĩa văn hóa, đời sống của con người miệt đó. Cụm từ Đồng Bằng Sông Cửu Long chỉ xuất hiện thời Việt Nam Cộng Hòa từ Chính phủ Ngô Đình Diệm về sau này.

Còn nói **miền Tây** là chỉ vùng đất phía Tây của thủ đô Saigon ngày xưa. Bây giờ trong nước gọi Đồng Bằng Sông Cửu Long là Tây Nam Bộ.

Gọi Lục Tỉnh, mới lột tả hết ý nghĩa đất đai, lịch sử con người đã một thời theo chân chúa Nguyễn xuôi Nam, cách đây trên 300 năm.

Con người Lục Tỉnh là ai?

Trước hết họ là người Việt, pha trộn với người Chàm, Miên, Tàu, rồi sau này người Âu Mỹ.

Do trên cái cốt là người Việt, nên con người vùng nầy tuy phóng khoáng, cởi mở, để tiếp thâu cái mới, nhưng vẫn giữ được bản chất, bản sắc Việt Nam. Bản sắc Việt ở Lục Tỉnh, ở Huế, Hà Nội tuy là một nhưng có khác, do tiến trình phát triển của dân tộc, từ Bắc đến Nam.

Trên đất nước hiện nay, hình thành 3 vùng văn hóa chủ yếu: đó là văn hóa Thăng Long, văn hóa Huế và văn hóa Lục Tỉnh, và dĩ nhiên còn có một số vùng địa phương nhỏ có văn hóa khác, nhưng không tiêu biểu.

Hương Vị Ngày Xưa nói về những nét đẹp dễ thương thể hiện trong đời sống hằng ngày của người Lục Tỉnh. Đó là các món ăn đặc thù như: *cá ngát nấu chua lá me, ốc gạo Tân Phong, gà xé phay, hủ tiếu Mỹ Tho, canh chua, con khô, con mắm, bông điên điển làm chua, canh rau tập tàng...* là những nét đan thanh của Lục Tỉnh.

Cái hương vị Ngày Xưa còn nói đến con người ở đây: Họ là những người dân bình thường, chất phác, hào hiệp, biết cày ruộng mà đánh giặc giỏi nữa. Lục Tỉnh trải qua lịch sử đã chứng tỏ cho thấy rằng: người dân ở đây luôn luôn là phên, là dậu ở phía Nam tổ quốc và cũng *một nắng hai sương* sản xuất lúa gạo nuôi người dân cả nước.

Kể từ Nguyễn Hoàng định ở Ái Tử, lập chánh quyền trung ương ở xứ Thuận Hóa, đến chúa Nguyễn Phúc

Nguyên lập nên xứ Đàng Trong gồm 12 Dinh và một Trấn, trong đó có Dinh **Long Hồ** và Trấn **Hà Tiên**, tiền thân của xứ Lục Tỉnh ngày nay; rồi theo sự trưởng thành, phát triển của đất nước, Lục Tỉnh lập Văn Thánh Miếu Vĩnh Long, Trường Thi Hương Châu Đốc, góp phần phát triển văn hóa trên xứ sở mới mẻ này.

Với thiên nhiên, ruộng đất mênh mông, sông nước, sình lầy, cỏ sậy cao khỏi đầu, người Lục Tỉnh biết khai thác để ăn từ thiên nhiên đó. Nên ta thấy có các món ăn kỳ thú như: rắn, cà cuống, nhộng, đuông chà là, đuông dừa, rùa, lươn, chim chóc...

Người Lục Tỉnh qua cách ăn uống thường thích kết bạn, kết bè, đãi ngộ, thù tạc, qua lại xả láng và thích náo nhiệt. Nên trong ăn uống có ca hát, nói thơ, bàn chuyện đời, thế thái nhơn tình. Bên trong các buổi ăn uống đều có chứa đựng cái tâm trạng của con người cần bộc lộ,

Lục tỉnh (1832) và các trấn thuộc Gia Định thành (1808)

cần chia sẻ nhau. Xem ra người Lục Tỉnh tìm thấy cái vui, tâm sự trong ăn uống, nhưng trên hết ăn phải cho ngon trước đã. "Good to eat"!

Đọc Vũ Bằng, Tản Đà, Nguyễn Tuân, Thạch Lam qua các bài nói về ăn uống có lẽ là "good to think". Nó ngon chẳng qua vì ta nghĩ tưởng và cho nó ngon mà thôi.

Phải nói ngay rằng ăn uống của người miền Lục Tỉnh là cái kỳ thú và là điệu nghệ như bản chất con người của họ vậy. Với con người hiền hòa chất phác, nghĩa khí, đất Lục Tỉnh sẽ trở thành đất *"địa linh nhơn kiệt"*, nơi hội tựu của xứ Rồng Tiên.

Văn hóa Lục Tỉnh tuy nhiên ít được biết đến, bởi ít người viết về Lục Tỉnh!

Nay đem năm ba điều hiểu biết, biết gì nói nấy, nhớ đâu nói đó, nếu có được người đọc kể cũng không phải là hoài công.

Tác giả

Nam Sơn Trần Văn Chi

(California Hoa Kỳ, cuối Thu năm 2005)

Phần I
HƯƠNG VỊ NGÀY XƯA

Bữa cơm gia đình người lục tỉnh thời xưa.

Cái Ăn Của Người Xưa

Người Việt mình sống trên địa bàn khí hậu nhiệt đới, với đặc thù nông nghiệp lúa nước, nên thực phẩm, ăn uống cũng xuất phát trên cơ sở đó.

Hỏi vậy tới nay ta có bao nhiêu món ăn tất cả?

Theo thống kê sơ bộ, thì ta có độ trên 3,000 món ăn từ Bắc vô Nam; trong đó có những món đặc thù của ta, có những món vay mượn của người Tàu, Miên, Ấn và các nước Âu Châu.

Vậy trong lịch sử từ xưa đến nay có sách nào của mình nói về ăn uống không?

Thật không có sách viết về ăn uống của người mình với tánh cách là "văn hóa", nhìn dưới dạng "dân tộc học" như ngày nay.

Phải chăng người mình có thói quen cho rằng ăn uống là việc bếp núc, đàn bà con gái?

Nay thử tìm cội nguồn sự biến đổi của món ăn, để thấy đâu là quốc hồn quốc túy.

Theo dòng lịch sử nước nhà thì đến thế kỷ XV mới thấy ông Nguyễn Trãi (1380-1442) có nói một ít về lương thực, thực phẩm, ăn uống nói chung của ta trong cuốn ***"Địa Dư Chí"*** (1435). Thuở đó ông chỉ nêu một số món nổi tiếng quanh Hà Nội như là "đặc sản" lúc bấy giờ: Đó là rượu cúc, rượu sen ở làng Hoàng Mai, rượu nếp làng Đông Thái, trái vải ở Quang Liệt, cá rô ở Đầm Sét...

Đến thời Lê Quý Đôn (1726-1784) có kể thêm các món án nổi tiếng của ta, và cũng liệt kê các địa phương gắn liền với đặc sản đó, trong tác phẩm ***"Vân Đài Loại Ngữ "*** (4 quyển). Như Trà Bang nơi bán các loại trà nổi tiếng, dưa hấu Hà Đông, cà Đại Lữ, khoai ở làng Đông Dư, mít ở Cổ Loa, bưởi ở Đông Lao.

Mãi đến nhà Nguyễn, qua cuốn ***"Đại Nam Nhứt Thống Chí"*** (1882), sử quan đã thống kê các món ăn dựa vào hai tác giả trước là Nguyễn Trãi và Lê Quý Đôn, nên chủ yếu là các món ăn ở miền Bắc mà thôi.

Còn trong dân gian, người mình nhìn ăn uống ra sao?

Qua ca dao, tục ngữ, thấy được dân mình ăn uống đạm bạc và ăn cốt để sống mà thôi. Như các câu sau đây:

- Bữa cơm, bữa cháo.

- Bát cơm ma mút, rau sam.

Yêu nhau chẳng nở thở than nửa lời.
- Ăn mắm nắm cơm.
Ăn cơm không rau, đánh nhau không gỡ.
- Ta về ta sắm cần câu,
Câu lấy cá bống nấu rau tập tàng.

Hoặc chê bai, dèm pha người thích ăn ngon:
- Ăn thì chọn những miếng ngon,
Làm thì chọn việc cỏn con mà làm.

Đối với người dân, đời sống thường thiếu ăn, nên khi có dịp giỗ chạp, cưới hỏi, người ta mới chú trọng, quan tâm đến ăn uống.

Đến khi người Tây Phương can thiệp vào nước ta làm cho đời sống xã hội mở cửa, thông thoáng hơn, góp phần giúp cho các món ăn của ta giao lưu, sàng lọc, khẳng định, để rồi có vài món đã trở thành tiêu biểu, lưu truyền đến nay như là món ăn quốc hồn quốc túy.

Trong từ điển của ông cố đạo A. De Rhode xuất bản năm 1651 có kể ra các món ăn thông dụng của ta ngày xưa mà vẫn còn lưu truyền đến nay, đó là: cơm, xôi, cháo, cốm, bún, chè, chả, nem, dồi, gỏi, chao, tương, mắm...

Sau đó trong từ điển của ông Huỳnh Tịnh Của (1895) rồi ông Génibrel (1898) có ghi thêm 44 món ăn như: bánh chưng, bánh khoái, bánh rán (bánh tráng), bún, chả, giò lụa, tiết canh, canh riêu, đậu hủ, hủ tiếu, lạp xưởng, lẩu trong đó có nhiều món du nhập của người Tàu...

Vậy có thể lấy cái mốc từ thời ông A. De Rhode vào thế kỷ thứ 17 để tìm hiểu về ẩm thực của ta từ thời đó, hầu dung hồi cho nó trở thành món ăn quốc hồn quốc túy của dân tộc.

Do đặc thù của lịch sử, ngày nay chúng ta có các vùng ẩm thực tiêu biểu, như Hà Nội, Huế, Saigon, Cần Thơ, Gò Công. Các nơi đó có những món ăn vừa ngon, vừa được biết như là quốc hồn quốc túy vì đã thử thách qua thời gian, được nhiều người tiêu dùng chấp nhận.

Ngoài Hà Nội, Huế, Saigon, Cần Thơ là tiêu biểu cho lối ăn uống của Lục Tỉnh, phản ánh triết lý "good to eat", ăn ngon vì nó ngon thật. Còn Gò Công vì là quê hương của bà Từ Dụ, bà Nam Phương, nên món ngon Gò Công đã được đưa ra Huế để tiến cung, dâng lên vua, và từ đó phổ biến đi nhiều nơi khác trong cả nước, được nhiều người chấp nhận.

Trên 3,000 món ăn của ta suốt từ Bắc vô Nam có những món được gọi tên khác nhau, hoặc gọi giống nhau nhưng vật liệu làm nên khác nhau, hương vị cũng khác nhau.

Theo thống kê hiện có 137 món gọi tên khác nhau giữa Bắc và hai miền Trung, Nam. Đó là trường hợp các món có xuất xứ ở miền Bắc. Thí dụ như món Giò: Giò ở Bắc là món làm bằng thịt heo thái mỏng (hoặc giã nhỏ) bó chặt bằng lá rồi đem luộc chín; trong miền Trung và miền Nam thì gọi là Chả. Chả ở Trung và Nam còn bao gồm các món được làm bằng thịt, cá, tôm giã nhỏ đem nướng, hấp, luộc và chiên (tất cả cũng gọi là chả).

Có món từ nước Tàu vào miền Bắc, miền Trung, miền Nam đều gọi khác nhau. Như *"món bột đậu nành hấp chín như miếng bánh"* (từ điển Huỳnh Tịnh Của) thì trong Nam gọi là "đậu hủ", miền Trung gọi là "đậu khuôn", miền Bắc gọi là "đậu phụ". Món "hủ tiếu Tiếu" vào Đàng Trong thì đã thay đổi nội dung, đến cái tên gọi như "hủ tiếu Mỹ Tho", hủ tiếu Nam Vang", "hủ tiếu Bà Năm Sa Đéc" có thịt bằm, giò heo, tôm chiên, trứng cút, ăn kèm theo có giá sống, rau cải tần ô, khác hẳn hủ tiếu Tiều.

Đại cương các món ăn người mình được chia ra mấy nhóm căn bản sau đây:

1. Món cơm: cơm nấu, hấp, cơm chiên, cơm dương châu, cơm rang, cơm khô...

2. Món canh: canh rau cải, canh chua, canh khoai, canh bột, canh ngọt (bí, chuối) và lẩu…

3. Món kho: Cá kho, thịt kho, tôm kho, kho khô, kho quẹt, kho tộ, kho lạt, kho ngót...

4. Món xào chung với rau cải

5. Món chiên, nướng, chưng, hấp…

6. Món gỏi, món cuốn, chả, nem, giò...

7. Món chấm: nước mắm cá biển, cá đồng, cá nước lợ, muối ớt, muối tiêu...

Ăn uống của người mình còn phản ảnh phong cách sống của tổ tiên nữa. Như tục ngữ:

- *No mất ngon, giận mất khôn.*

- *Ăn cơm thiếu đũa. Giã gạo dư chày.*
- *Ăn cháo đá bát.*
- *Cha ăn mắm, con khát nước.*

Ngày nay dưới cái nhìn văn hóa thì ăn uống cần phải thanh lịch nữa, nên mới gọi là ***văn hóa ẩm thực.*** Trong ăn uống người mình chịu ít nhiều ảnh hưởng văn hóa Trung Hoa. Nhiệm vụ của các nhà văn hóa, các nhà dân tộc học, là tìm hiểu nguồn gốc các món ăn, làm cho ẩm thực Việt Nam trở thành một bộ phận của văn hóa Việt.

Trước tình hình nhân loại đi vào hội nhập, cái "quốc hồn quốc túy" cần phải được khẳng định, và ăn uống sẽ góp phần không nhỏ trong việc bảo tồn và phát huy văn hóa dân tộc vậy.

Mâm Cơm Của Người Lục Tỉnh

Cái mâm gắn liền với đời sống ăn uống, lễ nghi, phong tục của tổ tiên ta từ xưa, nhưng ít được lưu ý, nói đến đúng mức.

Cái mâm dọn cơm hình tròn, đáy mâm phẳng, hơi lõm sâu xuống, phần ngoài viền mâm cao hơn độ hai phân tây. Cái mâm xưa làm bằng gỗ, sau này có mâm bằng thau, bằng nhôm. Mâm thời xưa còn có chưn nữa.

Cái mâm công dụng chánh là để dọn cơm, cũng được dùng để đơm xôi, đơm trái cây, xây trầu... trong các nghi lễ quan trọng từ nhà đến xã hội. Đồ ăn được dọn trong mâm, bưng lên trên bàn, trên văn, thậm chí trên chiếu trải dưới đất, thực khách ngồi quanh cùng ăn, cùng nhậu.

Mâm cơm theo tiêu chuẩn cho 4 người ăn, phát triển lên 6 người, 8 người, 10 người như ngày nay và dọn trên bàn không còn có cái mâm nữa.

Tục ngữ ta xưa nhắc đến cái mâm trong nhiều ý nghĩa:

- *Mâm cao cỗ đầy.*
- *Mâm cao đánh ngã bát đầy.*
- *Mâm trầu, hũ rượu.*

Mỗi mâm cơm thường dọn bao nhiêu món?

Ta biết rằng cơ cấu ăn uống của mình cấu tạo bởi 4 món chánh, xếp theo thứ tự ưu tiên là: cơm, rau, cá, thịt. Trên mâm cơm thường có 4 món ăn căn bản (ngoài cơm) là: món canh, món kho, món rau và món xào. Đó là tiêu chuẩn một mâm cơm của người Lục Tỉnh.

Bữa cơm của người lục tỉnh thường có 4 món ăn chính.

Từ 2 vật liệu căn bản là rau và cá, người ta chế biến thành 4 món ăn: món có nước như canh, món có chất mặn như kho, món có chất xơ như rau và món có dầu mỡ như xào.

- Đói ăn rau, đau uống thuốc.
- Mồ côi cha ăn cơm với cá,
Mồ côi mẹ lót lá mà nằm.

Xưa người mình không có thói quen uống trong lúc ăn vì cho là không tốt cho sức khỏe, làm cho bụng bự, có người cho ăn uống một lúc làm cho trí khôn chậm phát triển. Cho nên nói ***ẩm thực*** nhưng cái ***ẩm chánh*** của ta ***là uống rượu***. Trên mâm cơm thường có rượu và rượu được uống trong khi ăn. Còn trà thì dọn riêng, ăn xong sau khi rửa miệng mới uống trà.

Quan sát bữa ăn ta thấy trong một chén cơm, người ăn sử dụng một lúc tất cả các món ăn đã có trên mâm làm cho cơm và các thành phần thức ăn thành một hỗn hợp, trước khi được đưa vào bao tử.

Còn người Phương Tây ăn ra sao?

Họ ăn khác ta: ăn từng món, nhai từng món, vừa ăn vừa uống. Ăn như thế làm cho bao tử sẽ phải làm việc nhiều, phải vừa tổng hợp thức ăn vừa nghiền nhuyễn thức ăn.

Trên mâm cơm người Lục Tỉnh thường hay trò chuyện, thăm hỏi và đặc biệt là dạy dỗ con cái nữa. Ăn cơm của ta là ***"sinh hoạt gia đình"*** làm cho bữa ăn không chỉ là " ăn". Trong mâm cơm thành viên gia đình còn chia sẻ, nhường nhịn, chia cho nhau tùy theo vị trí tuổi tác trong gia đình. Từ cái nồi cơm, tô canh, dĩa cả hay chén nước mắm mọi thứ đều có sự nhường nhịn chia sẻ mà ưu tiên cho trẻ con và người lớn.

Khác với Tây Phương, *"phần ai nấy ăn, hồn ai nấy giữ"*. Bình đẳng, công bằng máy móc, *"tận cùng bằng số."*

Đặc biệt về chén nước mắm dùng chung, chấm chung trong mâm cơm của ta còn thể hiện lối sống gia đình của mình.

Các món ăn của ta dọn lên mâm thường được châm thêm, múc thêm gọi là "rội", ít nhứt là hai lần nên mới có câu:

Ăn coi nồi, ngồi coi hướng.

Bữa cơm còn thể hiện đời sống tình cảm, gia đình:

Râu tôm nấu với ruột bầu,
Chồng chan, vợ húp, gật đầu khen ngon.

Dầu trên mâm cơm người ta trò chuyện vui tươi, náo nhiệt, nhưng tránh khua chén, khua đũa, tránh cãi nhau, "mặt lớn mặt nhỏ" trong lúc ăn.

Cái đôi đũa tre của miệt vườn Lục Tỉnh cũng là một nét văn hóa đẹp nữa. Đũa tre phải làm bằng loại tre già, phần tre gốc, được trau chuốt đẹp và vừa vặn. Đũa tre chịu nóng tốt, cứng mà đảo không bị cong quẹo biến dạng. Không bị vênh như người Bắc gọi. Đôi đũa đa dụng lắm, đến đổi phải nói là thần diệu nữa.

Cầm đũa là một nghệ thuật, biểu lộ phong thái người sử dụng. Đôi đũa không đâm, không xắn một cách thô bạo miếng ăn như dao, như nĩa.

Đôi đũa tre làm chức năng cái nĩa, cái dao, cái muỗng to trên bàn của người Tây Phương. Đôi đũa giúp ta gắp, xé, xẻ, cắm, trộn, xoắn tròn, vét và cuối cùng là lùa vào miệng. Đôi đũa cũng đủ dài để chuyển thức ăn cho người đối diện tận góc bàn bên kia.

Đôi đũa tre gắn liền với con người từ lúc tập ăn, nên trở thành đời sống văn hóa gia đình.

- Vợ chồng như đũa có đôi
- Ví dầu chồng thấp vợ cao,
Như đôi đũa lệch so sao cho bằng.
- Vợ dại không hại bằng đũa vênh.

Trong mâm cơm của người mình cũng không bày các hũ gia vị như người Tây Phương, vì người vợ, người mẹ làm ra món ăn lúc nào cũng vừa ý chồng, con và vì họ biết ý nhau. Đó là cái khó, nói lên cái tâm, tấm lòng người phụ nữ Việt Nam qua bữa cơm gia đình đối với chồng con.

Trở lại ***"cơm bữa ngày hai"*** của người Lục Tỉnh miệt vườn để tìm xem cái gì là cốt lõi và "chiêu thức", "bửu bối" để làm ra món ngon, đặc thù, mang tánh "Lục Tỉnh Nam Kỳ".

Ẩm thực Lục Tỉnh tạo được ấn tượng nhờ thức ăn dựa trên 2 yêu cầu có sẵn. Đó là: Tươi và Sống. Thiếu một trong hai yếu tố Tươi và Sống thì không còn món ngon của Lục Tỉnh miệt vườn nữa.

Món ăn, cung cách ăn, từ Bắc đến Trung vào Nam không chỉ thay đổi khẩu vị mà còn thay đổi lối ăn, phảng phất nét văn hóa khác nhau giữa ba miền.

Miền Bắc, xứ ngàn năm vạn vật, nên lối ăn, cách sống của con người ở đây cái gì cũng "khuôn thước". Ăn uống ở miền Bắc vì vậy mang tánh "kinh điển".

Miền Trung nơi đóng đô "của Chúa" "của vua Nguyễn" mang tâm tư lúc nào cũng "vừa nhỏ vừa lớn". Sự mâu thuẫn nội tại làm cho lối ăn, lối sống, ăn uống ở đây trở nên "cầu kỳ" có lúc "tẩn mẩn", "li ti" mang nặng hình thức.

Đến miền Nam, Lục Tỉnh lại phá thế "khuôn thước", không ưa "cầu kỳ" mà chọn "chơn thực", thực tế và linh hoạt trong cách ăn lối sống.

Chính cái chơn chất, thực tế, linh hoạt của Lục Tỉnh, dựa trên hai tiêu chuẩn ***Tươi*** và ***Sống*** để tạo nên các "món ngon vật lạ". Tươi và sống là yếu tố thực tế ở Lục Tỉnh, nơi khác ít có và không bằng.

Món ngon Lục Tỉnh dầu có là "quốc hồn quốc túy" hay không nhưng chắc chắn nó đã níu chân người đã một lần thử qua nó.

Cái "chơn thực linh hoạt' trong ăn uống của Lục Tỉnh đã vượt qua rào cản của các đề tài thảo luận nặng về học thuật của các nhà nghiên cứu, lý luận ẩm thực dựa trên "khuôn thước" và chuộng "cầu kỳ".

Thực khách, các người tiêu dùng là các "đại sứ tự nguyện" họ là các "sứ giả tự nguyện" làm cho các món ăn Lục Tỉnh được khẳng định thêm.

Và mâm cơm của người Việt Lục Tỉnh chính là nét chấm phá của văn hóa ẩm thực vùng nầy vậy.

Nhà làm nước mắm đong nước mắm vô tỉn sành để bán ở chợ hay cho ghe chở đi bán (hình dưới) [phụ bản tranh].

Ghe chở nước mắm trên rạch Bến Nghé thời xưa, nước mắm bán đựng trong cái tỉn sành chở trên ghe (phụ bản tranh)

Nước Mắm Và Món Chấm

Người Miền Nam ăn uống khẩu vị đặc biệt là "chua, ngọt và mặn". Chua và mặn đã tạo nên nhiều món ngon độc đáo tiêu biểu miệt vườn. Chính cái khẩu vị chua ngọt và mặn mà người Lục Tỉnh đã chế ra các món chấm mà ai ăn qua cũng ưa cũng thích.

Đi vào cái thế giới món chấm Lục Tỉnh, mới thấy cách pha chế công phu và tàn ẩn bên trong cái gì "bí quyết" nữa. Cách pha chế món nước chấm "mâu thuẫn" hẳn với bản chất xuề xòa, chín bỏ làm mười của con người Lục Tỉnh.

Có bao nhiêu món chấm được ghi vào "gia phả ẩm thực"?

Không ai trả lời được. Nói món chấm ta nghĩ ngay tới nước mắm Việt Nam. Nước mắm là món độc đáo trong ẩm thực Việt Nam, là một "bửu bối" tạo nên đặc thù cho ẩm thực, làm thu hút sự quan tâm của thế giới, tạo nét riêng Việt Nam về ẩm thực.

Nước mắm của mình có truyền thống lâu đời với các tên tuổi như nước mắm Nha Trang, Phan Thiết, Phú Quốc. Nước mắm là loại nước chấm, được chế biến bởi nhiều loại cá khác nhau như cá cơm, con mực, con tôm, con ruốc... Làm nước mắm do vậy tuy dễ mà khó.

Nước mắm của ta xưa hầu như "không có tiêu chuẩn" về chất lượng, về hàm lượng đạm; Nên khi pha chế nước chấm từ nước mắm trở thành một nghệ thuật, một bí quyết trong từng gia đình, từng cửa hàng, từng khách sạn... Người sành điệu chỉ cần nếm và hửi mùi là biết được nước mắm ngon hay dở, chế bằng cá gì.

Trong danh mục các loại nước chấm, ta phân biệt ra mấy nhóm:

Trước hết là **nước mắm trong nguyên chất**. Đây là loại chấm với các loại thức ăn cần hương vị nguyên chất từ nước mắm. Người ăn có thể dầm thêm với ớt chín (đỏ) hoặc ớt sống (xanh).

Canh chua, canh rau, canh cải, canh bầu ăn với nước mắm trong nguyên chất mới ngon mới đúng. Cũng có người thích ăn canh chua với muối ớt, nhưng không ai ăn với nước mắm chua ngọt cả.

Còn nước mắm *"cay chua ngọt"* là loại **nước mắm pha chế** với các phụ gia khác để hợp với từng loại món ăn. Ngoài ớt còn có tỏi và đường. Ngay cả ớt thôi thì có loại cần băm giã nhỏ, có loại cần băm nhuyễn. Rồi đến chất chua thì có khi dùng chanh, có khi dùng giấm.

Nước mắm chua cay ngọt dù pha thế nào nhưng phải làm sao cho ớt đỏ nổi trên mặt chén nước mắm, vừa làm "bắt mắt" người ăn vừa làm cho hương vị nước mắm bốc lên kích thích khứu giác người ăn nữa.

Trong các phụ gia cho nước mắm cay chua ngọt còn có gừng nữa. ***Nước mắm gừng*** là loại nước chấm độc đáo ăn với cá trê nướng, cá trê chiên, thịt vịt nấu cháo, cháo cá, không có gì thay thế được.

Tới món ***nước mắm me, nước mắm xoài***. Đây là loại nước chấm độc đáo của miệt vườn. Trái me non đâm nhỏ với ớt, pha chung với nước mắm trong, làm nên một hỗn hợp nước chấm độc đáo.

Xoài sống (loại xoài vừa bắt đầu chín tới) băm chung với nước mắm ớt nguyên chất cũng là loại nước chấm gây nhiều ấn tượng cho thực khách.

Nước mắm me, nước mắm xoài ăn chung với cá rô, cá lóc nướng, chấm với đọt lan, đọt mì luộc, đọt nhãn lồng, rau dền luộc thì tuyệt chiêu.

Có một món nước chấm đặc biệt là ***nước mắm nêm***, mùi vị độc đáo, khác thường, ăn rồi nhớ hoài. Nước mắm nêm làm bằng con cá cơm ăn với bò nhúng giấm thì hết chỗ chê. Có người nói nước mắm nêm làm ra hình như chỉ ăn với món nhúng giấm mà thôi. Ở miệt vườn, người ta ăn cá nhúng giấm gói bánh tráng và chấm mắm nêm, ngon hơn bò nhúng giấm nhiều.

Còn có món ***tương bầm xào ngọt***, hoặc chao dầm nhuyễn pha với ớt chanh đường cũng là món chấm có hương vị khác, không kém ngon và hấp dẫn. Gỏi cuốn tôm thịt thì nhứt định phải chấm ***tương bầm xào chua ngọt*** và vịt hầm khoai môn thì phải chấm ***nước mắm chao*** mới ngon.

Trong nhóm món chấm còn phải kể đến muối. Muối thay thế nước mắm, pha trộn với một số phụ gia làm nên món chấm độc đáo, đặc thù Việt Nam. Tùy theo ăn với món gì mà có loại muối riêng. Muối thì có loại muối sống và muối chín.

Muối sống là **muối hột nguyên chất** thường dùng để làm nước mắm, làm mắm. Muối hột đâm nhỏ với ớt sống còn xanh ăn với ổi sống, ăn với bưởi chua, hoặc ăn với các loại cá nướng trui, cua rang muối, rùa rang muối thì rất đậm đà, ngon hơn muối bọt.

Ghé thăm vườn ổi ở Sa Đéc, bạn sẽ được chủ nhà đưa thăm vườn, và cũng không quên trao cho bạn gói muối hột! Ăn như thế mới ngon, chủ nhà nói như vậy. Tôi ăn có một lần hồi xưa cách nay đã 40 năm mà vẫn còn nhớ hoài cái hương vị ngày xưa ấy.

Cá nướng lửa rơm, xé ra miếng thịt còn bốc khói, vừa chín tới, còn mùi rơm rạ, mùi khét của vây cá, chấm với muối ớt sống, giữa đồng ruộng bao la, nhắm miếng rượu đế thì thú vị lắm.

Muối ớt là loại muối bọt, đâm với ớt chín đỏ. Màu đỏ và nước của ớt hòa tan trong muối cho ta một món chấm ngon lành. Muối ớt ăn với canh chua, vị chua hòa trộn lẫn mặn, cay làm kích thích ta ngon miệng hơn.

Có người còn cầu kỳ, đem chén muối ớt bắt lên bếp lửa than cho muối ớt khô, sánh lại, bốc mùi cay nồng, rồi mới chịu chấm với canh chua. Tôi đã được ăn qua rồi, thấy ngon hơn và cũng bắt chước làm món "muối ớt nướng" mỗi khi ăn canh chua. Quả ngon thật.

Các nhà giàu, điền chủ ở Lục Tỉnh, nhà nào cũng có một hũ muối ớt khô để dành ăn quanh năm, nhứt là vào mùa nắng không có ớt tươi. ***Muối ớt khô*** để lâu sẽ bị xuống màu, và mất mùi vị của ớt, nên chỉ dùng để nấu ăn hoặc nêm nếm mà thôi.

Muối sả ớt lại là một món chấm khác nữa. Muối sả ớt phải rang cho khô, làm cho sả chín mới có mùi thơm.

Muối sả ớt để dành ăn lâu, càng lâu càng ngon. Muối sả ớt có thể ăn với các loại thịt nướng hoặc dùng để làm gia vị ướp cá, ướp thịt.

Muối tiêu cũng là món chấm đặc thù trong khẩu vị miền Nam, dùng để chấm với thịt bò lúc lắc, cà-ri gà, cà-ri vịt. Tiêu không được đâm quá nhuyễn, để khi nhai còn thưởng thức được mùi tiêu bốc lên mũi. Hột vịt lộn thì nhứt định phải ăn với muối tiêu và rau răm…

Muối tiêu và muối ớt có món dùng với chanh, có món ăn nguyên chất, tùy theo món và tùy theo sở thích mỗi người. Cho nên dọn dĩa muối tiêu hay muối ớt người ta hay kèm theo một miếng chanh.

Xem ra món chấm của người Việt ở Lục Tỉnh rất phong phú và cách pha chế không ít cầu kỳ.

Ngày nay nước mắm Việt Nam đã đi vào tiêu chuẩn, có cầu chứng bảo đảm độ đạm từ 25-30 độ và ghi rõ loại các loại cá chế tạo ra. Nước chấm làm từ nước mắm cá cơm Phú Quốc thì thơm, đậm đà hơn các loại nước mắm làm bằng cá từ các nơi khác.

Nước mắm Phú Quốc có quá trình cả 100 năm, nay trở thành một thương hiệu của Việt Nam, có mặt khắp năm châu, cho cả người Tây Phương ăn nữa. [Có một số doanh gia Việt Nam ở hải ngoại mua nước mắm Phú Quốc pha chế, vô chai ghi là "Made in Thailand"?]

Trên đà hội nhập, nước mắm được đưa ra giới thiệu với thế giới, có loại "nước mắm cốt" đặc chế như đường phèn, ghi rõ độ đạm và nơi sản xuất.

Tuy nhiên từ nước mắm đến nước chấm là cả một nghệ thuật của người vợ, người mẹ để có được món nước chấm cân đối, hài hòa mặn-ngọt-chua-cay. Thế mới nói nấu ăn là một nghệ thuật.

Trong bữa cơm của người mình không thể không có món chấm. Tất cả món ăn của chúng ta món nào cũng cần phải chấm, trừ món kho mặn mà thôi. Món nước chấm tuy nhỏ nhưng quan trọng là vậy. Và cách chế biến nước chấm của người Lục Tỉnh đã tạo nhiều ấn tượng cho người ăn.

Cách Ăn Gói Và Cuốn

Ăn uống lặt vặt bên lề đường, quán cóc, là nét văn hóa đặc biệt của người mình, tạo nhiều ấn tượng khó quên trong chúng ta. Hồi nhỏ mỗi khi đạp xe dạo Saigon chúng ta không quên tạt vào đường Nguyễn Huệ, ăn bò bía và uống ly nước mía "ép uống ngay tại chỗ".

Cái bánh tráng cắt làm tư, cuốn với vài ngọn rau thơm, một lát lạp xưởng, một con tôm luộc, chấm với tương ngọt cay chua. Đó là món bò bía của tuổi học trò. Bò bía là một phần của phong cách ăn "gỏi và cuốn" của miền Nam và nhứt là miệt quê. Qua Mỹ ta thấy người ở đây cũng có cách ăn cuốn như món Tacos, Burrito, Tortilla...

Nhưng có lẽ duy chỉ người Việt mình mới bày ra nhiều cách ***ăn gói và cuốn*** phong phú và tuyệt diệu vô cùng. Gỏi cuốn là món ăn tiêu biểu cho cách ăn gói và cuốn. Cái để gói mà ai cũng biết là bánh tráng. Cái bánh tráng trắng là sản phẩm làm từ bột gạo, được làm ra hình như chỉ để phục vụ cho người ăn gói và cuốn mà thôi. Quê hương sản sanh ra bánh tráng nổi tiếng là miệt Hóc Môn, Bà Điểm ngoại ô Saigon.

Bà con ngoài Trung, ngoài Bắc có vùng gọi bánh tráng là bánh đa, và có cách ăn gói cuốn khác miền Nam.

Cái phần ruột, cái nhân bên trong mà cái bánh tráng cần gói và cuốn có nhiều loại; tùy cái mà ta có, cái mà ta muốn gói. Có thể là tôm, là cá, là thịt, cũng có thể là bì, là đậu hủ. Rồi phụ thêm vào đó là rau thơm, cuối cùng là món nước chấm. Chính cái phần phụ này làm cho món ăn gói và cuốn mang tên riêng và người ăn nó phải ghiền.

Cũng có món gói và cuốn không dùng bánh tráng mà dùng "nó gói với nó" mà thôi. Nghe thì kỳ lạ quá. Nhưng là thiệt đó. Nầy nhé! Mời bạn lần lượt thưởng thức qua các món gói và cuốn. Nếu đã ăn rồi thì ăn nữa, còn nếu chưa ăn bao giờ thì cũng ăn cho biết vậy.

Trước hết là món ***bánh tráng gói tôm thịt***, mà tên khai sanh là "gỏi cuốn". Món này là món phổ quát nhứt và có ghi vào "bộ phong thần" dạy nấu ăn của các bà, các cô.

Cái bánh tráng nhúng nước sơ sơ, trải ra trên đĩa bàn lớn, xếp lên đó ít rau thơm, cải xà lách, tính làm sao cho vừa gói, không lỏng mà cũng không chặt quá. Nếu muốn gói với tôm thì phải là tôm bạc trắng, hấp hoặc luộc với nước me hay nước giấm pha một ít nước dừa xiêm. Con tôm luộc như thế rất ngon. Nếu là con tôm

Gỏi cuốn tôm thịt, trên nia đựng các thành phần.

đất thì phải lột bỏ đuôi, bỏ đầu, bỏ vỏ trước khi gói. Đừng quên cho vài tép hẹ, để nguyên cọng, sao cho bề dài đủ ló ra sau khi bạn cuốn xong, và nhớ tìm loại hẹ hương, loại nhỏ mới thơm.

Trước khi ăn bạn còn đủ thì giờ nhìn tác phẩm mà bạn vừa cuốn: màu xanh của rau, màu đỏ của tôm, ẩn hiện bên trong lớp bánh tráng trắng nõn nà, khêu gợi lòng ham muốn trần tục chúng ta. Bạn từ từ chấm gỏi cuốn sâu ngập vào chén nước chấm tương bằm xào chua cay ngọt hoặc nước mắm chua-cay-ngọt. Miếng gỏi cuốn cắn làm bốn lần là hết, trước khi ăn phần chót, nhìn ngọn hẹ ló ra, lòng bạn ngập ngừng như không nỡ vậy.

Ăn gỏi cuốn điệu nghệ, ngon nhứt là ta phải "tự biên tự diễn". Cái kiểu ăn có người cuốn sẵn, hoặc đem trong tủ lạnh ra thì chán chết! Dở ẹt!

Gỏi cuốn muốn ngon và hấp dẫn thì phải gói với cá. Tùy loại cá mà ta sẽ phải nướng hay phải hấp. Bà con nông dân miệt vườn ưa chuộng món cá nướng và cho rằng cá lóc nướng là ngon nhứt. Cá lóc làm sạch, để nguyên con, xỏ lụi hoặc để trên vĩ dùng lửa than nướng áp sát làm cho con cá nứt da, hơi khét bên ngoài mà bên trong còn máu. Rồi cho thêm ít mỡ hành, bớt lửa cho mỡ thấm vào bên trong thịt cá lóc.

Gỏi cuốn cá lóc nướng phải ăn với rau thơm, khế, chuối chát chấm nước mắm nêm. Ở Mỹ, người ta dùng cá ba sa nướng, gói bánh tráng thay cá lóc cũng rất ngon nhưng hương vị không bằng cá lóc quê nhà. Ăn gỏi cuốn với cá thì không uống bia mà là rượu đế. Rượu mạnh sẽ làm tan mùi cá, mất mùi nồng của mắm nêm và làm cho món gỏi cuốn đậm đà hơn.

Hấp cá ở quê, thường thấy cho vào nồi nước lá sả, lá chanh, rồi mới xếp cả lên trên vĩ. Mùi sả, mùi lá chanh sẽ thấm vào thịt cá, làm tăng thêm hương vị và kích thích vị giác chúng ta. ***Cá hấp*** lá chanh, lá sả ***gói bánh tráng*** rất thơm, ăn không tanh, ngon không thua cá nướng.

Những người không thích ăn tôm, ăn cá thì có món bì. Bì thì có loại làm bằng da heo, trộn với thính và cũng có loại bì chay. Có người dùng xác đậu hủ xào với nước cốt dừa và giá, gói bánh tráng ăn cũng không kém, ngon và hấp dẫn lắm. ***Bì cuốn*** chay hay mặn không chấm mắm nêm, mà phải chấm nước tương hoặc nước mắm chua ngọt cay.

Có món gói và cuốn nữa rất ư Nam Bộ, vừa dân dã vừa quý phái là món ***thịt kho tàu gói bánh tráng.*** Từ lâu món thịt kho dưa giá đã đi sâu vào tâm can của người

Nam Bộ rồi và đã trở thành quốc hồn quốc túy như bánh Tét, dưa hấu ngày Tết. Rồi ai đó dùng thịt kho tàu gói bánh tráng như một bước đột phá làm cho món này trở thành quen thuộc với mọi người Nam Bộ.

Thịt kho tàu kho với nước dừa xiêm với trứng vịt, rồi nay kho với trứng gà. Người miệt vườn gọi là "thịt kho rệu", nước trong veo, màu sậm, trông xuyên qua từng sớ thịt ba rọi, nửa nạc nửa mỡ. Nước chấm là nước thịt, dầm với tròng đỏ trứng thêm ít tương ớt, ít nước tương ngon, nêm với nước chanh cho vừa ăn.

Bánh tráng nhúng sơ, gói với rau thơm, một ít cải chua, hoặc giá chua, thịt xé nhỏ, trải đều trên rau, rồi nhẹ tay gói lại không quá chặt cũng không quá lỏng (ngày Tết người ta còn kèm thêm củ kiệu nữa). Đoạn từ từ chấm vào chén nước chấm, cho vào miệng, vừa nhai vừa thưởng thức. Cắn miếng ớt hiểm, và tiếp theo là một ngụm rượu. bia thì còn gì bằng.

Tất cả các ***món ăn gói và cuốn*** đều là món ăn chơi và cũng là món ăn thiệt, vì chỉ có với món gỏi cuốn tôm thịt, hoặc gỏi cá nướng, cá hấp hay thịt kho tàu, bạn cũng đủ no rồi. Ăn gói và cuốn là cách ăn của người ở quê, rồi nó trở thành phổ thông, thành nhu cầu đối với người tiêu dùng, nên được các nhà hàng đưa vào thực đơn.

Ăn gỏi cuốn phải dùng chén nước chấm riêng, phá bỏ cái truyền thống chén nước chấm dùng chung đã có từ lâu của người mình. Dầu bạn ăn ở nhà hay vào tiệm, vào quán, mỗi thực khách đều có chén nước chấm riêng khi ăn các món gói và cuốn. Bạn làm chủ chén nước

Quà vặt: gỏi, bì cuốn bán rong là đặc trưng văn hóa của nếp sống Gia Định xưa (Phụ bản tranh vẽ)

chấm của mình, toàn quyền thêm bớt chua cay mặn ngọt mà không sợ "làm phiền người chòm xóm".

Có một món ăn gói và cuốn phải nói ngay kẻo quên. Đó là ***bánh xèo,*** món độc đáo ở miền Nam. Bánh cống ở ngoài Trung ngoài Bắc khác bánh xèo. Cái tên bánh xèo nghe rất gợi âm thanh và đủ nói lên cái tên bánh xèo cha mẹ sanh đã đặt cho nó rồi. Làm bánh xèo thì cả xóm đều biết vì cái mùi thơm và cái âm vang "xèo xèo" của nó.

Nội dung cái bánh xèo: từ bột đến nhân bên trong không khác gỏi cuốn, chỉ khác là do cách làm. Ăn bánh xèo thì không dùng bánh tráng để gói. Người ta dùng lá cải bẹ xanh non để gói bánh xèo, có người dùng cải xà lách để gói cũng ngon. Một cuốn vừa một miếng ăn.

Ăn bánh xèo gói cải bẹ xanh rất ngon, vì cái mùi cay, mùi đắng của cải, hợp với hương vị bánh xèo, và làm để tiêu hóa. Ở miệt vườn bà con mình còn dùng thêm đọt xoài, đọt lá chua như lá lụa làm tăng thêm giá trị bánh xèo.

Có người "ăn tạp" không chịu gói và cuốn mà cho bánh xèo vào tô vào chén, chan ngập nước mắm, lùa vào miệng. Xem rất bạo! Nhưng ăn như thế mới đã.

Nước chấm bánh xèo rất quan trọng và có tánh quyết định ngon dở. Đó là nước chấm chua cay ngọt, dầm với củ cải đỏ, củ cải trắng bào nhỏ như sợi bún.

Gánh hàng đổ bánh xèo bán ở chợ nhóm (Phụ bản tranh vẽ)

Quán ăn bên đường thời xưa (Phụ bản tranh vẽ)

Làm sao kể cho biết cách ăn gói và cuốn của miền Nam. Nó biến hóa, đổi mới không ngừng, và đưa cách ăn gói và cuốn trở thành phong thái riêng.

Nếu có về thăm Bến Tre, Gò Công vào tận miệt sông Cửa Tiểu, Cửa Đại, vớt con tôm nuôi dưới sông, làm gỏi cuốn thì thú vị biết bao.

Tôi chắc bạn sẽ bị mê muội, bị hớp hồn trong bữa ăn, bữa tiệc không phải vì nó ngon không đâu, mà mê muội vì cái hồn quê, hồn nước vậy.

Cháo

Người miền Nam không phân biệt cách phát âm *cháu* với *cháo*, nên phải hiểu theo cái ngữ cảnh.

Cháo ở đây là món ăn hóa thân từ gạo mà ra như cơm vậy. Nên cụm chữ cơm-cháu được người mình dùng chung riết rồi thành quen, có khi chỉ cơm cũng có khi chỉ cháo và cũng có khi ẩn dụ một cái gì khác nữa, không dính dáng gì với cháo, với cơm.

Cháo xuất hiện hàng ngày trong bữa ăn của người mình: cho người già, người bịnh, người ưa ăn cháo và đặc biệt là cho trẻ sơ sanh.

Thế mới có câu:

- *Thuộc như cháo.*
- *Ăn cháo, báo cơm.*

Thuở mới sanh ra chúng ta đã được bà, được mẹ, được chị cho ăn cháo rồi. Cháo nuôi ta lớn dần và ta lại "nuôi cháo" còn mãi đến ngày nay. Ngày nay trẻ con sanh ra tập ăn sữa, nên ít gần gũi, gắn bó với chén cháo đơn sơ nhưng đậm đà tình mẫu tử như thế hệ ông bà, cha mẹ ngày xưa.

Nói "thuộc như cháo", "dễ như cháo" nghĩa là "đã rành rồi", nhưng nói về cháo chợ, cháo quê có khi ta đã quên ít nhiều! Này nhé!

Trước hết là **cháo trắng**. Có lẽ cháo trắng có mặt sớm nhứt trong dòng họ cháo, do nhu cầu của các bà mẹ ở cái thời xa xưa, dùng để thay sữa nuôi con.

Cháo trắng chỉ là gạo nấu loãng, nếu như, mà thành. Nhìn nó màu trắng nên đặt tên là cháo trắng. Gạo thì cũng nhiều loại chớ đâu phải là một loại. Nhà nghèo thì gạo đỏ, gạo nát, gạo mốc; có tiền thì gạo ngon, gạo Nàng Thơm, Chợ Đào...

Để lửa "riu riu", hột gạo nở bung ra như cánh hoa nên nghe nói bà con ngoài Bắc gọi là ***"cháo hoa"***. Còn ở Lục Tỉnh có người pha trò gọi là ***"cháo cò"*** vì trắng như con cò (chớ không phải nấu với thịt cò). Văn minh hơn, các bà cho vào nồi cháo một ít "thuốc muối" cho cháo mau nhừ, mau rục rã, ăn ngon và dễ tiêu hóa.

Nghèo thì ăn cháo trắng "ên" thôi, hoặc có được vài lát đường tán thì ngon hơn. Người lớn thích ăn cháo trắng với nước mắm kho quẹt, cá kho tiêu. Người Tàu khoái ăn với mắm ba khía, hột vịt muối. Sang hơn thì cháo trắng với trứng gà, nêm tiêu và hành hương. Dân dã thì cháo trắng với dưa mắm cũng ngon đáo để.

Nợ trả lần, cháo húp quanh

Ăn cháo lúc nào cũng phải ăn nóng, vừa thổi vừa húp. Húp phải húp xoay quanh tô cháo nếu không sẽ phỏng miệng! Kiểu nói trên ẩn dụ một cách sống, cách xử sự của người Việt ta ngày xưa, người Tây Phương làm sao có được.

Ngày nay ở quê mình vẫn còn nhiều bà mẹ nuôi con bằng cháo trắng và cũng đã có bao thế hệ lớn lên như vậy, họ cũng đã làm ông này bà nọ như thường chớ thua ai.

Cháo Vịt - Cháo Gà

Con vịt nấu cháo rất quen thuộc ở quê mình có thể để cúng, để đãi khách phương xa tới chơi, để ăn trong gia đình và để nhậu nhẹt... Vịt thì có vịt tàu, vịt ta, vịt xiêm và vịt xiêm lai. Thông dụng là vịt tàu, vì nó dễ nuôi, miệt vườn có nhà nuôi cả 1,000 con đẻ lấy trứng, chở lên vựa của người Tàu ở miệt cầu Chà Và bán cho họ ấp thành trứng hột vịt lộn, thành vịt con rồi bán lại cho dân mình!

Vịt nấu cháo rất nhanh. Trong lúc nhổ lông vịt thì bắt lửa nấu nồi nước, độ tàn điếu thuốc thì vịt làm xong và nồi nước cũng vừa sôi. Thả con vịt vào luộc vừa chín tới thì vớt ra và cho gạo vào nồi nước luộc vịt mà nấu cháo. Thế là bạn có nồi cháo vịt nóng hổi, ngon lành.

Vịt chặt ra từng miếng vừa gắp, cháo nêm với tiêu, hành lá và nước mắm ngon, ăn kèm với rau thơm trộn bắp chuối hột, chấm với nước mắm gừng thì hết chỗ chê! Nhìn tô cháo nóng bốc khói, mùi thơm của tiêu hành, mùi của con vịt bốc theo làm cho ta phải húp nóng mới thấy đã. *Ăn cháo húp quanh* là vậy.

Cháo nấu "vịt ta" hay "vịt xiêm" lai thì cho là "ăn độc", mấy ông già xưa nói người yếu trong mình ăn vô sẽ bị "phát lãnh" (phát lạnh, phát rét).

Cháo vịt xiêm là loại cao cấp. Vịt xiêm thường phải nấu với cháo đậu xanh mới đúng điệu. Vào mùa nóng, nhà có tiền, nhà giàu dư ăn dư để hay bày nấu cháo vịt xiêm đậu xanh cho con cháu ăn phòng ngừa bịnh thời khí, không bị nổi trái, nổi sảy.

Vịt xiêm tơ nấu cháo, xương mềm, nhai rất béo, rất ngọt, ngon hơn vịt tàu, vịt ta nhiều. Nhiều người ăn cháo vịt với cơm, với bún vừa ngon, vừa no và không cần ăn thêm gì nữa. Nhớ thuở nhỏ, khi ở nhà mần vịt nấu cháo là mình lấy phần lông vịt đem phơi khô bán cho mấy bà mua "ve chai lông vịt". Hôm sau, có tiền đi học ăn cà rem, nước đá nhận.

Còn con gà nấu cháo gọi là **cháo gà.**

Cháo gà ngon và bổ dưỡng, để tiêu hóa hơn cháo vịt và nhứt là ăn "không độc". Phải lựa con gà giò, gà trống vừa lớn, mới vỗ cánh tập gáy. Lúc đó con gà vừa đủ lớn, xương thịt phát triển đầy đủ, sung sức, mập nhưng không có mỡ.

Gà nấu chắc ăn ngon độc đáo là nhờ "xé phay" chớ không chặt như thịt vịt. Dùng tay xé gà lúc còn nóng, xé sao cho miếng gà còn nguyên không bị nát, trộn với rau răm, nặn một trái quít lấy nước rưới lên làm cho thịt gà ngon hơn nhiều.

Có một món cháo mà nếu không cẩn thận, nói lộn tên dễ gây mích lòng lắm nhé! Đó là **cháo lòng.** Bà con đặt tên món cháo nấu với lòng, với thịt heo là cháo lòng chớ không kêu là cháo heo.

Cháo heo là cháo nấu gạo lức với tấm, cám, chuối cây... để nuôi heo, muốn biết rõ hơn xin tìm đọc tác phẩm *"Ngọn Cỏ Gió Đùa"* của nhà văn Hồ Biểu Chánh, trong đó có nhân vật Lê Văn Đó ăn cắp nồi cháo heo...

Lòng heo xắt mỏng chấm với nước mắm trong, dầm ớt ăn với cháo rất ngon và cũng là món đưa cay của các bác xích lô, của người lao động.

Cháo lòng có lẽ do sáng kiến từ các buổi lễ hội cúng đình. Thuở xưa người dân nghèo ít khi có dịp ăn thịt heo nên chỉ mong dịp cúng đình. Nồi cháo lòng ở đình rất to, nấu với nước luộc đầu heo, luộc lòng, luộc thịt. Đầu, lòng, thịt luộc chỉ dành cho các chức sắc ban hội tề; còn dân đen chỉ được hưởng phần cháo lòng với bún, cũng "quý" rồi, nên mới có câu tục ngữ:

"Mượn đầu heo nấu cháo"

Cháo lòng ở nhà mẹ nấu thì ngon hơn, nhưng cháo ở quán cóc, ở chợ quê lại có cái ngon khác. Mấy cô, mấy cậu học trò cũng thích ăn cháo lòng buổi sáng, rẻ mà no.

Khi Saigon phát triển, có những nhà máy làm ca đêm là dịp để cho các gánh cháo lòng xuất hiện. Cháo lòng tiện lợi là phục vụ nhanh, ăn bổ dưỡng, nhứt là hợp với ban đêm. Nay cháo lòng đã trở thành một phần của đời sống về đêm của dân Saigon, phục vụ cho cả các doanh nhân, văn nghệ sĩ, các cô cậu choai choai đi chơi đêm.

Nay nói về **"cháo cá",** và đặc biệt cháo cá nhà quê. Nói là cháo cá nhà quê chớ đâu phải người nhà quê nào cũng ăn qua. Có người chỉ có nghe thôi, có người chưa hề nghe nói. Đó là món **cháo cá lóc** với rau đắng đất.

Mấy lão nông Lục Tỉnh nói rằng cá lóc tát đìa nấu cháo mới ngon. Khi nước rút xuống, mấy cụ lão nông kể, con cá lóc tìm xuống đìa, xuống vũng, xuống đầm để sống. Con cá trụ lại, lo ăn, không "bay nhảy" đó đây nên mập ra vì ăn nhiều sinh vật tích tụ trong đìa.

Tát đìa vào lúc đó, lựa cá lớn, có trứng, làm sạch để nguyên con nấu cháo. Gạo thời điểm nầy là gạo mới đầu mùa nên nấu cháo có mùi thơm.

Con cá nấu cháo vớt nguyên con ra để trên dĩa bàn, rồi tùy thích: đầu, bụng, trứng hay đuôi mà chấm nước mắm gừng. Cháo nóng múc ra tô, cho vào vài đũa rau đắng đất, chan một ít nước mắm gừng, chúng ta có một tô cháo cá lóc rau đắng đất tuyệt diệu, khó tìm.

Tin chắc rằng bạn không tìm đâu có được món ngon như thế. Đâu đó ở Saigon, trong nhà hàng mà bạn đã ăn qua cũng chẳng qua là phó bản, là nhái theo, không lừa được cái lưỡi của người sành điệu.

Cháo cá kèo ăn kèm rau thơm có thêm rau má và rau đắng.

Đến món **cháo cá bống kèo** độc nhứt vô nhị xin giới thiệu cùng khách mộ điệu. Cá bống kèo cũng năm bảy đường khác nhau. Nổi tiếng nghe nói là cá bống kèo miệt ruộng muối Bạc Liêu, nhưng ngon nhứt là cá ở miệt Cửa Tiểu, Cửa Đại vùng nước lợ.

Từ xưa ông bà kể là con cá bống kèo do đất sanh ra, và sống chỉ ăn bọt nước. Ở quê vừa mưa xuống đã thấy có cá bống kèo con rồi, nó sống nhờ phiêu sinh vật, rong rêu nổi theo bọt. Đến mùa lúa trổ đầy đồng, mày non của hột lúa rụng khắp ruộng, là mồi nuôi cá bống kèo miệt Cửa Tiểu, Cửa Đại. Cho nên tháng 10, tháng 11 ta, sắp Tết, con cá bụng to đầy mỡ, và mập tròn đẫy đà.

Đi theo ông lão nông bước ra đầu ruộng kéo "cái đó" lên bắt cá bống kèo còn sống nhảy soi sói, đem về trút thẳng vào nồi cháo đang sôi trên bếp. Con cá vùng vẫy trong nước sôi, nghe tiếng kêu "rồ rồ" rồi tắt hẳn.

Bắt nồi cháo gạo mới đầu mùa lên bếp, canh lửa riu riu cho gạo nở từ từ bạn sẽ nghe mùi thơm mời gọi, độc đáo từ nồi cháo gạo mới bốc ra. Lúc đó con cá vừa chín tới. Đem nồi cháo xuống, vớt cả ra dĩa bàn to, con cá bống kèo nứt da, dựng kỳ, dựng vi không quen thấy "ớn" nhưng ăn thấy ngon, có vị ngọt, thịt mềm.

Thưởng thức món cháo bống kèo kiểu nầy rồi bạn sẽ chán kiểu nấu cầu kỳ: làm sạch, chặt đầu, nấu với cải bắc thảo, và nói theo dân quê thì ăn như "dậy" là "hổng biết" ăn cá bống kèo nấu cháo.

Hột cháo hột cơm, gắn với người mình từ thuở mới sanh ra, nó đi vào tim can, huyết quản của từng người. Cháo không chỉ là món ăn nuôi ta lớn mà đã trở thành cái gì ở trong ta như một thứ tình cảm nho nhỏ, có lúc có khi tưởng như đã quên rồi.

Nay nhắc lại, nó sẽ trở về như một kỷ niệm, thôi thúc ta quay về với thuở ngày xưa, với bao cảnh cũ vô cùng đẹp đẽ.

Lò cất rượu thủ công thời Pháp thuộc (Phụ bản tranh vẽ)

Chú thích tranh phụ bản: *Ngày xưa, chính quyền Thuộc địa độc quyền kinh doanh rượu và á phiện. Người dân ai nhúng tay vào hoạt động mua bán / chế biến hai loại hàng này đều bị trừng phạt nghiêm khắc. Những hoạt động cất rượu tại gia như trong tranh này đều chỉ có số lượng rất ít, muốn có rượu số lượng nhiều thì ra tiệm của Nhà nước mua. Tự chưng cất nhiều thì chỉ có nước làm lậu. Từ chỗ này mà ngôn ngữ Việt Nam thời kỳ thuộc Pháp xuất hiện danh từ "rượu lậu."*

Rượu

Trong cái ăn, cái uống của người Việt thì uống ít được nhắc nhiều. Thức uống của mình xưa chỉ có rượu và trà. Dầu vậy rượu-trà (chè) dẫn đầu trong tứ đổ tường: Rượu-chè, cờ-bạc, trai-gái, hút-sách.

Từ vua quan đến thứ dân, từ thành thị đến thôn quê, rượu luôn luôn được đón nhận, đề cao như là một lối ăn chơi phong nhã, nhàn tản, điệu nghệ và phóng đãng!

- Giàu đâu đến kẻ ngủ trưa,
Sang đâu đến kẻ say sưa tối ngày.
- Còn trời, còn nước, còn non,
Còn cô bán rượu, anh còn say sưa.

Uống rượu là thú vui, là lối ăn chơi xưa nay chỉ dành cho đấng nam nhi, mà cả quý bà, quý cô dầu không biết mùi rượu thế nào cũng tán đồng, vui vẻ và hãnh diện làm món ngon cho chồng uống rượu.

Đốt than nướng cá cho nàng,
Lấy tiền mua rượu cho chàng uống chơi.

Rượu ở xứ mình có cả lịch sử lâu đời lắm. Sách *Lĩnh Nam Chích Quái* ghi: *"Dân ta lấy gạo làm rượu"*. Còn sử nhà Tống bên Tàu trong bài sớ nói về Lê Hoàn (người khai sáng nhà tiền Lê) có ghi rằng *"Hoàn... vừa hát vừa mời rượu…"*

Rượu là thức uống làm bằng gạo nếp lên men, được tổ tiên ta chế biến từ thuở lập quốc, lưu truyền từ Bắc vào Nam. Từ khi có mặt như là một thức uống, rượu đã đi vào văn hóa ăn uống của người mình, mang một cung cách, sắc thái vô cùng đặc biệt, ít có dân tộc nào sánh kịp.

Rượu khởi thủy là sản phẩm của dân gian, do sự ngẫu nhiên của đời sống nông nghiệp lúa nước. Ai đó dùng gạo nấu thành rượu, có màu trắng trong như nước và gọi tên là rượu trắng. Đem pha mùi hoa thực vật để chế biến thành ra rượu mùi, như rượu sen, rượu cúc, rượu cau (ở miền Bắc).

Ở miền Nam đa phần nấu rượu bằng nếp, ngon hơn rượu gạo, độ nồng cao, mùi thơm, có hậu hơi ngọt gọi là rượu nếp. Dân nhậu quen gọi là rượu đế. Hiện nay rượu đế Hóc Môn, Gò Đen, Gò Công danh tiếng là ngon, cao chữ.

Đến Gò Đen, vào các lò rượu nghe mấy ông lão kể chuyện thời Tây cấm người mình nấu rượu. Họ lập ra công ty độc quyền sản xuất và phân phối; lúc đó gọi là chế độ R.A (Régie Alcohol) mà người dân gọi là rượu Công Ty (Công Xi). Tây họ còn đếm đầu người dân trong làng để bắt đóng thuế tiêu thụ rượu công ty, ai nấu rượu lậu bị bắt bỏ tù, tịch thâu tài sản.

Rượu nếp muốn ngon phải lựa nếp. Danh tửu Gò Công được nấu bằng nếp hương hay nếp mỡ, tệ lắm cũng là nếp mù u. Các lò rượu thường mua nếp vào đầu mùa, đem về quạt sạch, phơi khô, chứa trong hồ, để dành nấu suốt năm.

Nếp nấu rượu là nếp lức, chỉ xay bỏ vỏ trấu mà thôi, xay phải dùng cối xay tay, để giữ cho hột nếp không bể nát, không bị nóng. Trong nghề nấu rượu cho rằng nếp xay ở nhà máy sẽ cho rượu không thơm và sẽ làm mất rượu nữa. Dân nhậu gọi rượu nấu nếp lức là "rượu nếp than" vì màu rượu đỏ nâu đậm. Còn nấu nếp ttrắng thì màu rượu trắng đục, chỉ kêu gọn là "rượu nếp".

Cơm nếp lức nấu chín hơi nhão một chút gọi là "cơm da", trải trên vỉ tre cho nguội thì rắc men lên, cho vào hũ vào lu hay khạp, ủ độ ba đêm thì nếp lên men và phân hủy tinh bột. Sau đó chan nước cho ngập đậy kín thêm ba đêm nữa thì cho vào nồi mà nấu.

Bí quyết của nghề nấu rượu là men, mỗi lò rượu cho người uống một hương vị riêng, làm cho bao nhiêu dân ghiền phải mềm môi, đảo điên, quen mùi, quen rượu, quen lò bỏ không được. Người chủ lò chăm sóc, theo dõi nồi rượu với tâm cảm thích thú, nghệ thuật, theo từng giọt rượu rơi xuống miệng chai.

Rượu bọt là rượu ngon, uống vào chạy tới đâu, biết tới đó, cả người nóng rang, thật đã.

- Rượu hồng đào, trút nhào vô nhạo,
Kiếm nơi nào nhơn đạo hơn anh.
- Rượu ngon chẳng nệ be sành,
Áo rách khéo vá hơn lành vụng may.

Xưa, ngoài Bắc đựng rượu bằng be, loại bình nhỏ bằng sành, còn trong Nam đựng rượu trong hũ và dùng cái nhạo rót rươu ra ly để uống trông rất tao nhã. Người ta còn dùng cái tỉn để chứa rượu, có người dùng hũ loại nhỏ. Sau này nhà lò chứa rượu trong thùng nylon hoặc chai lít.

Rượu ngon trong hũ trút ra,
Để lâu cũng nhạt nữa là duyên em.

Phong cách uống rượu của người lục tỉnh

Phong cách uống rượu của người Việt từ trần tục đến lễ nghi, quan cách, mà người uống rượu cần phải biết.

Trước hết, rượu theo văn hóa phong tục người Việt là thuộc về ***LỄ***:

- Vô tửu bất thành lễ

Trong phép lễ nghi như cưới hỏi, cúng giỗ, rượu xếp trên cả trầu và cau.

Rượu mời luôn phải rót đầy để tỏ lòng quý khách. Người được mời phải uống cạn để tỏ lòng kính trọng gia chủ.

Ta hãy xem cách đối nhơn xử thế của tổ tiên mình ngày xưa. Này nhé:

Rượu tiễn đưa thì Nguyễn Du gọi là *"chén quan hà"*.

Tiễn đưa một chén quan hà (Truyện Kiều)

Tế quân sĩ mình thì Tiền Quân Nguyễn Văn Thành gọi là *"rượu đầu ghềnh"*.

Dưới trướng nức mùi chung đỉnh,
Sẽ nhớ khi chén rượu rót đầu ghềnh.

Đặng Đức Siêu gọi rượu tế người chết là *"chén Tân Khổ"*.

Chén Tân Khổ nhắp ngon mùi chánh khí
(tế Võ Tánh và Ngô Tùng Châu)

Rượu trong đời sống lứa đôi, bằng hữu cũng đầy bi tráng, hào hùng, lãng mạn, nên thơ biết bao.

- Rượu lưu ly chân quỳ tay rót
Cha mẹ uống rồi dời gót theo anh.
- Tửu phùng tri kỷ, thiên bôi thiểu.
- Rượu ngon cái cặn cũng ngon,
Thương em chẳng luận chồng con mấy đời.

Xem ra, đến nay không có một lễ nghi nào của người Việt mà không có rượu. Rượu lễ xứ mình là rượu trắng và nhớ là không ai dùng rượu thuốc để cúng.

Trong dân gian có một mảng lớn "văn hóa uống rượu" của người bình dân, lao động.

Uống rượu miệt quê gọi là ***nhậu***. Nhậu chỉ lối uống rượu bình dân, ở vỉa hè, góc phố, quán bên đường. Nhậu với đa số người mình là tìm cái vui bên bạn bè, để nói điều muốn nói, nghe những điều người khác nói. Nơi bàn rượu, bữa nhậu, mạnh ai nấy nói như là một nhu cầu, thư giãn tâm hồn.

Rượu cũng là rượu trắng, trong khi rượu đế nhậu thì thôi đủ cả, từ rượu trắng chế biến ra thành ***rượu thuốc*** tức là rượu đế ngâm thuốc Bắc. Mỗi quán, mỗi tiệm ngâm một loại thuốc khác nhau mà cũng chẳng thấy dân nhậu nào tìm hiểu các toa thuốc Bắc đó là gì. Rượu thuốc tuy giá cao hơn rượu đế, nhưng không thành vấn đề, đó là chuyện lẻ tẻ đối với dân chơi. Dân nhậu rất điệu, xài sộp và hảo ăn, rộng rãi miễn tìm thấy vui là được rồi.

Từ rượu ngâm thuốc người ta còn bày ra ngâm với trái cây như rượu sơ-ri, rượu nhào, rượu ngâm chuối; rồi ngâm rắn, tắc kè, hải mã... Cái gì cũng ngâm và cứ thế mà nhậu và cho là bổ, khỏe, không đau lưng.

Ngày nay ở quê nhà có nhiều loại rượu để nhậu, nào là bia, rượu Tây, rượu Mỹ... nhưng rượu đế, rượu thuốc vẫn còn được nhiều người ưa thích và gọi rượu đế là ***"nước mắt quê hương"***.

Xưa trong thời chiến tranh, cái sống cái chết đến với bao thế hệ thanh niên miền Nam bất cứ lúc nào, gặp nhau hôm nay rồi ngày mai không còn gặp lại! Chính sự thể đó đã đưa thanh niên đến với quán nhậu, tìm đến rượu đế, rượu thuốc nhiều hơn.

Rượu vào lời ra, kể chuyện người yêu, chuyện mẹ già, chuyện tình đời và chuyện chiến tranh. Bao chàng trai trẻ mềm môi, chảy nước mắt bên ly rượu. Không biết khóc vì rượu hay vì thân phận của mình hay vì cả hai? Rượu đế gọi là ***nước mắt quê hương*** có từ đó, và được lưu truyền cho tới nay.

Chia nhau ly rượu gọi là nước mắt quê hương, kẻ rót người uống, liếm môi, khề khà, nhăn mặt, nài ép "trăm phần trăm" là cung cách uống rượu dân dã quê mình.

"Dô... dô" cạn ly đầy rồi rót đầy ly cạn
Uống hết đánh đòn, uống còn mãi vợ.

Nay người Hà Nội cũng bắt chước cách nhậu của miền Nam, thích nhậu hè phố và nhứt là cách uống "trăm phần trăm". Đúng là *"tửu nhập tâm như hổ nhập lâm"*.

Cung cách uống rượu dân dã xưa nay là thế, và nay ra tận hải ngoại chúng ta còn mang theo cung cách uống "nước mắt quê hương" dầu bên lon Bud, hay chai Remy đắt tiền.

Nhưng muốn thực sự tìm hương vị rượu đế nước mắt quê hương, không gì bằng tìm về quê hương danh tửu Gò Đen, Bà Điểm, Gò Công, và phải nhớ tìm đến tận lò rượu đế làm một chầu thì mới hiểu thế nào là *"nước mắt quê hương"*.

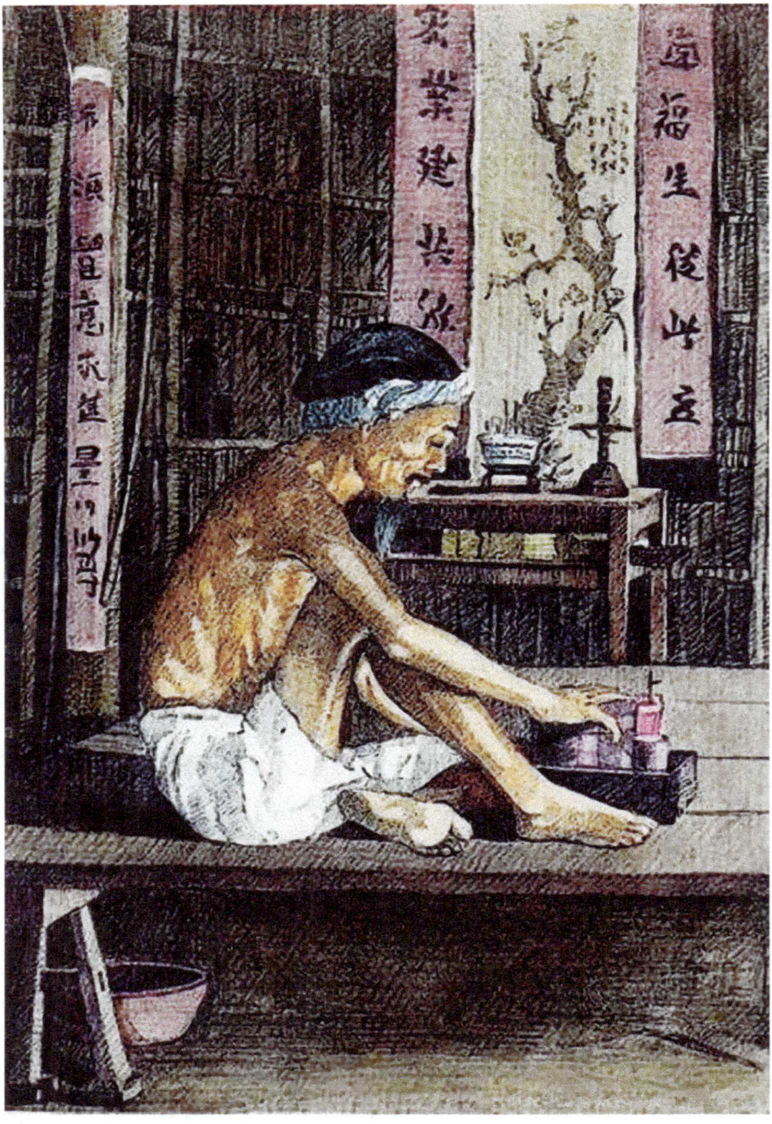

Ông lão bên cơi trầu, phía sau là bàn thờ gia tiên. Với người Nam kỳ xưa, phần trang trí bàn thờ luôn có tranh (hình ảnh cây cổ thụ, mai / đào, nhà cửa, sông biển, núi non,...) đi kèm hai tấm liễn câu đối treo dọc hai bên tranh. Ngoài ra, trên cột cái còn treo thêm cặp liễn đại tự. (Phụ bản tranh vẽ)

Trà

Người Việt có thói quen gọi trà là trà Tàu, dầu nay trà đều trồng tại xứ mình rất ngon, dư uống và còn xuất khẩu nữa. Ở Bắc thì có trà Bắc Thái, Trung có trà Mai Hạc, Nam có trà B'lao (Bảo Lộc) nổi tiếng là ngon.

Uống trà là thú ăn chơi tao nhã như cái thú hút thuốc lào, chơi cây kiểng mà đa phần dành cho đấng nam nhi.

- Làm trai biết đánh tổ tôm
Uống trà liên tửu ngâm Nôm Thúy Kiều.
- Uống nước trà Tàu Ngồi ghế trường kỷ

Trà có nguồn gốc bên Tàu theo ông Phạm Đình Hổ (1768-1840) trong *"Vũ Trung Tùy Bút"* thì vào thế kỷ

18 trà Tàu rất quý chỉ có những người thế tộc mới uống trà Tàu. Vì vậy cho nên người uống trà tới nay vẫn giữ phong cách tao nhã như kiểu thế tộc quý phái ngày xưa. Thế mới có câu:

- Trà Tiên rượu Thánh
- Trà lầu, tửu quán

Trà từ bên Tàu qua bên ta, từ Bắc vào Trung đến miệt vườn Lục Tỉnh đã có nhiều biến đổi trong cung cách uống, cách pha chế.

Nước trà ai cũng biết là nước pha với trà. Nhưng nước pha trà phải nấu sôi mới cho ta đầy đủ cái hương vị của trà. Nước thì phải là nước mưa, chớ nước sông, nước giếng có tạp chất, có phèn sẽ làm mất mùi trà.

Hồi xưa ông bà mình ở miệt vườn nấu nước pha trà bằng cái siêu làm bằng đất nung. Cái siêu còn dùng để sắc thuốc Bắc, thuốc Nam rất gần gũi với các bà các cô. Nước nấu bằng siêu trước khi sôi có phát ra tiếng kêu gọi là "kêu siêu" như báo trước là nước sắp sôi. Thuở xưa, dùng rơm, củi để nấu bếp, nên có rất nhiều khói. Nấu nước pha trà phải biết ý chớ không nước bị "hôi khói".

Trà vào Việt Nam tạo ra phong cách uống trà Việt khác người Tàu mà có người gọi là "trà đạo Việt". Cái đạo trà Việt thể hiện qua cách pha trà, rót trà, dụng cụ uống trà đến khung cảnh uống trà... Thật là lắm chuyện quá! Theo sách vở nói rằng Chúa Trịnh Sâm là sư tổ trong nghệ thuật uống trà, sau này khi nhà Nguyễn đóng đô ở Huế tạo ra hệ phái uống trà riêng cho đất Thần Kinh.

Xưa, dụng cụ uống trà quý hiếm đều sản xuất bên Tàu, nhưng nên nhớ là các kiểu dáng đó không có lưu dùng ở xứ Tàu. Dụng cụ uống trà của ta xinh đẹp, nhỏ nhắn, do các sứ thần của mình đi sứ sang Tàu đặt các nghệ nhân bên đó làm. Rồi sau này các nhà buôn Tàu bắt chước sản xuất ra, đem qua nước ta bán, mà dân gian quen gọi đó là "đồ sứ" (đồ do sứ thần mang về).

Các bộ tách pha trà, bộ ly, dùng uống trà rượu của ta sau này sản xuất ở trong nước cũng lấy từ kiểu dáng ngày xưa do các sứ giả của ta mang về.

Uống trà một mình gọi là độc ẩm, có hai người thì dùng bình 2 chén gọi là đối ẩm, nhiều nữa thì dùng bộ trà nhiều chén gọi là quần ẩm.

Trước khi pha trà phải dùng nước sôi tráng bình và chén cho nóng. Lấy mấy ngón tay, bóc một nhúm trà mà số lượng vừa phải, theo thói quen và theo nhu cầu cần cho bao nhiêu khách. Bỏ nhúm trà vào lòng bàn tay kia, săm soi nhìn các cánh trà; đoạn cho vào bình và châm nước sôi vào. Nhớ chắt bỏ nước ngay mà trong nghề gọi là rửa trà. Trà đã rửa, bình đã ấm, sẵn sàng để pha trà, khách và chủ ngồi trò chuyện chờ cho nước "ra trà".

Trà rót ra tách, phải chia đều theo vòng kim đồng rồi ngược lại, hết hai vòng là vừa hết nước nhất, để sao cho tách trà nào cũng có cùng độ đậm như nhau. Nếu xài chén tống (chén lớn) thì rót ra chén tống rồi mới chia ra chén quân (chén nhỏ).

Bên chén trà, chủ khách có bao nhiêu điều để nói, để kể nhau nghe, thật vô cùng tâm đắc và ý nhị làm sao. Cái cung cách uống trà nay không quá phức tạp như người xưa, nhưng vẫn còn giữ được cái gì tinh tế, tao nhã, mang nét văn hóa riêng của người mình.

Uống trà lâu ngày phải ghiền, bởi lẽ cái hương vị trà rất độc đáo: chát, đắng, ngọt, dịu dàng, ghiền lúc nào mà ta không biết. Trà cho ta vị đắng, hơi chát, nuốt vào để lại một chút vị ngọt nơi cổ họng. Đắng-chát-ngọt sẽ tan mau, nên người uống trà phải uống tiếp chén thứ hai rồi chén thứ ba mới hưởng hết được cái dư vị ngon của trà.

Pha trà đến ba lần là đã lấy hết hương vị trà rồi. Do đó người xưa rót trà mời khách hoặc rót để cúng chỉ rót 3 lần mà thôi, gọi là "trà tam, rượu tứ".

Sau này trà còn được ướp bông ngâu, bông sứ, bông sói và ngon nhứt là trà ướp bông sen. Có mấy loại trà ướp mà người Việt mình ưa chuộng tới nay là trà Long Tĩnh, trà Thiết Quan Âm, trà Chính Thái.

Trà nhìn chung có 3 loại tùy theo cách chế biến mà ra:

Trà Xanh là trà đã ép bỏ chất tinh dầu rồi đem sấy khô như trà Long Tĩnh; còn trà Ô Long là loại cho ủ lên men bán phần có mùi thơm như loại Thiết Quan Âm; riêng ***trà Đen (hồng trà)*** là loại chế cho lên men toàn phần, nước màu đó, người Âu Mỹ rất ưa thích.

Riêng ở miệt vườn, ngoài lối uống trà cầu kỳ sang trọng như ở Bắc, ở Trung còn có một màn uống trà dân dã, bình dân.

Cái bình uống trà ở miệt vườn xưa rất bự, chứa hơn một lít nước, có tráng men và vẽ hoa văn, hình bát tiên. Cho vào bình nguyên một gói trả, châm hết một siêu nước thì vừa đầy bình. Bình này người ta gọi là cái "bình tích" trà. Độc đáo hơn nữa là bình tích trà được đặt vào trọn trong cái vỏ dừa khô, để giữ nóng lâu. Khởi đầu cái vỏ trà bằng trấu rồi biến thành cái vỏ bằng trái dừa, mới thấy hết cái cách sáng tạo của người miệt quê.

Các ông bà già xưa còn có thói quen uống trà bằng chén kiểu, vừa húp vừa uống rất điệu nghệ. Trà nguội thì quí cụ lại đổ hết ra cái tô kiểu lớn cả nước lẫn xác trà để giải khát suốt ngày.

Ở quê có thói quen uống trà vào buổi sáng sớm, như nay ta uống cà phê sáng vậy. Uống xong bình trà thì mặt trời vừa ló dạng bắt đầu đi ruộng. Uống trà đối với người miệt quê ngoài là thú vui, còn làm dễ tiêu hóa, điều hòa khí huyết, có ích cho sức khỏe nữa.

Nhiều người còn rang đậu, gạo, hột keo để nấu nước uống thay trà, vừa thơm vừa bổ dưỡng, mát gan nhứt là vào mùa hè. Cái tục lệ uống nước gạo rang, đậu rang tới nay vẫn còn vì bà con cho rằng uống nước đậu, gạo rang "tốt lắm" nên khuyên con, khuyên cháu không nên bỏ.

Còn một kiểu uống trà độc đáo nữa. Đó là ***kiểu uống trà với cá khô***.

Nhiều người nghe phải "giựt mình" vì khô làm sao uống trà cho được. Trà phải uống với bánh ngọt, kẹo đậu phộng hoặc tệ lắm phải với đường tán, đường thẻ chớ.

Này nhé… Về Tân An, vô trong sâu miệt Đồng Tháp, bạn sẽ được mời uống trà với khô. Vừa đặt chân vô nhà, chủ kéo bạn ngồi xuống bộ ghế trường kỷ, bảo mấy xấp nhỏ nấu trà, đãi khách phương xa. Kèm theo bình tích trà tổ bố bự là đĩa khô cá bống trứng ngào đường. Con cá bống trứng nhỏ bằng đầu múc đũa, vàng óng và lóng lánh phơi cái bụng đầy trứng thấy mà thèm.

Nhai con khô vừa mặn, vừa ngọt, vừa béo, giòn giòn nuốt xong, ngụm một tách nước trà ngon mới hiểu thế nào là uống trà với khô. Lúc đầu còn hơi ngán, làm vài con nữa bạn sẽ thấy ngon và bắt đầu "biết đã", biết thích.

Ngồi trong căn nhà ngói ba căn, hai chái, nền đất nghe mát rượi giữa trưa hè, bạn sẽ nghe gia chủ kể chuyện lai lịch cái kiểu uống trà kỳ cục của miệt này.

Hồi đó -gia chủ say sưa kể- nhà có tiền nhưng ở tận Đồng Tháp này đâu có quán xá, chợ búa gì đâu, nên uống trà thường cầm trên tay miếng đường tán. Gặp khi hết đường phải uống "khan khem", đâm ra buồn nên kiếm gì "để cầm tay" cho vui. Sẵn nhà có khô lấy nhai bậy cho đỡ buồn, rồi thành quen thấy ngon và ghiền tới nay là vậy đó.

Nay dầu bánh trái không thiếu, chợ búa sát nhà mà nhiều người còn có thói quen uống trà với khô tạp, cá sặc, cá lóc… Từ cái bình tích trà, cái vỏ dừa, đến cách uống nước trà bằng con khô là những cái nét đẹp xưa của người dân miệt vườn.

Trà là thức uống dùng để cúng của người mình. Có những lễ cũng không cần rượu, nhưng trà không thể thiếu. Ngày Tết, ngày giỗ ngoài cúng cơm hai buổi sáng chiều thì trà được dâng cúng vào buổi tối.

Từ khi trà có mặt như là thức uống của ta, trà không phân biệt sang hèn, làm tri kỷ từ vua chúa đến thứ dân. Trà cũng hãnh diện có mặt trong bàn tròn, bàn vuông cùng anh hùng hào kiệt bàn chuyện nước, chuyện non.

Trà ơi, còn nước là vinh hạnh,
Cháy lưỡi, khô môi, thêm những ai.

(Thơ "Gọi Trà" của Phan Bội Châu)

Bộ bình trà tàu vẽ tranh tráng men sứ.

Chợ cá ở xã Bình Hòa (Phụ bản tranh vẽ)

Khô cá bống kèo

Ăn Chơi Ngon Hơn Ăn Thiệt Con Khô Miệt Lục Tỉnh

Khô là đặc sản của người Lục Tỉnh. Khô là thực phẩm hình thành trên bước đường khai hoang của tổ tiên. Thuở đó gọi "miệt Lục Tỉnh" là nói lên cái vùng đất vừa xa, vừa lạ, mang nhiều ý nghĩa bí ẩn nữa. Nên cái ăn cái uống của người Lục Tỉnh cũng mang nhiều sắc thái lạ kỳ dưới mắt người Hà Nội. Và con khô của miệt Lục Tỉnh, khô miền Nam, dưới mắt người di cư năm 54 không chỉ là lạ mà còn khó hiểu. Khó hiểu từ cách gọi đến cách ăn.

Ấy thế nên Vũ Bằng đã phải lặn lội tìm hiểu, mới khám phá ra thế giới khô miền Nam hầu dạy cho người miền Bắc hiểu thế nào là khô:

"Thế thì ông có biết khô là gì không hỡi ông bạn Bắc Kỳ thân mến? Khô không phải là một dung từ, nhưng là một danh từ, khô là một hiện thể chớ không phải là một trạng thái, khô là một thực thể chớ không phải là một phương pháp"

(Vũ Bằng, Món lạ Miền Nam)

Con khô là sản phẩm mang tánh sáng tạo của người lưu dân ngày xưa từ miền ngoài vào. Họ phát cỏ, khẩn hoang, làm ruộng mà tài sản mang theo chỉ có cái nớp và cái phản. Có gì ăn nấy, cá tôm dư thừa ăn không hết, không biết làm gì nên "biến chế" ra con khô.

Rồi con khô lần lượt được định hình, thành một phong cách ăn uống độc đáo, có mặt trong ẩm thực Việt Nam, như là một tập quán, thói quen ăn khô và ghiền khô, đến tận ngày nay.

Con khô ra đời thế nào?

Xưa, theo ông bà kể lại, khi mới từ miền ngoài vào *"không có một miếng đất chọi chim"*; thì vùng đất giồng, đất rẫy có người chiếm hết rồi, nên đành phải đi vào vùng sâu, chèo chống tìm đất hoang để khai khẩn.

Đất vô chủ, mạnh ai nấy phát hoang để làm ruộng, vất vả nhưng "con đàn cháu đống" do tối phải chun vô nếp ngủ sớm để tránh cái cảnh muỗi bay như trấu. Nhưng nhờ trời thương, năm nào nước trên nguồn cũng đổ về mang theo cá tôm "thôi vô kể". Cá trồi lên mặt nước, táp mồi giống như nồi cơm sôi sủi bọt. Ăn cơm với cá riết rồi ngán. Cá có con bự tổ chảng, cái đầu con rô bằng bàn tay xòe. Nhà nào cũng rọng đầy lu, đầy hũ, riết rồi phải đào hầm rọng để ăn lâu.

Vào cuối năm, gió chướng non thổi về thì cứ ra đồng đào hầm, vét mương để bắt cá nhảy hầm. Cá nhiều chở cả ghe, đựng bằng thùng thiếc, bằng cần xé, không biết làm gì cho hết, thương lái đâu có ai vô đó thâu mua! Thế là phải xẻ cá, móc bỏ ruột, ướp muối đổ ra đệm, trên lá chầm, thậm chí trên sân quanh nhà để phơi khô. Lâu lâu chèo ghe ra tỉnh bán đổi lấy trà, đường tán, thuốc rê, giấy hút thuốc, đá lửa, dầu hôi. Hồi đó chèo cả ngày mới tới tỉnh; còn lên Saigon đi cả đôi mươi ngày, mà đâu phải ai cũng đi được.

Con khô miệt vườn ra đời nhiều truân chuyên như thế, cuộc đời con khô từ đó lưu lạc nơi này đến nơi khác, theo chân ghe thương hồ về tới Gia Định, Đồng Nai, có khi theo ghe bầu ra tận xứ Quảng.

Miệt Lục Tỉnh làm ruộng dựa vào nước sông Tiền, sông Hậu; thủy triều ở đây lên xuống 2 lần trong ngày, không như miền Bắc chỉ có một, nên sanh nhiều tôm cá. Người dân ở đây trị thủy bằng cách đào kinh, khai mương; trong khi miền Bắc lại đắp đê trị thủy. Sông rạch, thủy triều ở miền Nam giúp sức cho người lưu dân có nhiều cá, làm nhiều khô là như vậy.

Đó là con khô cá đồng. Còn khô cá biển nó ra đời nào có kém gian truân đâu, thậm chí còn nguy hiểm nữa.

Xưa ghe đi biển đánh cá vài ngày, không có phương tiện lưu trữ nên phải làm khô. Con cá sau khi mổ bụng, bỏ ruột, ướp muối đổ lan trên mui, dưới khoang, phơi tạm cho ráo rồi đem vô bờ bán cho thương lái, phơi lại thành con khô cá biển. Gặp lúc mưa dầm làm cho con khô bị ươn, bị bủn thịt nên khô cá biển nhiều lúc có mùi khăn khẳn là vậy. Có lúc gặp bão, phải đổ khô xuống biển cho nhẹ ghe để chèo lẹ vào bờ.

Xem như vậy, vì dư thừa không biết làm gì mà người miệt Lục Tỉnh làm ra con khô. Nay con khô trở thành món ăn quen thuộc, nên làm khô, chế biến con khô là vì nhu cầu và vì nhiều người mình còn khoái ăn khô. Ngày nay bất cứ người Việt nào cũng biết con khô. Chỗ nào có người mình là có mặt con khô.

Cùng với con người văn minh, con khô nay cũng văn minh sau bao phen đổi mới cho hợp với thời đại nhưng không vì thế mà con khô đánh mất bản chất, sắc thái đã làm ra nó: là đơn sơ, dân dã. Do vậy con khô vẫn còn thấy bày bán ở vỉa hè Sài Gòn vào ban đêm, bên bếp lửa than, cạnh xị rượu đế, rượu thuốc, bất kể dòng họ nó là gì, xuất thân từ đâu.

Vào các cửa hàng chuyên bán sỉ, thấy đủ loại khô:

- Đầu tiên là **khô cá đồng**. Đây là loại nhiều nhứt và cũng được nhiều người ưa chuộng. Loại to, bự cao cấp như khô cá lóc, cá tra rồi cá chạch, đến loại khô tạp nhưng không kém hấp dẫn như khô cá bống kèo, cá trắng, cá đối, cá sặc. Khô lươn, khô lịch, khô chuột, ếch, nhái cũng không thiếu.

- **Khô cá biển**, mặc dầu mùi khó chịu, nhưng lại ngon. Như cá đuối, cá hố, cá lẹp, cá khoai, cá lù đù, cá chim, cá chìa vôi...

Riêng **tôm khô** và **khô mực** là loại khô cao cấp, ngự trị riêng biệt một vùng, ngồi riêng một chiếu, tự hào ngon hơn mấy loại khác. Tôm khô, khô mực nằm trong danh mục sơn hào hải vị. Con tôm, con mực từ khi thành con khô thì nó chiếm địa vị đầu bảng trong dòng họ khô. Khô mực, tôm khô, ngon hơn mực tươi, tôm tươi, mùi vị quyến rũ, và màu sắc cũng mời gọi người ăn nữa.

Người Việt mình không có thói quen ăn khô làm bằng các loại thịt như gà, heo. Khô gà, vịt, heo, bò là loại đồ ăn để lâu như hột vịt muối, lạp xưởng là sản phẩm của người Tàu. Duy có **khô nai** là sản phẩm khô làm bằng thịt rừng của người Việt, được dân ăn nhậu thích và ít thấy bán.

Người sành điệu ăn khô không ai nướng đến chín con khô. Con khô vừa thấy lửa là có mùi thơm và ăn được liền. Như ***khô cá hố, cá khoai, khô cá lẹp***. Khô cá hố, cá khoai, chấm nước mắm me (me chín) hoặc nước mắm xoài hay nước dầm cay ngọt thì rất ngon. Nước chấm phải làm sẵn, khô vừa nướng xong bẻ ra, chấm nước "chua cay ngọt" đưa vào miệng nhai nghe "dòn khướu", nuốt xong mà miếng khô chưa kịp mềm.

Đưa cay phải là rượu đế, rượu nếp than hay ngon nữa là rượu thuốc thì hết biết. Ăn khô, uống rượu đế, ngồi dưới đất và phải có vài ba người thì mới vui, rôm rả.

Còn ***khô cá lóc, cá tra*** loại khô có nhiều thịt thì nướng lửa than, già lửa một chút. Con khô để trên vỉ, lửa làm cho con khô sủi bọt, chảy mỡ, mùi khô, mùi mỡ bốc bay tỏa cả nhà như mời gọi. Khô nướng vừa chín tới phải xé ra, còn bốc khói, cho vào chén nước chấm me, xoài hoặc nước giấm chua cay. Nước chấm hòa cùng mỡ con khô rỉ ra làm cho chén nước chấm trở thành món nhậu ngon hết chỗ chê. Món khô này nhậu rất bắt mồi và không kém náo nhiệt. Càng về khuya thì lại càng có thêm tay mới vào, thế chỗ một vài tay vừa cho chó ăn chè sau gốc chuối.

Riêng con ***khô cá đuối*** lại có cách nướng, cách ăn khác. Không ai dạy bảo ai mà dân ghiền khô người nào cũng biết nướng khô cá đuối. Khô cá đuối phải nướng thật khét, sau đó phải đập cho mềm, cho thịt cá tưa ra thành sợi. Nếu nướng không tới, thì đập con khô không tưa được và làm cho con khô có mùi khai, ăn không vô. Khô cá đuối phải chấm nước giấm chua và cay và đưa cay bằng rượu đế mới đúng bộ.

Con ***khô cá sặc*** thì thịt nhiều, dầy cơm, thường rất mặn. Nướng chín, xé nhỏ ra, trộn với dưa chuột, dưa leo xắt mỏng với nước mắm chua cay ngọt, gọi là gỏi khô cá sặc, ăn rất ngon mà nhậu cũng được.

Con ***khô mực*** tuy quý phái nhưng chế biến đơn giản và dễ dàng. Có thể nhậu với rượu bia, rượu đế, rượu Martell càng ngon. Dân có tiền, chủ điền, ở nhà ngói nướng khô mực bằng rượu đế. Rượu đế "cao chữ" rót trên dĩa châm lửa cháy ngọn xanh bốc mùi tỏa thơm dễ chịu. Hơ còn khô mực, trở qua trở lại một hai lần mùi thơm của khô, của rượu làm ta phải chảy nước miếng.

Khô mực xé nhỏ, nhai nhóc nhách như nhai kẹo cao su, mùi ngọt khô mực hòa tan cùng nước bọt khiến ta dằn lòng không được, phải nuốt ngay. Khô mực ăn không hoặc chấm nước tương chua cay thì ngon hơn. Khô mực tuy là loại cao cấp nhưng nó vẫn có mặt ở hè phố, làm bạn tri kỷ với xích lô, xe kéo, giang hồ tứ chiếng, ai cũng ưa, cũng thích.

Khô cá sặc bổi phơi ngoài sân nhà sản xuất bán.

Riêng con ***tôm khô*** là món khô sẵn sàng để ăn, không cần nướng. Từ khi con tôm khô ra đời thì hình như ai đó đã làm mai mối nó với củ kiệu rồi. Cuộc tình tôm khô củ kiệu là cuộc tình đẹp, bền vững khiến cho bao "mối tình khô" khác phải ghen tức.

Gặp khi không có củ kiệu, riêng một mình con tôm khô cũng làm tròn nhiệm vụ cho bạn đưa cay, bên ly bia lạnh. Dầu ngồi một mình bạn cũng không thấy cô đơn thiếu vắng là nhờ tôm khô.

Ăn khô như vậy đúng là ăn chơi. Và ai dám bảo ăn khô không ngon, ăn khô là ăn chơi mà ngon hơn ăn thiệt là vậy.

Theo chân con khô, lần về miệt Lục Tỉnh, vô tận vùng sâu mới thấy hết được lịch sử con khô xứ mình. Ăn khô mà nhớ về tổ tiên bỏ xứ miệt ngoài xuôi Nam tìm cuộc sống mới.

Ngày nay, món ngon vật lạ ê hề, nhưng con khô vẫn còn là món ăn không thể thiếu trong bữa cơm, bữa nhậu của người mình.

Ăn khô bây giờ không chỉ là sở thích mà là lối sống, văn hóa trong ẩm thực của chúng ta.

Nếu có dịp về thăm lại Việt Nam, chúng ta làm một chuyến về thăm Lục Tỉnh, tìm cho được mấy ông già Nam Bộ để nghe kể chuyện ngày xưa, chuyện nghĩa khí Lục Vân Tiên với ly rượu và con khô thì không gì bằng.

Món Ngon Độc Đáo Miền Nam

Mắm là món ăn truyền thống của người Miền Nam, nay rất quen thuộc với nhiều người nhưng cũng rất xa lạ với ai đó không quen ăn nó.

Mắm là sản phẩm địa phương, gắn liền với lịch sử khai hoang miền Nam. Mắm là món ăn vừa dân dã vừa cầu kỳ quý phái sang cả nữa. Mắm có mặt trong danh mục ẩm thực Việt Nam ngày nay như là một phần không thể thiếu và trở thành nét văn hóa ăn uống của miền sông nước Lục Tỉnh.

Mắm "xuất thân" từ chốn ruộng rẫy hoang sơ, trong những căn chòi, mái lá đơn sơ, bên bờ kinh hẻo lánh; rồi đi dần ra tỉnh thành, đô thị, vào đến khách sạn, cao lâu tửu quán phục vụ cho khách ngoại quốc.

Nay mắm theo chân người Việt hải ngoại, có mặt khắp năm châu sánh với các món ăn Mỹ, Tây, Tàu, Thử lần theo dấu chân con mắm mà về đến quê hương của nó, để tìm hiểu cội nguồn, lai lịch cha sanh mẹ đẻ của nó là ai thì thú vị lắm:

- Làm cho lắm, cũng mắm với cà.
Làm thấy bà, cũng cà với mắm.
- Ăn mắm, nắm cơm.

Nói về mắm Miền Nam, có người dùng đến cụm từ "mắm Phương Nam" như là cái gì kỳ diệu, lãng mạn hay là cụm từ "bộ sưu tập mắm Miền Nam" như là cái gì cổ kính xa xưa lắm vậy.

Mắm là cái gì mà dữ vậy?

Mắm là một hỗn hợp thủy hải sản với muối. Đơn giản như là con người Miền Nam. Thế nhưng tùy loại to loại nhỏ mà con cá phải qua một quy trình lâu hay ngắn và muối nhiều hay ít, dùng loại thính nào.

Đối với con cá đồng, cá sông nước lợ, con tôm, mỗi loại lại làm cách khác, pha chế thêm phụ gia khác nhau và thời gian khác nhau nữa. Và cũng chính sự khác biệt đó mà có 3 loại mắm khác nhau:

1. Mắm cá đồng: là mắm làm bằng cá nước ngọt. Nổi tiếng ngon là loại mắm sản xuất ra tại Châu Đốc, Long Xuyên.

Ở đây nước sông ngọt quanh năm sản sanh loại cá lóc ngon nức tiếng. Mắm cá lóc ở đây được ướp bởi loại đường địa phương là đường thốt nốt, nguyên chất, mùi thơm, vị ngọt đậm đà. Do vậy con mắm lóc màu sậm và bóng, lấp lánh bởi hợp chất đường thốt nốt với thính gạo rang, và mỡ của con cá.

Mắm cá đồng được gài trong lu, khạp, mãi từ 4 đến 6 tháng tùy cá lớn hay nhỏ thì mới ăn được.

Mắm cá lóc có thể bằm nhỏ chưng với trứng như chả, hoặc để nguyên con chưng cách thủy, là 2 món ăn vừa ngon vừa quý. Nhà giàu thì cá lóc chưng còn có thêm thịt ba rọi, ăn với rau sống, dưa leo rất bắt cơm.

Gian hàng bán mắm đủ loại.

Đặc biệt ruột con cá đồng được lấy riêng ra làm thành ***mắm ruột***, rất ngon và quý, ít khi thấy bán mà chỉ dành riêng cho chủ vựa.

Còn mắm cá lóc thái nhỏ, trộn với thịt ba rọi, với đu đủ, ớt, tỏi làm thành mắm thái, vô keo, vô hũ để ăn lâu, rất ngon.

2. Mắm cá nước lợ: Làm bằng cá sống ở cửa sông giáp với biển như miệt Nhà Bè, Gò Công. Đây là loại cá nhỏ như cá đối, cá chốt, cá linh, cá cơm, cá trắng.

Mắm cá nước lợ thường được chao trộn bằng loại thính lỏng đó là cháo nếp pha đường hũ. Thời gian cần 3 đến 4 tháng thì con cá có thể ăn được.

3. Nhóm mắm thứ ba là mắm cá biển: Người đi biển ở miền Tây xưa ra khơi dài ngày, ghe chèo, không có đá lạnh ướp cá, nên chế ra cách muối cá trên ghe. Con cá mổ bụng lấy ruột, ướp nước muối vớt ra phơi cho ráo rồi đem vào bờ bán lại cho thương lái làm mắm.

Làm mắm cá biển là truyền thống lâu đời của ngư dân Lục Tỉnh. Mắm cá biển làm trong 2 hoặc 3 tháng thì dùng được rồi.

Với 3 loại mắm, người miền Nam đã làm nên nhiều món ăn phong phú, đa dạng, đơn giản mà cầu kỳ.

Mắm ăn với cơm và đặc biệt là món "đưa cay" rất hấp dẫn nhưng ít ai dùng mắm để cúng. Mắm có thể ăn bất cứ mùa nào, thời tiết nào cũng được cả. Vì trong Nam có câu:

Một ngày có đủ bốn mùa
Sáng Xuân, trưa Hạ, đêm về Thu, Đông.

Tùy hoàn cảnh và điều kiện mà mắm cho chúng ta bữa cơm, bữa nhậu, đúng điệu, ngon miệng.

Muốn nhanh thì xé con mắm cá sặc, hoặc gắp vài con mắm cá trèn, vài ngọn rau thơm, vài trái ớt sống là có món đưa cay và cũng làm hao cơm nữa; nếu có thêm trái bần, trái khế chua thì ngon hơn nhiều.

Nhà đông người thì kho nồi mắm với vài ba con cá chốt, cá đối, ăn với chuối cây xắt mỏng trộn lá me rất ngon cơm.

Muốn sang trọng đãi khách phương xa thì chuẩn bị lẩu mắm và rau. Chỉ độc chiêu lẩu mắm đủ làm khách và chủ say sưa rồi. ***Lẩu mắm*** là đỉnh cao của mắm miền Nam.

Lẩu Mắm ăn với rau sống đã trở thành món ăn "quốc hồn quốc túy" của người lục tỉnh.

Đạm bạc nhứt là có món ***dưa mắm***. Đó là củ cải trắng hay dưa leo, dưa gang ngâm mắm, xắt mỏng, trộn tỏi ớt, đường, thế là ngon miệng và no lòng.

Theo chân con mắm từ Nam ra Trung thấy cung cách làm mắm khác nhau.

Người miền Trung làm mắm phải mặn, phải cay. Đó là nét riêng của người miệt này.

Ở miền Nam, mắm phải vừa mặn vừa ngọt. Vị cay được pha trộn khi ăn, chớ không phải như người Trung pha trước trong mắm.

Mắm ngon nhờ phần lớn là ở giai đoạn pha trộn trước khi ăn. Ớt, tỏi là 2 vị cay được trộn với mắm, còn gừng thì dùng riêng khi ăn.

Nói ăn mắm chớ thật ra thì rau sống mới quyết định bữa ăn mắm ngon hay không. Rau sống có thể là bông điên điển, bông súng, rau dừa, chuối cây trộn với rau thơm và lá me... Còn vị cay khi thì dùng ớt, tỏi, khi thì dùng tiêu nhưng ít khi dùng riềng, dùng nghệ như miền Trung, miền Bắc. Do vậy từ con mắm đến món ăn với mắm không đơn giản chút nào.

Còn có loại mắm không làm bằng cá mà làm bằng con tôm, con tép, làm cho bộ sưu tập mắm Miền Nam thêm phong phú.

Trước hết là **mắm ruốc**. Đây là loại mắm làm từ con ruốc, loại tép rong. Xưa tép rong rất nhiều, phải phơi khô làm phân bón rau cải; sau này dùng làm thức ăn gia súc. Ai đó có sáng kiến lấy ruốc làm ra mắm ruốc. Mắm ruốc là hợp chất ruốc với muối là gia vị, dưới dạng sền sệt, màu sẫm hơi đen. Mắm ruốc là món chấm, dùng với món khác và để ăn lâu ngày như nước mắm.

Trước đây ở Vũng Tàu có ***mắm ruốc Bà Giáo Thảo*** một thương hiệu nổi tiếng, tương đối có tiêu chuẩn về vệ sinh, được biết khắp nơi. Nay mắm ruốc Vũng Tàu cũng nổi tiếng, nhờ con ruốc ở đây ngọt và thơm.

Mắm ruốc xào sả ớt và thịt bằm vô keo, vô hũ để ăn lâu rất ngon. Gặp khi thắc ngặt ăn cơm với mắm ruốc xào sả ớt cũng ngon miệng.

Còn ***mắm tôm chà Gò Công*** là món ăn cao cấp và là đặc sản duy nhất Gò Công. Con tôm đất, đâm nát với phụ gia ớt tỏi, muối, đem phơi và ủ để thịt con tôm phân hủy, sau đó chà bỏ xác. Nước cốt tôm phơi vài nắng là ta có món mắm tôm chà rất ngon.

Gò Công cũng còn có ***mắm tôm chua*** nữa. Mắm tôm chà hay tôm chưa phải dùng tôm tươi, tôm đất mới ngon. Gạch con tôm sẽ cho "màu đỏ gạch tôm", nổi trên mặt hũ mắm tôm chua trông rất đẹp và thơm.

Con tôm sau khi cắt đầu đuôi phải cho nó "uống rượu". Người Gò Công nói cho tôm uống rượu là cho tôm vào thau, trộn với rượu đế, để khử mùi tanh và làm cho tôm không bị hư (thúi). Vớt tôm ra, để ráo, cho vào hũ và đổ ngập nước mắm nấu chín để nguội, gài chặt, phơi nắng trong một tuần là ăn được.

Có loại mắm rất ngon, nhưng ít người biết, ít thấy bày bán vì nó rất hiếm đó là ***mắm còng***. Chỉ có người Gò Công hay Bến Tre thì mới biết mắm còng.

Mắm là món ăn truyền thống của người miền Nam, vài người Lục Tỉnh lấy làm tự hào vì đã cho đời món ăn ngon, khoái khẩu và tuyệt vời.

Ngày nay mắm đi tận cùng ngõ ngách quê hương Việt Nam, từ Nam ra Bắc tận ra hải ngoại.

Ăn mắm đã trở thành nét văn hóa riêng của người Việt và người miền Nam lấy làm hãnh diện với tên gọi **"Mắm Phương Nam"**.

Mắm còng, đặc sản Gò Công.

Canh Chua

Người Việt Nam ai cũng thích ăn canh chua. Nay ra hải ngoại, món canh chua cũng được ưa chuộng, có mặt trong các nhà hàng Việt sang trọng, người ngoại quốc ăn khen ngon và ưa chuộng.

Tuy vậy, cách nấu, cách ăn mỗi miền, mỗi nơi mỗi khác. Nghe nói ở ngoài Bắc bà con ta nấu canh chua bằng quả sấu, quả dọc. Thiệt tình nghe vậy chớ người miệt Lục Tỉnh đâu có biết sấu, dọc gì đâu?

Còn miền Trung thì nấu với khế chua, măng chua, dưa chua; Các thứ này ở quê trong Nam cũng có người ăn nhưng không nhiều, không phổ biến lắm.

Còn người Lục Tỉnh thì sao?

Đất Lục Tỉnh là đất mới, đời sống sung túc, con người tứ chiếng nên nói chung là "cái gì" cũng khác ngoài Trung, ngoài Bắc:

"Ở Gia Định có khách đến nhà, đầu tiên gia chủ dâng trầu cau, sau dâng tiệc cơm bánh, tiếp đãi trọng hậu, không kể người thân sơ, quen lạ, tông tích ở đâu."

(Sơn Nam, *Lịch Sử Khai Hoang Miền Nam* - Trích *Gia Định Thành Thông Chí* của Trịnh Hoài Đức)

Nhìn tô canh chua của người Lục Tỉnh, bạn thấy ngay cái lối ăn uống của con người ở đây.

Nấu canh chua thì "có gì nấu nấy", miễn sao ăn ngon, thấy vừa miệng, nhanh gọn để khỏi chờ lâu.

Bất kể mùa nào, nắng hay mưa, chúng ta cũng ăn được tô canh chua dễ dàng và ngon miệng cả. Tại sao nói như vậy? Bởi lẽ, có cả một "bản phong thần" các thứ để nấu canh chua.

Đầu tiên và cổ điển nhất là me. Nhưng me thì có me chín, me sống, lá me non. Mùa khô thì dùng me chín (đã cạy bỏ hột, muối chút muối, chứa trong hũ), làm cho hương vị canh đậm đà, ngọt dịu.

Trái khế, trái chùm ruột cũng được người địa phương dùng nấu canh chua, cho ta một mùi vị chua hơi chát, nước ngả màu đen, ngọt dịu dễ ăn cơm và nhậu cũng hấp dẫn không kém.

Trái thơm, trái khóm, ngoài Bắc kêu là dứa, xắt thành sợi nấu canh chua cá lóc, cá rô cùng với cà chua, giá sống cho ta tô canh chua hương vị khác nữa. Nước canh vừa chua vừa ngọt, hợp khẩu những ai muốn ăn canh chua mà "không hảo chua".

Trái thơm, trái khóm nấu canh chua chay với nấm rơm, đậu hủ, thì hết sẩy. Nói canh chua chay chớ đâu phải dành riêng cho chùa cho thầy tu đâu, bợm nhậu cũng mê canh chua chay vậy.

Có loại canh chua độc đáo ở Lục Tỉnh là ***canh chua "cơm mẻ".*** Không quen, thấy thì sợ, nhưng thử rồi sẽ mê. Không biết ai nghĩ và chế ra "con cơm mẻ" thì phải nói là kỳ tài. Có lẽ do "tình cờ" nào đó mà người miền quê phát hiện ra chăng? Ra hải ngoại không thấy ai nấu canh chua bằng cơm mẻ, lâu ngày sợ rằng nó bị thất truyền. Tiếc quá!

Có loại canh chua nấu với trái bần chín, xa lạ đối với nhiều người, kể cả người quê Lục Tỉnh nữa.

- Chèo ghe đi hái búp bần
Chèo lại gần gần bóp v… chị xuôi.

- Cây bần ơi hỡi cây bần
Lá xanh bông trắng, lại gần không thơm

Cây bần là loại mọc dưới nước, bờ sông, có tác dụng giữ đất như loại cây đước, cây dẹt. Trái bần chín có vị chua, hồi nhỏ ai cũng thích ăn bần chấm muối ớt.

Vào mùa mưa già, bần chín rụng đầy sông, là mùa có con cá chốt trứng, nấu canh chua ngon đáo để. Chèo xuồng cặp bờ sông, lấy cây dầm đập nhẹ nhánh bần làm trái chín rớt lộp độp trên ghe. Đem về bỏ vô cái tượng lớn, nấu nồi nước sôi chế vô, lấy đũa dầm nát trái bần ra, là ta có một dung dịch chua độc đáo.

Theo các bậc lão nông thì ***cá chốt nấu với bần*** mới ngon, và hình như không có gì thay thế được! Cá chốt gặp bần chín thì mùi hết tanh, nước sôi làm nứt da con cá, bày ra cặp trứng vàng bóng "nõn nà" thấy bắt thèm. Nêm ít nước mắm ngon, vài ngọn rau thơm với ớt chín là bạn có nồi canh chua dã chiến toàn là cá chốt với nước bần mà thôi. Món nầy là món đưa cay ngon độc đáo.

Nếu muốn nấu canh chua bần chín với cá chốt để ăn cơm thì phải cho thêm bông so đũa hoặc bạc hà. Tháng 7 âm lịch trời cho người dân miền quê trái bần chín, bông so đũa và cá chốt trứng là đủ bộ cho nồi canh chua.

Về loại rau để nấu canh chua cũng đa dạng nữa. Loại kinh điển theo "giáo khoa thư" là bạc hà và giá sống. Và nếu chỉ có thế thì có gì để nói, và ăn thế thì chưa biết hết canh chua miền quê.

Nầy nhé!

Ta còn có ***canh chua bông súng, bông điên điển***, cũng ngon đáo để. Canh chua bông súng, bông điên điển ***với cá linh, cá đối*** cho ta một hương vị khác của canh chua. Mùa nước nổi là mùa cá linh, mùa bông điên điển nở, cống hiến cho người ở đây món canh chua đậm đà, dân dã và độc đáo.

Có loại rau, không nói không được.

Đó là ***rau đắng nấu canh chua***. Ta ngắt đọt non rau đắng, nấu với tôm, với me sống, ai ăn thử cũng tấm tắc khen ngon. Nhớ là "rau đắng mọc sau hè".

Rồi *rau ngổ, rau nhút, rau lan, đậu bắp*, đều được dùng nấu canh chua, tùy theo mùa, theo sở thích người ăn.

Khi đồng bào miền Bắc di cư vào Nam mang theo sở thích ăn rau muống. Theo ông Nguyễn Hiến Lê kể trong cuốn *"7 Ngày Trong Đồng Tháp Mười"* thì dân miền Nam hồi đó không quen ăn rau muống vì sợ bị "đi ỉa".

Nay ***rau muống*** được nhiều người dùng để ***nấu canh chua***, đa phần với con cá đồng, cá sông, cá ở ruộng.

Canh chua Lục Tỉnh khẩu vị khác Trung và Bắc là vì có chất ngọt của đường. Cái hương vị ngọt của đường làm cho tô canh chua Miền Nam mang phong cách riêng chưa kể đến nội dung rất phong phú, nhiều bổ dưỡng của nồi canh chua ở đây.

Đến vùng đồng bằng sông nước, và nhớ tìm ăn canh chua đồng ruộng chắc chắn bạn sẽ thú vị, không chỉ bởi tô canh chua mà thôi mà còn bởi vì sự chơn thật, đôn hậu của các cụ già ở đó nữa:

"Những bà cụ ấy đều chất phát, không biết sử ký, địa lý, nước Việt mà đối với tôi - một người phương xa mới tới - thân mật như người trong nhà"

(Nguyễn Hiến Lê, *7 Ngày Trong Đồng Tháp Mười*)

Cá Ngát Nấu Chua Lá Me

Nhiều người chưa hề nghe tên con cá ngát. Cái tên nghe đặc sệt miền Nam. Nhưng không phải dân miền Nam nào cũng biết. Nó là loại cá hiếm và quý, chỉ có ở một số vùng đặc biệt thôi.

Ở vùng nước lợ, sau khi ăn Tết xong, nước sông bắt đầu "pha chè", lờ lợ; ban đêm trăng sáng, múc nước sông rửa chân, thấy "nước có sao" lấp lánh.

Canh chua cá ngát

Thật vậy, con cá ngát là loại "cá nước lợ", vùng sông giáp biển, mùa mưa thì ngọt, mùa khô thì mặn. Nhưng cái ngọt ở đây không hẳn ngọt như miệt Cần Thơ, Vĩnh Long, cái mặn không hẳn như Vũng Tàu. Con cá ngát hình thù hơi giống con cá trê nhưng có 3 ngạnh.

Cá trê hai ngạnh, tôm càng hai râu.

Nhưng cá ngữ lại có 8 ngạnh, có thêm 1 ngạnh trên lưng. Cá ngát không có vảy, da trơn láng, đuôi dẹp, màu nâu đậm như hột nhãn, trong khi con cá trê màu vàng lợt hơn. Ai lỡ bị cá ngát đâm thì coi như "bỏ mùa", đau nhức không đi làm được, lâu suốt mùa mưa năm đó. Vì là cả nước lợ nên hiếm và chỉ được bán ở vài địa phương như miệt Gò Công, Cần Đước, Bạc Liêu, Soài Rạp, Cần Giuộc, Nhà Bè. Năm khi mười họa mới ra tới chợ Xóm Củi, Chợ Lớn Mới, Chợ Trương Minh Giảng để dân Sài Gòn thưởng thức.

Người ta đánh bắt cá ngát bằng chài trên sông nhỏ, đóng đáy ở hàng ngọn (cuối sông) hoặc câu dọc mé sông rạch bằng mồi ruột gà, ruột vịt.

Con cá ngát thường sống ở nước sâu, ăn tạp và xuất hiện vào mùa mưa độ tháng 7 tháng 8 ta, lúc đó nước sông đã ngọt hẳn, cá tìm về sông để đẻ trứng. Mùa tháng 8 là lúc con cá ngát ngon nhứt: nhiều thịt, thịt béo, cá cái thì có trứng rất ngon. Cá ngát có mỡ nhưng không quá nhiều như cá bông lau hay cá tra. Thịt cá ngát hơi cứng, đầu cá và ruột cá thì "hết sẩy".

Con cá ngát sau khi bắt lên thường rộng trong giỏ máng hai bên hông ghe để cá được sống lâu.

Nhiều con cá ngát đem ra chợ mà vẫn còn sống, "nhảy soi sói". Dân sành điệu ăn nhậu thì ít khi chịu bán cá ngát khi đánh bắt được, mà là để dành làm "mồi nhậu". Cá ngát muốn ăn ngon thì cỡ bằng bắp tay trở lên, nghĩa là 1 đến 2 kg, và đặc biệt phải còn sống.

Có 2 món thường được ưa chuộng nhất là ***cá ngát kho*** và ***cá ngát nấu canh chua***. Dầu kho hay nấu canh chua, cá ngát làm sạch phải để mang, để đuôi, để mỏ, để ruột vì phần đó ngon nhất của con cá ngát; Cá khứa ra khúc đầu, khúc đuôi. Phân thân có thể khứa ra nhiều khứa tùy cá lớn hay nhỏ. Thường thì đầu và đuôi dùng nấu canh chua, mình để kho.

Cá ngát nấu canh chua thường dùng bạc hà, bắp tây (đậu bắp) hoặc thơm với giá sống. Đặc biệt phải có nhiều rau thơm như rau quế, rau ngò gai, rau cần tàu. Cá ngát nấu canh chua dùng me tươi vì nếu dùng me chín thì cá nghe mùi tanh mất ngon. Canh chua cá ngát phải cho hơi nhiều nước một chút, vì nước canh chua mà "đưa cay" thì số một. Nước chấm canh chua phải là nước mắm trong, loại ngon và dầm ớt thiệt cay, loại ớt sừng trâu.

Món thứ hai là cá ngát kho mặn ăn với cơm, là món sau cùng của tiệc cưới hoặc đám giỗ. Cá ngát kho phải rục, không quá mặn và có chút vị ngọt như ta kho cá lóc hoặc thịt kho tàu. Dĩa cá kho dọn ra còn nóng bốc khói, trên mặt điểm thêm muỗng ớt bằm đỏ tươi, có nêm sẵn giấm. Người ăn sẽ tự pha trong đĩa tùy theo khẩu vị. Cá kho được ăn kèm với rau thơm và dưa cải với giá chua. Nếu bạn đã ăn cá ngát kho với cải chua dưa giá rồi thì không còn thấy ngon khi ăn cá lóc kho nữa, bởi con cá ngát vừa ngọt, vừa béo, thịt dai hơn cá lóc nhiều.

Trở về món độc đáo của con cá ngát là ***cá ngát "nấu chua lá me"***. Nói là "nấu chua" chớ không phải là "nấu canh chua". Nấu chua là loại "súp chua" đặc chế cho dân nhậu, loại nấu nhanh, ít rau, mà nhiều nước và nhiều cá. Dân sành điệu khi nhậu thì độc chiêu một món nấu chua là đủ rồi. Nấu chua loại này cũng được gọi là "nấu ngót".

Con cá ngát sau khi chặt bỏ 8 ngạnh, rửa sơ sơ rồi móc bỏ ruột dơ, sau đó chặt làm 3 khúc: đầu, đuôi và thân. Phần đầu chặt hơi sâu xuống thân để có nhiều thịt, và phần đuôi cũng khứa lần lên phần thân.

Lá me non sau khi tuốt đem vô, phải xắt nhuyễn. Nước nấu thiệt sôi, cho lá me vô, chờ cho lá me ra nước chua mới thả cá vào. Cá vừa chín tới thì nhắc xuống, nêm chút muối, chút nước mắm, rau thơm với ớt tươi xắt khoanh, nhớ ớt phải chín đỏ và nêm chút đường cho dịu.

Nếu cá để sôi lâu trên bếp thì thịt bị cứng hết ngon. Cá vừa chín tới, thịt mềm, nứt da thấy rất ngon. Nồi "chua lá me" ngon nhờ mùi rau thơm. Rau thơm phải cho nhiều và sắc không nhuyễn lắm để cho nồi chua không quá loãng. Dân nhậu thích nhiều rau thơm nhất là rau răm, mùi cay làm cho cá không bị tanh. Nếu không thì phải nhiều rau quế, rau cần tàu xắt dài độ lóng tay. Trước khi nhậu, gia chủ không quên múc một tô canh đầy với khứa giữa để cho bà xã và bầy trẻ ăn cơm. Phần đầu và đuôi để nhậu.

Sau khi nêm nếm, đầu cá được múc ra tô đầu tiên để mở màn cho tiệc nhậu. Người có tuổi thường nhậu 2 người, dân sồn sồn thường 4 người. Bọn thanh niên trai trẻ ít khi có dịp nhậu món cá ngát nấu chua. Nước mắm ngon, dầm ớt cay xé miệng là món chấm với cá ngát nấu chua lá me. Trong suốt buổi nhậu dĩa nước mắm được thay nhiều lần để hương vị nước mắm còn đủ mặn, đủ ngon. Tiệc nhậu thường về đêm, bên ngoài mưa rỉ rả, khiến nồi chua nguội đóng mở nên phải được hâm lại cho nóng để tiếp tục phần đuôi con cá ngát. Tiệc như vậy phải hơn 1 lít rượu đế Gò Công hoặc để Hóc Môn tới nửa đêm mới dứt.

Hương vị cá ngát nấu chua lá me tới nay vẫn còn trong tôi và trong các bạn những ai đã có một lần ăn qua, dù nay bạn đang sống ở đâu.

Con cá ngát vốn hiếm nay lại càng hiếm. Vì lẽ vàm sông Cửa Khâu, Sông Rạch Già, Cần Giuộc đã bị đắp ngăn mặn, nên không còn môi trường nước lợ để con cá ngát sinh sôi nảy nở. Đúng là được cái này thì mất cái kia.

Cá ngát sống đã hiếm nay càng hiếm hơn.

Gà Xé Phay

Ở miệt vườn, nhà nào cũng nuôi một bầy gà, thả chạy rong quanh vườn. Gà nuôi như thế, mấy bà ở Little Saigon gọi là gà đi bộ, để phân biệt với gà nuôi chuồng, nuôi theo lối công nghiệp, gọi là gà Mỹ.

Hình ảnh con gà cồ đẹp mà oai vệ, "nịnh đầm" trong sân nhà, luôn là hình ảnh đẹp. Con gà mái cho chúng ta một hình ảnh khác. Gà mới đầu là gà mái trong thời kỳ chuẩn bị đẻ, mập tròn, mặt hồng hào, phao câu phổng to trông rất sexy, luôn luôn được anh gà cồ chăm sóc rất tận tình. Mấy bà nội trợ đi chợ cũng thích tìm mua cho được gà mái dầu, vì nó mập, béo, thịt thơm ngon.

Hình ảnh con gà luôn luôn là cái gì dễ thương, gợi nhớ trong mỗi chúng ta; nhưng trong dân gian hay mượn con gà để chỉ những cái dở, cái xấu, cái tệ của con người, hoặc chuyện bê bối của đời người. Như là:

Đàn ông con trai nhút nhát, loại "homeboy" bị gán cho là loại *gà cồ ăn quẩn cối xay*. Người nói qua nói lại, vợ chồng quanh co, nói tới nói lui thì gọi là *ông nói gà bà nói vịt*. Người làm biếng, ăn xong đi ngủ, không sớm khuya đèn sách, và may thêu thùa thì gọi là đồ *ngủ như gà*. Tánh quanh co, làm hư, làm sai, vụng trộm mà lên tiếng chỉ người khác thì gọi là *gà để gà cục tác*. Con trai, đàn ông sợ vợ "thờ bà" bị cho là thằng mặt *gà mái, gà thiến* hoặc *gà rót, gà tử mị, gà nuốt dây thun...*

Ở thôn quê trai gái hẹn hò, lén lút, đợi cha mẹ đi vắng, ra gặp nhau ngoài vườn, ngoài rặng trâm bầu ban đêm thì gọi là *đồ mèo mỡ gà đồng*. Anh em trong nhà cấu xé, giành giựt nhau, nhưng ra ngoài thì thấy ai cũng sợ, cùng nhịn thua thì bị chê là *gà nhà bôi mặt đá nhau*. Đàn bà con gái hung dữ, ăn hiếp chồng bị cho là *gà mái đá gà cồ* hoặc là *gà mới biết gáy*.

Riêng mấy bà Việt Nam lấy chồng Miền ở miền Tây, sanh con lai rất đẹp, nhưng bị kêu là *thằng đầu gà đít vịt*. Còn nữa, mấy ông sợ vợ, nhơn lúc vợ đi vắng (về Việt Nam) ở nhà dở trò, rủ bạn đi chơi, ăn nhậu, thì gọi là *vắng chủ nhà gà mọc đuôi tôm, gà nhảy bàn độc...*

Nói về món ăn thì con gà cho mấy món ngon, đã từ lâu đi vào văn hóa ẩm thực.

Món trước tiên là **cháo gà**. Cháo gà là loại cháo nấu lỏng, gạo không được nở nhừ (mà phải còn búp). Gà nấu cháo phải để nguyên con. Gà vừa chín tới thì vớt ra. Cháo được nêm nếm, để tiêu, để hành (hành lá xắt nhỏ) múc ra tô khi còn nóng, ăn rất ngon.

Con gà vớt ra được xé lúc còn nóng, cho ta món thứ hai, gọi là ***gà xé phay***, gà phải xé miếng to trộn với rau răm, một ít muối ớt và nước trái quít (ngon hơn nước chanh). Gà xé phay để trong thau to, hoặc chia ra đĩa bàn (để trong đĩa nhỏ ăn không ngon), còn lên khói, chấm với muối ớt, nhâm nhi với rượu đế thì mới đúng điệu nghệ. Sau này dân nhà hàng chế biến gà xé phay thành ***gỏi gà***, ăn tạm được, chớ thua gà xé phai xa lắm.

- Trong Nam không trộn gà với lá chanh như ngoài Bắc bao giờ, nên khi nghe câu *"Con gà cục tác lá chanh"* thì lấy làm lạ.

Một món nữa cũng độc đáo là ***gà xào sả ớt***. Xưa món này là món nhà giàu mới dám ăn vì con gà mần ra mà chỉ xào sả ớt thì quá phí phạm. Nay thì ở đâu cũng có món này, nhứt là trong các thành thị và ở nước ngoài. Gà xào sả ớt phải hơi mặn (ngoài mặn trong lạt), ớt và sả phải xắt hơi to, để khi nhai mới cảm nhận được mùi nồng của sả, mùi cay của ớt. Nhớ là phải cho thêm vỏ quít nướng bóp nhỏ thì món gà xào sả ớt mới đúng là món miệt vườn. Gà xào sả ớt phải ăn với cơm trắng, nóng hổi thì mới ngon, mới đã miệng.

Người mình trong ẩm thực chọn ngon hơn là chọn bổ nên ăn uống không làm mập phì như người Tàu, người Âu Mỹ.

Kể chuyện con gà ở miệt vườn, nói chuyện các món ngon từ con gà ít nhiều gợi nhớ trong mỗi người chúng ta về một quê hương xa xưa, về kỷ niệm một thời thật đáng yêu và trân trọng.

Người phụ nữ bán gà ở chợ (Phụ bản tranh vẽ)

Hủ Tiếu Mỹ Tho

Hủ tiếu là món ăn gốc của người Triều Châu, được nói đến đầu tiên trong tự điển của Huỳnh Tịnh Của vào năm 1895, mang vào Đàng Trong được người mình Việt hóa.

Hủ tiếu là món ăn bao gồm nước súp, thịt và bánh bột, sợi nhỏ như sợi bún của ta. Người Tiều phát âm là *"củi tiểu"* hay *"củi thiểu"* và người mình đọc trại ra là *"hủ tíu"* rồi *"hủ tiếu"* như ngày nay.

Hủ tiếu có mặt ở Việt Nam sau khi người Hoa được các chúa Nguyễn cho vào định cư ở phía Nam. Đặc biệt là kể từ khi Thống Soái Nguyễn Hữu Cảnh vào lập xứ

Đông Phố, cho người Tàu cư ngụ ở Trấn Biên (Biên Hòa) lập ra xã Thanh Hà, và người Tàu ở Phiên Trấn (Saigon & Gia Định) lập ra xã Minh Hương.

Thuở xưa, hủ tiếu ở Saigon có cái tên là **hủ tiếu Tiều**, thì giá chỉ có 6 xu (0.06 đồng) một tô. Hủ tiếu lúc đó có ba loại, là ***"hủ Tiếu phá lấu"***, ***"hủ tiếu cá gà"*** và ***"hủ tiếu thịt".*** Phá lấu là thịt ram như gan, bao tử heo; cá là chả cá; thịt là thịt ram chớ không dùng thịt tươi như ngày nay.

Nước súp hủ tiếu người mình kêu là nước lèo.

Bánh bột hủ tiếu Tiều là bánh tươi, sợi dẹp hơi to, có mùi chua.

Tô đựng hủ tiếu Tiều là tô sành, miệng rộng rất trẹt; nên nhìn tô hủ tiếu bề thế nhưng chẳng là bao.

Hủ tiếu tươi được trụng sơ cho nóng, cho vào tô, trải lên trên mặt vài lát thịt, một lá cải xà lách, rồi chan đầy nước lèo vào.

Hủ ớt chua, chai nước tương, chai giấm Tiều, bày sẵn trên bàn cho khách tùy nghi sử dụng.

Đó là hủ tiếu Tiều chánh hiệu.

Đến thập niên 60 thì giá hủ tiếu Tiều là 3 đồng một tô, hủ tiếu mì là 5 đồng. Lúc đó hủ tiếu đã phát triển với nhiều tên khác như: *hủ tiếu mì, hủ tiếu tôm thịt, tôm cua, hủ tiếu gà, hủ tiếu bò viên, hủ tiếu xá xíu, hủ tiền bò kho v.v...* Nhưng nhìn chung có hai dòng hủ tiếu: **hủ tiếu Tiều** và **hủ tiếu Việt**.

[Người Tiều gốc từ tỉnh Quảng Châu Trung Hoa, cùng tỉnh với người Quảng Đông, nhưng bị chê là thấp kém. Họ chuyên về ngoại thương, buôn bán và làm giá ngoại tệ, gây khó khăn cho Miền Nam trước kia. Người Tiều chiếm trên 30% tổng số người Hoa ở Miền Nam Việt Nam trước 1975]

Nói ***hủ tiếu Việt*** là nói hủ tiếu Sài Gòn Lục Tỉnh.

Hủ tiếu sau khi vào Đàng Trong được người mình đón nhận, biến cải để hợp với cái mỹ vị, nghệ thuật ăn uống (gastronomy) của con người ở đây.

Xe bán hủ tiếu Tiều của người Tiều Châu (Phụ bản tranh vẽ)

Hủ tiếu Tiều có mặt ở Đàng Trong được người Việt Nam không ngừng cải tiến, phục vụ cái tật thích ăn ngon của người địa phương, dần dà hủ tiếu Tiều trở thành hủ tiếu Việt; mà tiếng tăm vang lừng như: ***hủ tiếu Nam Vang, hủ tiếu Sa Đéc*** và nhứt là ***hủ tiếu Mỹ Tho***.

Mỹ Tho là thủ phủ của tỉnh Tiền Giang, cách Saigon 70 cây số đường bộ. Lái xe từ Saigon về miền Tây, qua cầu Bến Lức, Tân An lần lượt vào các địa danh quen thuộc như Bến Tranh, Tân Hiệp rồi Ngã Ba Trung Lương, quẹo về hướng tay trái là vào thành phố Mỹ Tho. Trước kia thủ phủ của trấn Định Dinh (Định Tường) ở Cái Bè, đến năm 1731 được dời về tả ngạn sông Bảo Định, ngày nay người Mỹ Tho gọi là Chợ Cũ.

[Năm 1731 quân Miên thông đồng với người Lào đem quân cướp phá Gia Định, Chúa Nguyễn Phúc Chu cho quân Gia Định đánh đuổi. Sau đó vua Miên nhường Định Tường và Long Hồ cho ta để chuộc tội.

Đến năm 1772 Nguyễn Cư Trinh cho thiết lập các cơ sở chánh quyền ở đây và lập đạo Trường Đồn ở Mỹ Tho cho đến năm 1775 thì toàn cõi miền Nam Kỳ - Thủy Chân Lạp - thuộc về Việt Nam]

Đến 12/4/1861 Pháp chiếm Định Tường và cho dời thủ phủ Định Dinh về bên hữu ngạn sông Bảo Định tức là thành phố Mỹ Tho như tên gọi đến ngày nay.

Tên ***hủ tiếu Mỹ Tho*** xuất hiện vào đầu thập niên 60, khởi đầu từ các xe, các quán hủ tiếu bên đường, ở bến xe, với tên nghe rặc Tàu như: Phánh Ký, Vĩnh Ký, Hưng Ký,

Nam Sơn, Diệu Ký, Quang Ký, Oai Ký, Gia Ký, Tuyền Ký... trải rộng từ Mỹ Tho đến Gò Công vào tận các quận Chợ Gạo, Cái Bè, Cai Lậy... Chủ các tiệm hủ tiếu Mỹ Tho lúc này hầu hết là người Việt gốc Hoa, nhưng chủ lò sản xuất hủ tiếu lại là người Việt chánh gốc.

Bánh hủ tiếu Mỹ Tho là loại bánh khô, được chế từ gạo thơm địa phương như gạo Nàng Hương, gạo Nanh Chồn, gạo Nàng Út và có lò dùng gạo Nàng Thơm Chợ Đào (gạo ngon số một). Hiện nay có hai trung tâm sản xuất bánh hủ tiếu khô nổi tiếng (loại hủ tiếu Mỹ Tho): một ở thị trấn Mỹ Tho và một ở Gò Công, sản xuất hầu hết hủ tiếu khô Mỹ Tho cung cấp cho cả nước.

Sợi hủ tiếu Mỹ Tho do vậy có mùi thơm của gạo, trụng nước sôi thì mềm nhưng không bở, nhai nghe dai dai, nên gọi là hủ tiếu dai, ăn không có mùi chua. Sau khi trụng, cho vào tô, trộn với ít mỡ hành phi, nhìn sợi hủ tiếu trong bóng, ẩn đục bên trong thấy bắt thèm.

Sợi hủ tiếu Mỹ Tho không bã như hủ tiếu Tiều, làm nên hương vị riêng cho cái tên hủ tiếu Mỹ Tho; và nước lèo cũng góp phần làm cho danh tiếng hủ tiếu Mỹ Tho vang lừng, níu kéo người ăn phải ghiền. Nước hầu ở đây nấu bằng thịt ống nguyên chất, đặc biệt là có thêm tôm khô, khô mực nướng và củ cải trắng, củ cải đỏ. Ăn hết tô hủ tiếu, húp cạn hết nước lèo, nếu chưa thấy đã, thực khách có thể kêu thêm một chén nước lèo nữa và luôn được chủ chiều lòng, không có hề gì.

Các món phụ gia góp phần làm nên danh hiệu hủ tiếu Mỹ Tho là giá sống, chanh, ớt, hẹ, nước tương (sau này còn có thêm rau cần). Ăn ***hủ tiếu dai Mỹ Tho*** với giá sống, chút hẹ cắt khúc, nặn miếng chanh, thêm chút nước tương và nhớ cắn trái ớt hiểm thì mới "tới chỉ", mới gọi là biết ăn hủ tiếu Mỹ Tho.

Hủ tiếu Mỹ Tho như vậy quả không thấy hơi hám gì của người Tàu cả, mà rặc là hủ tiếu Việt Nam. Hủ tiếu Mỹ Tho nấu với thịt heo hầm, có điểm con tôm thẻ lột xẻ đôi, có người đòi thêm đồ lòng heo, sườn heo và trứng cút nữa.

Ghé Mỹ Tho, phải tìm đến mấy quán hủ tiếu trên đường Trưng Trắc, dọc bờ sông thì mới đúng là hủ tiếu Mỹ Tho chánh gốc. Kêu một tô hủ tiếu Mỹ Tho, ngồi nhìn người chủ trổ tài, thao tác thành thạo mà thấy đã. Ngắt một nhúm hủ tiếu khô, chỉ một lần không thêm không bớt, nhét sâu vào cái vợt cán tre, trụng vào nồi nước sôi, dạo lên dạo xuống mấy lượt. Xốc lên xốc xuống, cho vào tô, cho ít mỡ hành phi, trộn nhẹ cho đều, rồi cho lên mặt nào thịt, tôm, sườn. Múc một vá nước lèo sôi bốc khói, rưới đều vào, ngập đầy tô hủ tiếu. Nhìn theo động tác, thực khách phải ba lượt nuốt nước miếng để dằn cơn thèm muốn trần tục.

Tô hủ tiếu Mỹ Tho bự hơn hủ tiếu Tiều, nên vừa có phẩm vừa có lượng. Ăn một tô là vừa đủ không cần ăn thêm gì nữa. Sau khi ăn hủ tiếu, giải khát bằng trà nóng, trà đá hoặc cà phê đá thì đã miệng và đã khát.

Dọc đường Trưng Trắc đến vườn bông Lạc Hồng, ngược qua cầu Quây vào Chợ Cũ, nơi nào có hủ tiếu Mỹ Tho thì khách ra vào "nườm nượp", không có ghế ngồi.

Mỗi nơi, mỗi tiệm chủ thêm bớt gia giảm khác nhau tùy theo "ngón nghề gia truyền". Sự khác nhau chỉ là một chín một mười, người ăn khó phân biệt.

Hủ tiếu Mỹ Tho với tên gọi đến nay trên 50 năm đã làm nên danh hiệu. Nay hủ tiếu Mỹ Tho trở thành thương hiệu làm cho người Mỹ Tho hãnh diện. Cái làm cho hủ tiếu Mỹ Tho trở thành danh tiếng là nước lèo và hủ tiếu khô. Và chính điều đó làm cho hủ tiếu Mỹ Tho khác hủ tiếu Tiều.

Hủ tiếu Mỹ Tho giờ đây là món ăn dân tộc, mà người Mỹ Tho đã cống hiến cho chúng ta.

Quán ăn bên lề đường ở lục tỉnh (phụ bản tranh vẽ)

Cá Bống Kèo
Kho Tiêu, Kho Tộ

Cá bống là loại cá nhỏ, mình tròn, dài, có vảy nhỏ, thân nhớt và không có ngạnh.

Có nhiều loại cá bống mà tên gọi quen thuộc đối với người Miền Nam. Đó là cá ***bống mú, bống cát, bống dừa, bống sao, bống đá, bống thòi lòi...***

Duy chỉ có **cá bống kèo** thì được nhiều người biết nhứt vì có rất nhiều ở Lục Tỉnh, thịt nó rất ngon và lại làm được nhiều món ăn nữa. Con cá bống kèo thân tròn đều từ đầu tới đuôi, dài hơn các loại cá bống khác và cũng nhớt hơn nữa.

Nói về *"cá biển chim trời"* thì người mình có mấy câu tục ngữ như *"cá đối bằng đầu"* và *"cá mè một lứa"* để ám chỉ một nhóm người nào đó đồng đẳng. Riêng câu nói *"hạng cá kèo"* lại bao hàm ý nghĩa coi thường người bình dân!

Tại sao gọi tên là cá bống kèo thì không ai biết. Từ kèo đi kèm sau từ cá bống không nói lên được cái tên con cá bống kèo. Thôi thì thử đi tìm lai lịch, nguồn gốc cá bống kèo và món ngon của nó có lẽ thú vị hơn.

Vào đầu mùa mưa, ở vùng sông miền duyên hải giáp biển Bạc Liêu - Cà Mau, Gò Công, Bến Tre - Nhà Bè... không biết cá bống kèo con ở đâu mà xuất hiện "thôi nhiều vô kể". Độ tháng 8 ta chúng lớn cỡ đầu ngón út, đến tháng 11, tháng 12 thì phát triển đầy đủ trọn vẹn; lúc nầy con cá bống kèo dài độ gang tay, bự bằng đầu tay cái, bụng to, cho thịt rất ngon, rất béo.

Mùa giáp Tết ta là mùa rộ của cá bống kèo. Lúc này là lúc cá tìm đường ra biển và bị con người tìm cách đánh bắt cho bằng được. Có nhiều con cá bống kèo không chạy kịp, không ra biển được, đành ở lại tìm cách *"chém vè"* chờ năm sau.

Hồi xưa vào mùa nầy cá bống kèo nhiều không biết làm gì cho hết, cho cũng không ai thèm lấy, bán không ai mua nên phải phơi khô; Cứ đem cá ngâm vào nước muối, vớt ra phơi vài nắng thì cho vào bao bố, chờ mùa khô đem đi chợ bán kiếm tiền. Hồi đó nhà nghèo mới ăn khô cá kèo, nay thì đổi đời rồi, có tiền mới ăn được con ***khô bống kèo***.

Nói về đánh bắt cá bống kèo thì có nhiều người không biết lắm. Bắt cá bống kèo ngày xưa là thú vui của tuổi học trò nhà quê. Vào mùa khô, lúc trời mới bắt đầu đổ vài cơn mưa đầu mùa thì con cá bống kèo ở trong hang bắt đầu ra, người ở quê gọi là *"cá bống kèo cựu"*, tức là cả từ năm trước còn lại rất bự, và dài. Con cá bống kèo cựu không nhiều, xuất hiện ở những trũng nước đầm lầy, ao vịt, đầm trâu, lỗ chân trâu. Ban đêm đốt đuốc đi nơm cá bống kèo, gọi là đi soi cá bống.

Trai gái rủ rê nhau đi soi cho đông, cho vui và để đỡ sợ ma. Hồi đó soi cả bằng đèn dầu lửa, tim lớn bằng ngón tay, đặt trong cái thùng thiết tra thêm cái cán, phần trước thùng hở miệng để chiếu sáng nên gọi là đi soi là vậy. Tay cầm đèn, tay cầm nôm, loại nhỏ bằng cỡ cái trống cơm, chụp con cá mà phần đuôi nó còn nằm bên ngoài nôm vì cá quá dài.

Có một cách bắt cá bống kèo khác nữa gọi là vòng cá bống kèo. Có nhiều đầm trâu, cá bống kèo "nổi đặc như trái mù u", thấy bóng người chúng chạy lặn xuống nước nghe "rào rào như gió thổi". Thuở đó làm gì có sợi chỉ nylon, nên phải sáng kiến, lấy lông đuôi ngựa thắt vòng, cột vào đầu cần câu mà vòng đầu cá bống kèo. Vòng như vậy độ nửa buổi là đủ bữa ăn cho cả gia đình rồi.

Sắp Tết, nước sông miệt duyên hải bắt đầu pha chè hơi mặn, lờ lợ, là lúc con cá bống kèo tìm ra cửa sông, cửa biển. Người dân miệt này "rành sáu câu" đường đi nước bước con cá bống kèo, nên dùng đăng, dùng đó, đặt nò; đóng đáy... để bắt cá bống kèo. Có những con nước cá bống kèo chạy đầy cái đó, đầy nò, đầy đụt đáy; phải xả đó, xả đụt đáy cho cá trôi đi để khỏi làm bể đó, bể đáy.

Quê hương chánh quán của cá bống kèo là Bạc Liêu, cho nên đáng lẽ phải nói:

Bạc Liêu là xứ quê mùa,
Dưới sông cá bống (cá chốt) trên bờ Triều Châu.

Hồi đầu thế kỷ XX, Tây họ đào nhiều con kinh nhỏ đi vào ruộng muối Bạc Liêu, vừa dẫn nước biển vào ruộng muối vừa để đưa muối ra tỉnh. Các con kinh mang tên số 1, 2, 3... đem lại cho người dân ở đây nguồn lợi cá bống kèo vô kể.

[Ông Trần Trinh Trạch, thân sanh của công tử Bạc Liêu, lúc ấy có hàng ngàn mẫu điền. Sông rạch ở đây là thuộc về ông, tá điền phải mướn rạch, mướn sông để đánh bắt cá bống kèo.]

Cá bống kèo cũng có ở vùng cửa sông Sài Gòn, cửa Soài Rạp, Gò Công, Bến Tre tuy không nhiều bằng Bạc Liêu miệt dưới, nhưng thịt ngọt và mềm hơn vì nước ở đây không quá mặn.

Nói về món ngon cá bống kèo thì người Miền Nam ai cũng biết vì người nào cũng có lần ăn qua.

Cá bống kèo dễ ăn, làm được nhiều món từ canh chua, lẩu, kho mắm, nướng, nấu cháo... nhưng duy có món kho tiêu kho tộ ăn với cơm trắng rau luộc thì rất đậm đà, tạo ấn tượng cho người ăn.

Dầu làm món gì, cá bống kèo trước hết phải là tươi sống, loại mập dài cỡ hai tấc Tây. Cho cả vào rổ rồi rắc tro lên, nhớ phải đậy rổ lại kẻo cá bống kèo nhảy ra ngoài. Tro mặn làm cho cá cay mắt, cựa quậy một chặp thì nằm yên, tro cũng làm cho cá hết nhớt. Sau khi chà đều cá bống trong rổ, đem rửa cho sạch, cạo vi, cắt kỳ rồi xiết bỏ đầu. Xiết đầu cá cho khéo, như các bà già xưa xiết cau tươi, sao cho cá không lòi ruột gan và nhứt là không làm bể mật cả (cắt đầu sẽ làm con cá lòi gan, lòi mật). Mật cá bống kèo đắng nhẩn nhẩn, chính vị đắng của mật làm nên hương vị độc đáo của cá bống kèo mà không có gì thay thế được.

Sắp con cá vào xon đất loại có hai quai, ướp gia vị, nước mắm và phụ gia nước màu để khi con cá chín sẽ cho ta màu đậm, làm bắt mắt người ăn. Để lửa nhỏ, khi nghe bốc mùi thơm thơm thì bạn phải nhắc xon lên xốc xốc vài lần sao cho cá thấm đều. Đậy vung lại để lửa riu riu cho gia vị thấm vào cả, canh đến khi nước sắp cạn thì lấy nắp vung ra cho thêm ít mỡ, tép mỡ và cuối cùng là tiêu xay.

Thế là ta có xon ***cá bống kèo kho tiêu*** thơm ngát, với những con cá nứt da, bóng sậm. Con cá bống kèo kho đúng cách sẽ cho thịt tuy khô nhưng không cứng, bên ngoài mặn mà bên trong lạt, vị cay cay, mặn mà hơi ngọt nhờ nước màu. Ăn phần đầu con cá có vị đắng của mật, vị béo của ruột gan, cùng tép mỡ thì ngon vô cùng.

Cá bống kèo kho tiêu ăn cơm trắng chấm rau đắng luộc thì ngon nhứt xứ. Rau đắng phải là loại "rau đắng mọc sau hè" mới mềm, đắng mà không gắt, cái hậu ngọt.

Chớ nhầm rau đắng biển, cọng to, lá bự có nhiều xơ, vị quá đắng, không ngon.

Tháng 10, tháng 11, mùa cá bống kèo, trời se lạnh, cả nhà ngồi quanh nồi cơm nóng gạo thơm đầu mùa với cá bống kèo kho tiêu chấm rau đắng luộc thì hạnh phúc biết bao nhiêu!

Cá bống kèo kho tộ là bước phát triển của cá kho tiêu. Tộ để kho cá là loại tộ đá có tráng lớp men thô, loại gốm Thủ Dầu Một. Ở quê không ai dùng tộ nguyên, tộ tốt kho cá bao giờ, thường là tộ mẻ miệng hoặc bị nứt.

Cá kho bằng tộ, khi nóng lên, hơi chỉ bốc tỏa ra miệng, chớ không tỏa thấm theo đáy tộ như ta kho cá bằng xon đất, nên gia vị thấm vào cá nhiều hơn, nhanh hơn làm cho cá kho tộ mặn hơn, cứng hơn ta khô bằng xon đất.

Cá bống kèo kho khô

Tộ cá kho không bắt lên bếp, lên bếp ông lò, mà để sát trên mặt lớp than nóng, làm cho tộ cá mau khô, hơi khét cháy phần đáy tộ, khét cả phần dưới con cá kèo, thì mới đúng là cả kèo kho tộ. Cá kho tộ vì thế "khô khô", "khét khét", không còn nước, trong khi cá kho tiêu bằng xon đất lúc nào cũng cho ta ít nước để chấm rau.

Món kho tộ ăn với bún và rau có bông súng, điên điển.

Ngày nay người ta chế cái xon đất có tay cầm, không tráng men để dùng kho kiểu cá kho tộ. Nhiều tiệm ăn, kho sẵn cá kho mặn, lấy ra vài con cho vào tộ, đốt áp lửa cho khô khét gọi là cá kho tộ, để lừa khách hàng.

Cá bống kèo kho tiêu kho tộ là món ngon của người Lục Tỉnh, xuất phát từ lối ăn dân dã miệt quê miệt vườn nay trở thành món ăn có hơi hám truyền thống. Nhiều khách sạn và nhà hàng đã giới thiệu cá bống kèo kho tiêu kho tộ, cho khách ngoại quốc như là món quốc hồn quốc túy, thậm chí nhiều người còn rủ rê con cá bống kèo ra tận đất Bắc để chiêu dụ khách hàng. Nên nay dân Hà Nội không còn la hoảng *"ôi chu choa, con rắn kinh* *quá"* khi được mấy người bạn Nam Kỳ đãi món cá kèo kho mắm, nấu canh chua, kho tiêu, kho tộ.

Nay nếu có dịp về thăm lại Bạc Liêu, quê hương con cá bống kèo, bạn sẽ bị hụt hẫng vì còn đâu nữa cái cảnh *"cá bống kèo nổi như trái mù u"*.

Cây lúa, con tôm đã giết chết con cá bống kèo rồi! "Vì cây lúa, và con tôm và tất cả cho xuất khẩu" chưa hẳn là hay mà là ấu trĩ và thiển cận biểu thị cái gì dốt nát thật tội nghiệp và đáng thương!

Đất nước ta có nhiều địa phương, nhiều vùng sinh thái, tạo nên cái bản sắc riêng của Việt Nam. Mất con cá bống kèo tuy chưa làm mất bộ mặt làm ra Bạc Liêu, nhưng ít nữa cũng làm cho nó bị nhạt nhòa không ít.

Viết tặng người Bạc Liêu

Lẩu chua cá bống kèo rau đắng.

Bông Điên Điển
Món Ngon Mùa Nước Nổi

Cây điên điển là loại cây có thân xốp, nhẹ, có thể dùng để làm đế giày, mọc hoang ở miệt Hậu Giang. Có nhiều người chưa hề nghe và thấy cây điên điển ngay cả người gốc miền Lục Tỉnh.

Vào độ tháng 7, tháng 8 âm lịch, nước bắt đầu lên, cây điên điển ở đây trở nên xanh tươi, rợp bóng cả bờ sông, bờ rạch làm cho cảnh sông nước thêm hữu tình và thơ mộng. Rồi gió lạnh nhè nhẹ thổi về, nắng bắt đầu vàng và cây điên điển bắt đầu trổ bông vàng rực rỡ, oằn rũ xuống tận mí nước.

Trời vừa dứt mùa mưa, nước dâng cao hơn thì ***bông điên điển*** bắt đầu rơi rụng. Cả dề bông điên điển nổi lềnh bềnh trên mặt nước, tấp vào bờ sông, bềnh bồng theo cơn sóng, đẹp vô cùng.

Rồi có người nghĩ ra cách chế biến bông điên điển thành thức ăn mà tới nay trở thành "quốc hồn quốc túy". Người miền Nam gọi hoa là bông, và có thói quen dùng bông làm thức ăn.

Mẹ mong gả thiếp về vườn
Ăn bông bí luộc, dưa hường nấu canh

Bông bí, bông bầu, bông mướp được dùng nấu canh với tôm rất ngon. Có người dùng để "um" với mỡ hay với hột vịt. Nhiều thì luộc để chấm với món kho, món mặn, như rau luộc, ăn rất ngọt và rất bùi.

Bông cải trắng, cải ngọt, cải xanh là món ngon và cao cấp, dùng để xào tôm, xào thịt. Người ở vườn còn dùng bông chuối - bắp chuối - để luộc nấu canh chua ngon độc đáo.

Bông vạn thọ cũng được dùng như loại rau thơm, phụ gia cho các món gỏi tôm, gỏi cua, cũng không kém phần hấp dẫn.

Bông so đũa luộc ăn với mắm tôm chà Gò Công thì mới biết! Còn món bông so đũa nấu canh chua thì từ lâu đã có mặt trong danh mục ẩm thực của ta rồi.

Trở lại bông điên điển với các món ngon của nó.

Người Saigon, người ở vùng Tiền Giang thường được thưởng thức món bông điên điển làm dưa chua từ miền dưới đem về. Bông điên điển làm dưa chấm với cá kho, tôm kho, thịt kho thì ngon vô cùng: Nó vừa chua, vừa mặn, hơi nhẫn đắng, giòn giòn, ngon lạ, ăn rất bắt cơm, không có gì so sánh bằng.

Ở các quán cơm bình dân, quán cơm loại phục vụ cho dân nghèo, bến xe, vỉa hè, như loại quán cơm bụi ngày nay ở Sài Gòn thường có món ***dưa chua bông điên điển***. Nó được nhiều người thích, tìm ăn bởi lẽ rất ngon, hiếm chỉ có vào mùa nước nổi mà thôi. Ăn dưa chua bông điên điển, ngon, khoái khẩu nhưng phải về tận quê hương điên điển mới thấy hết được mùa bông điên điển nở vàng rộ vào mùa nước nổi, bao la bát ngát, đẹp lạ như thế nào.

Hồi đó xưa lắm, dân mình nghèo, vào mùa giáp hạt, nhà hết gạo, phải nấu cháo độn với bông điên điển ăn cầm hơi.

Nay thì người dân ở đây khá hơn xưa, sống biết lo trước lo sau, biết tận dụng mùa bông điên điển để kiếm tiền. Người ở đây sáng sớm bơi ghe cặp bờ sông vớt bông điên điển đem về làm chua, bán lại cho thương lái. Bông điên điển vớt đem về rửa sạch, lựa bỏ bông hư, để ráo nước và ngâm nước muối, hai ngày là thành dưa chua bông điên điển ăn được rồi. Có người còn ngâm giá sống chung với bông điên điển làm ra món dưa chua vừa mang hương vị dưa giá vừa hương vị dưa bông điên điển.

Bông điên điển còn dùng để ăn sống như ta ăn rau ghém, rất ngon, hấp dẫn và thật khó tả hết được. Bông điên điển ăn sống không phải là loại vớt dưới nước như loại làm dưa chua, mà phải tươi, hái từ trên cây.

Theo chân người ở đây đi hái bông điên điển mới thấy hết được cái sức sống, óc sáng tạo của người miệt này. Với chiếc xuồng ba lá, chen lách vào đám điên điển, dùng chiếc dầm đập nhẹ vào cành, vào thân cây, thì ôi thôi có biết bao bông điên điển rớt xuống khoang ghe! Cành thấp thì dùng tay rung nhẹ cũng tha hồ mà hứng bông. Cứ thế mà lần từ cây này đến cây khác, không mấy lát là dư ăn, đem ra chợ bán kiếm tiền.

Bông điên điển ăn sống cho ta một hương vị lạ, độc đáo. Mùa nước nổi, đi vòng chợ Châu Đốc mới thấy hết được cách ăn món bông điên điển sống của bà con ở miệt này. Đầu tiên là món bún nước lèo kiểu Sóc Trăng, kiểu người Khơ Me hoặc bún mắm kiểu cách Việt Nam, ăn với bông điên điển.

Múc một tô bún nước lèo hay bún mắm đang "sôi sùng sục" trong xon cho vào tô, điểm thêm một ít bông điên điển, cho thực khách một món ăn dân dã, đạm bạc, đơn sơ, nhưng hương vị độc đáo, không tìm đâu có được.

Hoặc theo chân dân thổ địa về nhà thưởng thức món ***lẩu chua bông điên*** điển thì mới biết thêm cách ăn mới lạ nữa, mà trong đời bạn chưa hề ăn, chưa hề biết..

Mùa bông điên điển là mùa nước nổi cũng là mùa cá linh. Con cá linh trời cho, mùa này theo con nước đổ về nhiều vô kể. Chọn con cá linh vừa phải, cỡ bằng ngón

Nụ cười cô gái quê hái bông điên điển.

tay cái, nấu một lẩu nước me chua, nêm nếm vừa chua, vừa cay, vừa ngọt, cho cá linh vào. Thế là ta có một nồi lẩu cá linh đầu mùa hết sẩy luôn!

Trên bàn bày sẵn một thau bông điên điển vàng tươi, tha hồ bạn nhúng lẩu. Chỉ độc nhứt bông điên điển thôi, nếu kèm theo thêm loại rau sống khác sẽ làm mất mùi ngon của bông điên điển. Ngon hơn nữa phải có vài ba người bạn "tâm đầu ý hợp", thù tạc bên ly rượu đế - nước mắt quê hương - thì buổi tiệc thêm rôm rả.

Ngoài ra món bông điên điển tươi còn được dùng để xào tôm, xào tép hoặc nấu canh chua, cho ta bữa cơm ngon, đầy hương vị đồng quê. Vào mùa này, các gánh bánh xèo cũng dùng món bông điên điển để chiêu dụ khách hàng. Ăn bánh xèo với bông điên điển ngon đến nỗi no hồi nào mà ta không hay, không biết.

Có một món ngon nữa từ bông, xin kể ra kẻo quên. Đó là bông súng. **Bông súng** là loại mọc dưới nước như bông sen, nhưng lá nhỏ, bông nhỏ hơn.

Ở miệt quê miền Nam, bông súng mọc hoang dã dưới ruộng, đìa, ao vào mùa mưa. Trong các ao làng, ao chùa, ao đình, nước ngọt quanh năm người ta thường trồng cây bông súng hoặc cây sen. Lá súng nổi trên mặt nước, bông súng vượt hẳn lên cao giống như bông sen.

Ở quê, lớn nhỏ, giàu nghèo ai cũng đã ăn qua món bông súng, nhứt là món bông súng mắm kho. Nói là ăn bông súng chớ thật ra là ăn cọng súng, cái phần dưới bông súng, nối bông với gốc cây súng. Bông súng thường ăn với mắm kho như ta ăn rau dừa, rau nhút, hay rau chốc.

Bông súng trước khi ăn phải tước vỏ như ta tước vỏ bạc hà nấu canh chua, ngắt ra từng khúc cỡ một gang tay, rửa sạch và để vào thau, vào đĩa bự.

Mắm kho múc ra tô còn nóng hổi bốc khói thơm bát ngát, vừa húp mắm vừa cắn cọng bông súng, hoặc có người bẻ cọng bông súng cho vào chén, chan mắm kho, lùa vào miệng nhai nghe "rào rạo" trông ngon lành. Bông súng nhai nghe dòn dòn, cứng mà không xốc miệng, có cái hậu ngọt, ăn nhiều không bị ê miệng hay rát lưỡi như ăn rau nhút.

Nếu vào nhà hàng sang trọng ở Saigon chuyên các món miệt vườn, tìm ăn ***mắm kho - bông súng***, xin mách nhỏ với bạn một chiêu để "lấy le" cùng mấy cô hầu bàn nhé. Khi order bông súng bạn nhớ lưu ý cô hầu bàn rằng phải là ***bông súng trắng*** mới được, chớ bông súng Đà Lạt tuy cọng bự bằng ngón tay nhưng cứng và lạt, không ngon. Nghe bạn dặn dò, cô phục vụ biết bạn là dân chơi, dân sành ăn và chắc gốc là người miệt quê. Biết đâu cô ta đem lòng thương bạn không chừng.

Nói gì thì nói chớ muốn ăn mắm kho - bông súng ngon lành, điệu nghệ, như là cái gì quốc hồn quốc túy thì phải về tận gốc, đến tận nguồn của nó.

Muốn ăn bông súng mắm kho,
Thì vô Đồng Tháp ăn cho đã thèm.
(ca dao Đồng Tháp)

Bông súng trắng được chọn ăn với mắm kho là ngon nhứt.

Lẩu mắm và rau, có cọng bông súng và bông điên điển.

Ốc Gạo

Theo xe đò Saigon - Vĩnh Long dong ruổi trên quốc lộ 4 (nay là 1A): qua các địa danh Bến Lức - Tân An, đến ngã ba Trung Lương tẽ mặt về Cai Lậy, Cái Bè, An Hữu rồi dừng lại tại bến Bắc Mỹ Thuận; Bên kia là đất Vĩnh Long.

Là người Lục Tỉnh ai cũng có lần bước xuống Bắc Mỹ Thuận để lên Saigon về miệt trên; Còn dân Saigon, Đồng Nai miệt ngoài, muốn về miền Hậu Giang phải quá giang qua Bắc Mỹ Thuận.

Vĩnh Long vì vậy là điểm hẹn, điểm gặp nhau của bao con người, của khách thương hồ xuôi ngược, tao nhân mặc khách. Để rồi khi dời chân từ giã Vĩnh Long khách còn mang theo cái "dư vị Vĩnh Long".

Cảnh náo nhiệt trên bến Bắc làm cho du khách nhớ mãi: nào người mua kẻ bán, tiếng mời chào của các cô gái, các bà cụ thật vui và lạ. Nào trái cây, chim muông, rắn, chuột, đặc biệt là những bao tải chứa đầy ốc gạo.

- **Ốc gạo Tân Phon**g mùa này ngọt lắm.

Hai bà bạn hàng, nể ốc gạo, vừa nhai nhỏm nhẻm vừa nói chuyện và khen con ốc gạo Tân Phong, gây chú ý cho khách phương xa về con ốc.

Ốc là con gì?

Con ốc là loại sinh vật nhuyễn thể có vỏ cứng. Ốc xứ mình ở đâu cũng có và không biết tổ tiên mình biết ăn ốc từ lúc nào?

Lần vào ca dao tục ngữ để xem người xưa ăn ốc, bắt ốc và nhìn con ốc với nhân quan ra sao?

- Ăn ốc, bóc vỏ
- Muốn ăn cua rốc, ốc nhồi
Có con thì gả cho người Đồng Chiêm

Con ốc nhồi ở miền Bắc to như ốc bươu, trong Nam không có.

- Ao sâu thì lắm ốc nhồi,
Có chồng lịch sự, nửa (của) người, nửa (của) ta.

Trong Nam có nhiều loại ốc từ ***ốc hút, ốc dừa, ốc lác, ốc bươu, ốc len, ốc gạo*** v.v... Tùy loại ốc mà có cách nấu, cách luộc, cách xào. khác nhau và cách ăn khác nhau. Ốc to nhỏ đủ loại: từ bằng đầu đũa đến bự bằng trái cau, trái chanh.

Con ốc được che kín bởi vỏ nên khó biết to hay nhỏ, ốm hay mập. Vậy làm sao biết mà lựa? Thế mới có câu trong dân gian *"ăn ốc nói mò"*.

Mấy bà già xưa rất rành con ốc, cho rằng con ốc từ tháng 3 đến tháng 6 âm lịch thì mập và ngon, nhứt là tiết mồng 5 tháng 5 ta.

Trước tiên nói về con ***ốc hút*** và ***ốc dừa*** (ốc lác).

Ốc hút muốn ăn phải cắn đít hay dùng đồng xu có lỗ để bé đít con ốc rồi hút vào miệng ốc. Thịt không ngọt, có nhớt chỉ để bán cho trẻ con. Con ốc hút cỡ đầu tay út, thân có xoáy tròn như cái đinh ốc (cây đinh vặn giống con ốc nên gọi tên là đinh ốc).

Còn ốc dừa hay ốc lác, bằng đầu tay út, dùng kim tây hay gai bưởi lể lấy ruột, ăn có vị béo, ngọt. Ở chợ quê, người ta dùng lon sữa bò để lường mà bán, hoặc có người dùng mủng dừa.

- *Ăn ốc bốc vỏ.*
- *Kẻ ăn ốc, người đổ vỏ.*

Cái thú của người ăn ốc là tự bóc vỏ, tự tay lể con ốc, vừa bỏ vào miệng chưa nhai thì phải lể con khác; bỏ năm ba con mà nhai chẳng thấy con ốc ở đâu vì nó nhỏ quá. Ăn ốc ghiền giống như cái thú ngủ ngồi, ngủ gục, rất đã.

Con ốc bươu, ốc len ở miền Vĩnh Long thì bự hơn, có nhiều vào mùa nước nổi. Thịt nhiều nhưng cứng không thơm và không béo, nhiều người chê là ăn bị chột bụng.

Xưa người mình dùng vỏ ốc để thổi như thổi tù và sừng trâu. Đó là loại ốc to, cái miệng loe phình như cái loa, thân xoắn cong, phần đít nhỏ.

- Trời chiều bảng lảng bóng hoàng hôn.
Tiếng ốc xa đưa lẫn trống đồn
(Bà Huyện Thanh Quan)

- Tàu lui ốc thổi vang vầy
Xa em vì bởi quan thầy đổi đi

Ăn ốc của người mình xưa có lẽ do sự ngẫu nhiên rồi thành thói quen, tới nay vẫn còn thích ăn ốc và nhìn con ốc như là một phần của đời sống, tình cảm của con người.

- Tôm tép nhảy, ốc nhồi cũng nhảy.
- Má ơi đừng đánh con đau,
Để con bắt ốc, hái rau má nhờ

Người xưa còn dùng hình ảnh con ốc để chỉ cái đẹp cái xấu, đến cái nết ăn, nết ở của đàn bà con gái:

- Mắt ốc bươu (mắt lồi to)
- Mắt ốc nhồi, môi đen xì
- Lạt như nước ốc
- Ốc mượn hồn

Trở lại Vĩnh Long và nói về con **ốc gạo** cù lao **Tân Phong** chắc sẽ làm gợi nhớ, gợi thương cho nhiều người Vĩnh Long.

Vĩnh Long là đất xưa của miệt vườn, thủ phủ xưa của Lục Tỉnh, giống như Đa Kao là đất xưa của Saigon, Bến Nghé nên được nhiều người biết đến. Vĩnh Long, tới nay còn nghe nhiều người kêu là Vãng Long! (Vãng: chữ Nôm. Vĩnh: chữ Hán). Chính Nguyễn Cư Trinh đặt dinh **Long Hồ** tại Vĩnh Long như ta biết ngày nay. Vĩnh Long là xứ cù lao, vì cả tỉnh nằm giữa hai con sông Tiền (phía Bắc) và sông Hậu (phía Nam), thuở xưa thuộc Dinh Long Hồ, là Tây Đô của Chúa Nguyễn.

Nay về Vĩnh Long còn nghe các ông già xưa kể chuyện hồi đó, khoảng đầu vào năm 1760, đất này của Chân Lạp, nhờ quan Tham Mưu Nguyễn Cư Trinh giúp Nặc Tôn lên ngôi, nên họ nhường lại cho ta.

Đất Vĩnh Long là địa linh nên phát sanh nhơn kiệt, nổi tiếng *"danh trấn giang hồ"* nhưng có người chịu oan

Ngã tư sông Long Hồ, Vĩnh Long thời trước 1975.

khiên như Ông Trương Vĩnh Ký và Ông Phan Thanh Giản (quê Bến Tre). Cũng có bao thế hệ Thừa Tướng sanh ra từ Long Hồ như: Thủ Tướng Trần Văn Hữu, Thủ Tướng Nguyễn Văn Lộc, Thủ Tướng Trần Văn Hương, do lịch sử đẩy đưa từ thời Tây đến thời Quốc Gia.

Ốc gạo Tân Phong.

Do vậy con ốc gạo Tân Phong càng nổi tiếng thêm nhờ cái tên Vĩnh Long từ xưa đã có tiếng như cồn. Xuống cù lao Tân Phong, nghe người ở đây kể chuyện cái cù lao nầy đầy tự hào, gồm trên 1,300 nóc gia, sống trên thuận dưới hòa như bà con ruột thịt.

Bởi lẽ họ quanh quẩn trên cái cù lao dài độ 3 cây số ngang chưa đầy một cây số rưỡi, bằng nghề xúc ốc gạo. Hồi năm 1967, cái cù lao nầy thuộc quận Chợ Lách, một trong 7 quận trù phú của Vĩnh Long là: Châu Thành - Trà Ôn - Vũng Liêm - Bình Minh - Tam Bình - Minh Đức - Chợ Lách.

Người Tân Phong rất mến khách phương xa nên thích làm món ốc để vừa đãi vừa khoe cách luộc con ốc gạo.

Trút rổ ốc gạo vào "ăn" nước vo cơm, ngâm một hồi lâu cho nó nhả đồ dơ ra (nếu không, ăn sẽ bị Tào Tháo rượt chạy không kịp) rồi vớt ra để ráo.

Bắt chảo lên bếp, để lửa lâu một hồi, đổ ốc vào chảo đậy vung cho kín, lâu chừng độ một vài hơi thuốc thì… con ốc đã há miệng. Trút ra thau, thế là có một món ốc gạo luộc nóng hổi, thơm bát ngát. Bước ra vườn bẻ gai bưởi làm kim lể ốc, chấm nước mắm gừng chanh chua ngọt, vừa nhai chủ nhà vừa cắt nghĩa tại sao phải có gừng và khen con ốc to nhiều thịt, giòn nhờ cái cách luộc chuyên nghiệp của người Tân Phong. Nếu sơ ý luộc lâu, con ốc sẽ teo lại, dai nhách mất ngọt. Chủ khách khề khà với ly rượu đế, nói chuyện xung quanh con ốc và con người cù lao Tân Phong mà tự hào.

Hằng năm vào tháng 3 ta, thì ốc gạo con ở đây nhiều vô kể, 3 tháng sau là nó lớn bự rồi - chủ nhà kể, là bắt đầu vào mùa ốc gạo.

Ở đây người ta gọi là đi xúc ốc gạo. Dân xúc ốc gạo ai nấy mạnh khỏe, ở trần trùi trụi, lặn tận đáy sông, dùng vợt đan bằng dây gai để xúc ốc. Trồi lên lặn xuống, mỗi lần xúc độ 10 lít ốc gạo, xúc cả đêm thì đầy ghe. Gần sáng chèo qua Cái Bè bán cho kịp đưa đi Saigon, Chợ Lớn.

Dân cù lao này sống nhờ con ốc gạo, nghe người ta kể lại có năm thâu về gần bạc triệu… thời thập niên 60, quả quá sức tưởng tượng. Họ sắm máy phát điện riêng để coi TV, để thắp đèn trong các ngày giỗ, ngày cưới, ngày Tết.

Con ốc gạo còn cho ta nhiều món ngon đáo để nữa. Ruột ốc sau khi lể ra khỏi vỏ sẽ làm món ***gỏi cuốn rau sống bánh tráng***, ăn với nước mắm chanh gừng là món cao cấp mà người ở đây thường làm để đãi khách Saigon, gọi là ăn cho biết (Có người còn cuốn với dừa khô nạo). Điệu nghệ hơn là mấy nhà có tiền hay làm món cháo ốc gạo. Ruột ốc gạo, lể ra độ một tô, bỏ vô chảo xào xơ xơ với mỡ, tỏi, hành cho thơm, trút vào nồi cháo, là đã có nồi cháo ốc gạo ngon lành, ngọt lịm, thơm lừng. Tiêu chuẩn chia đều mỗi người một tô, cháo nóng dùng để "chữa lửa" thì thôi hết chỗ nào tả... Con ốc gạo Tân Phong ăn như thế. Rồi nó theo xe đò vượt Bắc Mỹ Thuận, lên Sài Gòn, Chợ Lớn giúp cho nhiều thế hệ phụ nữ, phụ chồng nuôi con, chỉ nhờ có gánh ốc gạo.

Món ***ốc gạo làm gỏi trộn đu đủ*** hay làm món ***bún ốc*** bán ở các chợ Saigon là món ngon mà biết bao cô gái Saigon từng ăn ưa thích và ghiền. Thời buổi văn minh, các nhà hàng chế ***món ốc gạo cháy mỡ tỏi, ốc gạo um nước dừa***, chưa ăn mà nghe chảy nước miếng rồi.

Nghe nói ở miệt xứ Quảng, có **ốc gạo Sơn Trà** cũng ngon nổi tiếng. Nước sông Trà Giang trong xanh nên con ốc ở dây nhỏ nhưng bù lại có mùi thơm như ốc hương.

Còn ngoài Bắc nghe nói có con **ốc nhồi**, nghe thì nghe vậy chớ trong Nam không biết nó ngon cỡ nào.

Thế rồi khách phải rời Vĩnh Long, trở lại Bắc Mỹ Thuận về Saigon. Dừng chân đôi phút trên bến đò kiếm cái gì gọi là "quà Vĩnh Long" cho người Saigon. **Xâu chim** về Saigon chắc quý lắm.

Chim bày bán có: *le le, ốc cao, vỏ vẻ, chàng nghịch, mỏ nhác*, cái tên nghe lạ nhưng có mặt tại đây từ lâu lắm rồi, từ ngày Tây làm cái Bắc nẩy, mà theo mấy bà ở đây kể lại là chim được bắt từ Ba Càng quận Bình Minh.

Dạo qua chỗ bán trái cây, thôi đủ thứ, đặc biệt với khách phương xa là sầu riêng, măng cụt, vú sữa, đặc sản của miền Nam, miệt ngoài không có.

Trái vú sữa chín, căng phồng, láng bóng, tròn lẳng như con gái Nha Mơn nổi tiếng đẹp, nhìn mà bắt thèm... Mua một chục, mấy cô đưa khách 14 trái và còn nói thêm rằng ở miệt Sa Đéc tới 18, còn trong vườn ngày xưa một chục tới 24 trái lận. Đối với khách miệt Saigon và miệt ngoài thì quả là điều mới lạ, còn đối với đồng bào miền Bắc thì là điều chưa hề nghe nói đến "cái chục có đầu" nầy.

Hiện nay có gần 8 triệu người Việt vì thời cuộc mà "bấm bụng" ra đi, xa phương cầu thực trong đó chắc có nhiều bà con Vĩnh Long.

Nay ở đâu đó, chân trời góc biển, có người đã về thăm quê, có người chưa về thăm Vĩnh Long lần nào. Dầu có hay không, nay nghe kể chuyện xứ Long Hồ, chuyện con ốc gạo cù lao Tân Phong chắc sẽ làm bạn chạnh lòng.

Thôi thì chúng ta hãy cùng nhau về thăm lại quê hương Vĩnh Long đầu chỉ là một thoáng trong "tâm tưởng" cũng lấy làm mãn nguyện rồi...

Tặng người Vĩnh Long

Cây Trái Miệt Vườn

Đồng bằng Sông Cửu Long theo như phân vùng ngày nay, gồm có 12 tỉnh và một thành phố thuộc trung ương. Đó là: Hậu Giang, An Giang, Đồng Tháp, Tiền Giang, Bến Tre, Bạc Liêu, Cà Mau, Vĩnh Long, Trà Vinh, Kiên Giang, Sóc Trăng, Long An và thành phố Cần Thơ.

Có lúc người ta dùng từ "Lục Tỉnh", có lúc dùng chữ Miền Tây, có lúc dùng chữ "miệt vườn" và sau 1975 người ta dùng chữ Tây Nam Bộ để chỉ Đồng Bằng Sông Cửu Long. Người mình ở đây xưa nay sinh hoạt đi lại ngược xuôi, tấp nập trên sông, trên nước như người Saigon, Hà Nội đi trên bộ vậy.

Thuở xưa ông Nguyễn Cư Trinh (1716-1767) viết về Gia Định (gồm luôn Nam Bộ) cho là *"vùng sen tàn nơi ẩm thấp, khí hậu độc địa"*. Còn Trịnh Hoài Đức (1765-1825) viết về Gia Định - Đồng Nai (bao gồm Nam Bộ) cho vùng nầy là nơi có *"địa cuộc tốt, phong thủy tốt."*

Lục Tỉnh là vùng đất mới, sông nước ngổn ngang, buổi đầu hoang dã, đầy "chướng khí", nhưng nhờ địa cuộc tốt, phù sa theo hai con nước lên xuống mỗi ngày, bồi đắp mà ngày nay trở thành nơi trù phú, cây trái tốt tươi quanh năm. Với diện tích 39,712 cây số vuông (12.1% cả nước), dân số 17 triệu (trên 21% cả nước), sản xuất trên 92% gạo xuất khẩu cả nước (theo thống kê năm 2002).

Cây trái ở Lục Tỉnh là một mảng lớn, góp phần làm nên vẻ riêng, cái đẹp mà người mình thường gọi là miệt vườn.

Không biết Lục Tỉnh có được bao nhiêu con sông trong tổng số 2,360 con sông trên cả nước (nhưng chắc phải hơn nửa số đó) với một hệ thống tưới đều khắp nơi, làm cây trái ở đây tươi tốt quanh năm, có loại đặc thù chỉ ở đây mới có, mới ngon.

Như là:

- Trái xoài, xin được kể trước không chỉ vì nó ngon mà vì trồng nhiều và xoài ở đây còn gây nhiều ấn tượng sâu đậm, đi vào tận đời sống văn hóa, tín ngưỡng, dân gian rất dễ thương.

Ghe xoài trên sông nước miền Nam.

Người trong vùng nầy quen gọi xoài là "xài" vì làm biếng uốn lưỡi bẻ miệng, nhưng nói ra ai cũng biết. Trái xoài hình trái tim, nhiều cơm, mùi thơm đặc biệt có hột trắng, vỏ xanh, chín màu vàng đậm.

Nhà nào ở trong Nam cũng thích trồng vài gốc xoài sau nhà. Lá xoài còn ăn sống rất ngon. Trái xoài từ lúc còn xanh đến khi chín được người mình tận tình khai thác. Xoài xanh dùng ăn với nước mắm chấm đường hoặc bằm nhỏ ăn kèm với cá kho mặn, kho lạt, rất bắt cơm, đặc biệt là trộn với khô. Trái chín dùng làm quà biếu, cúng chùa, cúng tổ tiên, nhứt là đầu mùa dùng làm quà rất quý.

Xoài cho trái từ tháng 3 âm lịch kéo dài đến tận Tết nên rất được các bà dùng để chưng mâm ngũ quả để cả năm *"Dừa Đủ Xài"*.

Xoài có nhiều loại như ***xoài Cát, Xoài Gòn, Thanh Ca, Xoài Tượng, Xoài Góc, Xoài Xiêm...*** Xoài Cát, Xoài Thanh Ca rất ngon, ngọt, dai mà không xơ, còn xoài tượng chỉ để ăn sống với nước mắm đường mà ai cũng ưa, cũng thích nhất là các cô, các bà.

Khoảng tháng 10, nắng vàng óng ánh là lúc xoài đã già, trở màu vàng đậm, nặng trĩu đong đưa dưới gió, có trái gần cả ký 16.

- Trái xoài riêng tên mới nghe tưởng có họ hàng với xoài nhưng hoàn toàn "người dưng nước lã". Có người kêu là **sầu riêng** vì cái tên sầu riêng đã được chọn làm

Cô chủ vườn xoài riêng.

tên cho vở kịch, vở cải lương nên được nhiều người kêu hơn là xoài riêng.

Xoài riêng là đặc sản ở Lục Tỉnh, không có ở đất Bắc. Trái to như trái mít, có nhiều múi lớn, mỗi múi chứa nhiều múi xoài riêng nhỏ bên trong to cỡ cái trứng gà. Mùi xoài riêng độc đáo, hơi "gắt" bay xa và giữ lâu, ngọt đậm đà, thịt trắng màu mỡ gà, mềm như miếng pho mát hiệu đầu bò cười.

Trái xoài riêng rất mắc tiền bán tính theo ký lô, chớ không tính chục, rộ vào mùa Xuân. Người mua xoài riêng khó phân biệt trái sống hay chín nên thường phải được thử trước mặt hoặc là "bao ăn", có gì trả lại...

Vỏ xoài riêng đặc biệt có gai cứng, cao, đóng lõm chõm trông thấy sợ, nhưng chưa hề nghe nói có ai bị xoài riêng rụng nhằm đầu cả. Hỏi ra mới biết là xoài riêng chín chỉ rụng vào ban đêm mà thôi. Kể cũng lạ!

Cái Mơn nổi tiếng xoài riêng ngon.

- **Trái thơm**, trái khóm trồng nhiều ở Lục Tỉnh, người ngoài Bắc gọi là quả dứa.

Xưa mỗi lần bạn về miền Tây nhân chờ xe ở cầu Bến Lức, Tân An thì thế nào cũng có dịp thưởng thức **khóm Bến Lức**. Khóm ở đây ngọt đậm đà vì trồng ở vùng đất phèn, trái nhỏ, vỏ có nhiều mắt. Trong khi trái thơm thường to hơn, trồng ở vùng nước ngọt, màu ngả xanh, mắt to và sâu hơn trái khóm.

Trái thơm to, nhiều nước nhưng cái hậu không ngọt bằng trái khóm. Nói chung thơm khóm có mùi thơm riêng đặc biệt nên ai đó đặt tên là trái Thơm là vậy.

Trái thơm, trái khóm nhiều mắt, vỏ xù xì, muốn ăn phải gọt lớp vỏ xù xì trước, sau phải tỉa sâu dọc theo thân trái để bỏ phần mắt, ăn không bị rát lưỡi. Thơm khóm chấm muối ớt ăn chơi rất ngon.

Ngày cưới, ngày giỗ các nhà xưa, chuộng cổ hay dùng nguyên trái thơm để chưng bàn thờ cùng với các loại trái cây khác trông rất đẹp và độc đáo chỉ có ở miệt vườn mà thôi.

- Mãng cầu là loại trái cây ngon ở Miền Nam. Mãng cầu dễ trồng, độ hai ba năm thì có trái rồi. Trái mãng cầu bự cỡ nắm tay, vỏ xanh hơi vàng lợt, kết thành từng khía, ruột trắng có nhiều múi, hột màu đen. Trái mãng cầu nhìn bên ngoài không đẹp, có vẻ gồ ghề, nhưng thịt dai, ngọt lịm, nhứt là trồng ở miệt Gò Công, Vũng Tàu gọi là **mãng cầu dai**, để phân biệt ***mãng cầu bở*** nơi khác. Có nhiều bà già thích mãng cầu bở vì dễ ăn, để lùa bỏ hột.

Mãng cầu ở nhà vườn ngày xưa bán tính bằng đơn vị giỏ, (giống như giỏ cần xé nhưng nhỏ hơn), chớ không tính chục cũng không tính ký lô.

Ngoài Bắc gọi mãng cầu là quả **na**.

Cũng có loại mãng cầu khác, trái to, vỏ xanh tươi, có gai nên đặt tên là **mãng cầu gai**, cũng có người kêu là ***mãng cầu Tàu*** để phân biệt trái mãng cầu ta là loại mãng cầu dai. Mãng cầu gai trồng ở đất nước mặn, pha chè, thường lai ghép vào thân chùm bát, ruột trắng, có vị chua ăn chấm muối mới ngon.

- Măng cụt: Cái tên nghe lạ, mộc mạc rất là Nam Kỳ. Măng cụt có trái vào tháng 5 đến tháng 8 ta, trùng dịp rằm tháng 7 là Tết Trung Thu nên rất được nhiều người ưa chuộng nhưng ít thấy ai dùng để cúng.

Trái măng cụt nhỏ cỡ trái quít đường, màu tím, đậm hơn màu trái gấc, gần giống như màu xôi lá cẩm hoặc xôi nếp than. Ruột trắng đục có hột nhỏ. Ăn măng cụt phải dùng dao cắt theo vòng tròn như mấy bà già xiết trái cau tươi vậy; làm sao chỉ đủ đứt vỏ măng cụt để tách bỏ phần nửa dưới của trái.

Ruột măng cụt còn dính lại với phần 1/2 vỏ trên có cuống, cầm để ăn rất tiện và xem tao nhã nữa. Cho múi măng cụt vào miệng, đầu tiên nghe mùi thơm, vị hơi hơi chưa, cắn nhẹ sẽ thấy ngọt và nhai nghe dòn.

Măng cụt hái tại vườn cây.

Măng cụt miền Đông nổi tiếng ở Lái Thiêu, miền Tây là Vĩnh Long. Trưa hè vào vườn măng cụt cành lá xum xuê, rậm rạp ta cảm thấy mát rượi.

Măng cụt có loại ngọt thanh hơi chua, có loại ngọt gắt, có loại múi ăn giòn. Muốn biết, muốn chọn khách hàng thường được mời ăn thử không mua chẳng sao.

- **Vú sữa:** trồng nhiều ở miệt vườn và không có ở miền Bắc. Cây vú sữa tàng to, lá to màu xanh hơi trổ vàng. Bước vào vườn vú sữa nhìn lên ngọn bạn sẽ thấy bao nhiêu là trái treo lủng lẳng, tròn bóng láng như ai thoa dầu trét mỡ vậy, nhứt là mùa trái chín.

Có loại trái tím, ruột tím, có loại trái trắng, vỏ vàng lợt ruột trắng đục như sữa. Nhìn trái vú sữa chín khiến bạn mê ngay, đẹp láng bóng như da mặt cô gái xuân, nhưng ẩn bên trong một chút dân dã.

Ruột vú sữa thơm như mùi sữa, tinh khiết như sữa con so. Vào mùa hè được giải khát bằng vú sữa thì không còn gì bằng. Cái độc đáo và gây nhiều ấn tượng cho khách miệt ngoài xuống miệt vườn là cách ăn vú sữa của người ở đây.

Trước tiên dùng hai bàn tay xoa bóp nhẹ đều, xung quanh trái vú sữa, tới khi cảm thấy ruột bên trong đủ mềm, đủ chảy sữa thì thôi. Bỏ cuống, dùng tay nhè nhẹ tách trái ra làm hai để thưởng thức. Những giọt sữa chảy dài hai bên mép, dính trên môi trông thật tự nhiên như em bé bú sữa mẹ vậy. Có người còn ăn vú sữa bằng cách nút như trẻ con bú mẹ trông mắc cười!

Trái cây miệt vườn vừa đa dạng vừa đặc thù vì chỉ có ở đây hoặc ở đây mới ngon. Trái cây ở đây đã đem lại cho sanh hoạt vùng nầy một nét mới lạ, rất nhà vườn mà không đâu có. Từ cái giỏ, cái bội, cái xé... là những dụng cụ để chứa, để đếm như là đơn vị trao đổi buôn bán tiếp tới cách đếm, tính chục 12, 14, 16, 18, 24...

Rồi lễ tục ở đây cũng gắn với cây trái. Cây mới có ***trái mùa đầu tiên*** gọi là ***"trái chiến"*** (như gái có con so vậy) thì thanh niên, thiếu nữ không được hái mà phải dành cho người lớn. Trái chiến rất quý dùng để cúng chùa hoặc cúng tổ tiên hay đem biếu sui gia, chòm xóm, chỗ ơn, chỗ nghĩa để "ăn lấy thảo". Ngày nay tục lệ này vẫn còn.

Cái nổi bật, độc đáo ở đây là **Chợ Nổi trái cây**. Chợ Nổi trên sông miệt vườn trước kia là do nhu cầu trao đổi buôn bán, từ cái thời còn đi lại trên sông là chánh. Nay có xe, có tàu, nhanh chóng nhưng chợ nổi vẫn tồn tại và phát triển như một nét đẹp văn hóa độc đáo miệt vườn…

Chùm trái dâu chiến miệt vườn.

Trong thời buổi văn minh, con người tất bật đêm ngày, mỗi năm vào dịp nghỉ hè, nghỉ Tết, được ngồi trên chiếc ghe tam bản, dạo quanh cù lao, len vào vườn, ngắm nhìn cây trái, nghe mùi thơm sông nước, hoa cau, hoa dừa, hoa bưởi... thì còn gì thích thú cho bằng.

Và rồi bạn sẽ nhủ thầm: Cám ơn cây trái quê mình.

Chợ nổi trái cây

Quết Bánh Phồng Ăn Tết

Mỗi năm cứ vào độ trời vừa ngớt mưa, gió lạnh nhè nhẹ thổi về, thì người mình ở miệt quê đã bắt đầu chuẩn bị Tết. Rồi lúa ngoài đồng bắt đầu trở màu vàng óng ánh, đó đây người ta bắt đầu gặt, thu hoạch vụ mùa để ăn Tết.

Mỗi năm có ba ngày Tết, năm nào cũng vậy, thế nhưng ai nấy cũng đều gấp rút, chạy với thời gian thế mới nói "gấp như Tết".

Nhớ lại thuở xưa, ở quê nhiều người phải đi làm mướn cho điền Tây, điền ta, cuối năm mới được nghỉ phép về quê ăn Tết, thăm cha, thăm mẹ, gặp lại nhơn tình:

Trời xanh, kinh đỏ, đất xanh,
Đỉa bu, muỗi cắn làm anh nhớ nàng.
Bao giờ cho lúa chín vàng,
Cắt rồi anh trở về làng cưới em.
(điệu hò Miền Nam)

Cái Tết, do vậy, đối với người xưa mang nhiều ý nghĩa thiêng liêng, trọng đại mà ai cũng trân quý; nên có những món ăn đặc biệt dành cho ngày Tết, ngày thường không có, lâu ngày trở thành quốc hồn quốc túy.

Như là ***bánh Tét, bánh phồng, thịt kho dưa giá, dưa hấu***... trong đó chiếc bánh phồng đặc biệt để lại trong chúng ta nhiều ấn tượng về Tết rất sâu đậm như là cái gì thân thương, ấm cúng, tình tự quê hương bởi những con người làm ra nó.

Tại sao nói là bánh phồng gợi nhớ trong ta sâu đậm như thế?

Trở lại trang lịch sử thời tổ tiên ta hồi mới vào vùng Lục Tỉnh, mới thấy hết được tình nghĩa của những con người đi khai phá, trong đó có việc chế biến ra cái bánh phồng, sản phẩm đặc biệt của địa phương để dâng cúng tổ tiên nhân ngày Tết trọng đại.

Bánh phồng, cái tên gợi hình, đã nói đầy đủ phần nào cho bạn biết thế nào là chiếc bánh phồng. Bánh phồng như bánh tráng, nhưng khi nướng lên nó phổng lớn ra, to lớn hơn, dày hơn, đặc biệt là để lại nhiều chỗ phồng to như cái hột mít, gây nhiều ấn tượng cho người nướng, người ăn.

Trong suốt tiến trình chế biến chiếc bánh phồng từ bột nếp, cách cho ăn nước đường, nước cốt dừa, cách quết, cán, phơi và cuối cùng là nướng, mỗi công đoạn đều để lại cho chúng ta nhiều kỷ niệm sâu đậm và gợi nhớ vô cùng.

Nếp làm bánh phồng phải là nếp ngon, nếp mỡ hay nếp mù u, được chuẩn bị kỹ từ lúc gieo mạ, cấy, gặt, phơi và xay không cho lộn với lúa hay loại nếp khác. Nhiều gia đình kỹ lưỡng, người ta phải lội xuống đám nếp chín vàng lựa các bông lúa, bông nếp "bị đốc" (lai giống) lẫn lộn mà tỉa bỏ đi trước khi gặt nếp.

Hột nếp trước khi đem xôi phải được lựa kỹ bỏ gạo, bỏ sạn, đá; đặc biệt hột nếp phải to, hột đều, đục và khô.

Thuở nhỏ, nhiều bạn nhất là các bà ai cũng có lần bị bà nội, bà ngoại bắt phải lựa nếp để quết bánh phồng. Ôi thôi không có gì ngán cho bằng.

Dừa khô đã chuẩn bị từ tháng 10, phơi khô chất lủ khủ dưới sàn, góc nhà, để thắng nước cốt quết bánh phồng. Nhà nào không có cối, có chày phải đi mượn trước, đem về rửa sạch phơi khô, rồi chọn chỗ rộng để quết bánh.

Các gia đình, có tiền, có danh phận ở Lục Tỉnh xưa rất quan tâm dạy dỗ con gái "nữ công gia chánh" nên ngày tư ngày Tết bày làm món này món kia để dạy con dạy cháu luôn thể. Con gái nhà nghèo thì đến nhà bên cạnh làm giúp, vừa học nữ công gia chánh vừa cũng là cơ hội giao du biết đâu được bà chủ điền chấm và chọn cho con trai bà.

Cho nên nói con gái Lục Tỉnh người nào cũng khéo việc bếp núc bất kể giàu hay nghèo, có học hay không.

"Đúng là thiếu nữ trong nầy giỏi nữ công thật! Ngoài Bắc chỉ có một số con gái nhà quý phái mới học làm ít thứ bánh lạ thôi" (Nguyễn Hiến Lê, *7 Ngày Trong Đồng Tháp*)

Quết bánh phồng ngày Tết, nhà nào cũng chuẩn bị vài ba ổ cho đáng công, vừa để ăn Tết vừa hiểu cho bà con hàng xóm gọi là "trước cúng ông bà sau ăn lấy thảo".

Bánh phồng được tính theo chục, 10 cái chớ không phải chục có đầu như trái cây. Người phụ quết, phụ cán thì biếu nửa chục, chòm xóm phải biếu một chục, sui gia, chỗ ơn, chỗ nghĩa ngoài chục bánh còn kèm theo chục hột vịt hay cặp vịt, cặp gà nữa...

Ngày quết bánh, bà tôi thường dậy sớm, lụm cụm nhúm lửa, bắt lò nấu xôi, cả nhà ai cũng thức dậy theo, người nạo dừa thắng nước cốt, người thắng nước đường, thanh niên lo chày cối, lo lá chuối, ống cán, chuẩn bị vỉ, chiếu phơi bánh... Mỗi người một việc, thành thạo trong thao tác như đã qua lớp thụ huấn từ hồi nào vậy.

Nồi xôi chín tới là đổ ngay vào cối, chày cối đã tẩm sẵn dầu cho không dính. Người quết kẻ cho ăn, động tác đều đặn, càng về sau càng nhanh thêm. Dưới ánh đèn manchon sáng vàng rực trong mái nhà không đủ lớn so với bao con người làm việc tạo nên một hoạt cảnh vui tươi, nói cười rôm rả.

Bột phải nhuyễn và phải thật nhuyễn không có một hột "óc trâu" và cho ăn nước đường, nước dừa làm sao cho ăn ý với người quết, cho ổ bánh đủ béo, đủ ngọt, không nhão, không quá ngọt, nướng sẽ không phổng.

Khi ngưng quết, ổ bánh "đã tới" là bắt đầu cán bánh, đây là giai đoạn náo nhiệt và vui nhứt. Lúc này bên ngoài nắng đã lên, mấy chiếc chiếu đã sẵn sàng chờ phơi bánh.

Ổ bánh được ngắt ra từng cục, vo tròn thành viên cỡ viên chè trôi nước, chuyền cho các cô gái cán thành chiếc bánh. Tất cả do kinh nghiệm, mà sao chiếc bánh phồng nào cũng bằng nhau, giống nhau như một, thế mới phục.

Các cô ngồi trên bộ ván, bắt lấy cục bột, để lên lá chuối, tay cán, tay xoay miếng lá chuối trông rất thành thạo, nghệ thuật, nhịp nhàng, mấy chốc đã xong và giao lại cho anh chàng thanh niên đứng chờ sẵn, đón nhận đem đi phơi.

Vo viên bột để ép hay cán thành bánh phồng.

Cô nào cô nấy mồ hôi nhễ nhoải, chảy ướt dọc theo tóc mai, má đỏ hồng, vui cười hồn nhiên mà không hay không biết có chàng trai đang đứng nhìn mình đắm đuối! Cứ thế mà tiếp tục, ổ bánh thứ nhì, thứ ba sẽ hoàn tất nội nhựt một ngày.

Nhìn ra bên ngoài, các chiếc chiếu, đã đầy ắp bao nhiêu chiếc bánh phồng dưới nắng, như ai đó dùng compas vẽ các vòng tròn đều trên giấy vậy.

Chiều hôm đó, bà tôi sai gỡ bánh đem vô nhà, cẩn thận lấy khăn lau cho khô dầu, rồi lấy kéo tự tay vanh cắt cho các chiếc bánh phồng thiệt tròn, thiệt đẹp thì bà mới vừa ý.

*

Mấy đứa cháu nhóc con bu quanh được bà cho mấy dây bánh (phần cắt ra) đứa nào đứa nấy mừng húm vừa ăn vừa để dành.

Sáng hôm sau bánh được phân chia đem đi cho, đi biếu, còn lại bà lụm cụm gói lá chuối khô, cất kỹ trên treo chờ Tết.

Tối hôm đó bà tự tay đốt củi lấy than nướng thử chiếc bánh phồng để chiêm nghiệm kết quả của một công trình mà cả nhà chắt chiu, với bao khó nhọc làm nên. Trong bóng đêm, bên ánh lửa bập bùng, bà tự tay nướng chiếc bánh đầu tiên, trở qua trở lại, khi hạ thấp, lúc nâng cao như người điều khiển ban nhạc.

Nướng bánh phồng

Như có phép lạ, chiếc bánh đột ngột phình ra, nhô lên hết chỗ này đến chỗ khác, rồi cả cái bánh to lên lạ thường, chỗ cao, chỗ thấp, chỗ phồng to lên như hột gà, phồng nhỏ cỡ hột mít làm cho mặt bà vui tươi, rạng rỡ và hạnh phúc như tràn lên mắt lên môi. Bà kêu cả nhà đến coi chiếc bánh phồng.

Bên cái bánh phồng, bà kể bao nhiêu chuyện từ chuyện nữ công nữ hạnh của người con gái, đến chuyện cuộc đời gian khổ của bà từ khi còn con gái đến khi lấy chồng, bà kể như chuyện kể đời xưa, nhưng cả nhà chăm chú nghe như lời giáo huấn mà tới nay nghĩ lại vẫn còn có giá trị.

Cùng có mặt với chiếc bánh phồng ngày Tết, còn có cái **bánh tráng mì** là đặc sản miền Nam. Khởi thủy bánh tráng làm bằng nếp, sau nầy người ta thay thế nếp bằng củ mì, thấy ngon và lần hồi được mọi người chấp nhận. ***Bánh tráng khoai mì*** làm tương đối dễ hơn bánh phồng, khoai mì trong Nam gọi là củ mì, dễ trồng nên ngày Tết nhà nào cũng tổ chức quết vài ổ bánh tráng mì.

Nói là dễ chớ cũng phải lựa củ mì, loại củ có bột, không sượng, không xơ và không chạy chỉ. Củ mì phải trồng ở đất giồng, đất cao, không bị úng nước, không bị sượng, mới cho nhiều bột và có mùi thơm.

Quết bánh tráng nhẹ công hơn bánh phồng, chỉ cần quết cho củ khoai nhuyễn thì cho uống nước đường, cho ăn nước cốt dừa, không cần phải gia công cho bột phồng, như quết bánh phồng.

Chọn khoai mì có nhiều bột để làm bánh tráng mì.

Làm **bánh tráng mì** ăn ngày Tết người ta thường để thêm phụ gia như vani, lá dứa, soài riêng... làm cho hương vị bánh tráng mì thêm độc đáo, đậm nét cây nhà lá vườn miệt quê.

Ăn thử miếng bánh tráng mì xoài riêng, bạn sẽ nhớ hoài cái hương vị độc đáo, vừa ngọt, vừa béo, giòn giòn và đặc biệt là mùi vị soài riêng; do đó có nhiều người thích ăn bánh khoai mì xoài riêng còn sống (không nướng).

Cái bánh tráng mì trông ra có vẻ dân dã, bình dân hơn cái bánh phồng, nên ngày xưa ít được dùng cũng trong ngày Tết, mà chủ yếu là "để ăn chơi ba ngày Tết".

Cái không khi quết bánh phồng, bánh tráng ngày Tết thật là rôm rả, vui tươi, thân thiết, là nét đẹp đặc biệt của người mình. Tiếng chày quết bánh phồng, bánh tráng để lại kỷ niệm sâu đậm cho bao thế hệ thanh niên ngày trước.

Có bao mối tình trai gái nẩy nở, thành tựu cũng như không thành, kể từ đêm quết bánh phồng, bánh tráng ngày Tết.

Cái chày, cái cối làm nên những chiếc bánh giúp cho ngày Tết của mình đã mang nhiều ý nghĩa cao quý, thiêng liêng lại thêm tình thêm tự biết mấy.

Trời xanh, kinh đỏ, đất xanh,
Đỉa bu, muỗi cắn làm anh nhớ nàng.
Bao giờ cho lúa chín vàng,
Cắt rồi anh trở về làng cưới em.

Cán bột thành bánh phồng theo mẫu lót để tròn đều nhau.

Ngày nay đã qua rồi cái thời cơ cực, đỉa bu, muỗi cắn của tổ tiên thời xưa, nhưng cũng qua rồi cái thời quết bánh phồng, bánh tráng ăn Tết! Nay, bánh phồng thì ngày nào cũng có thể ăn và phải chăng vì vậy mà cái bánh phồng chỉ còn lại là cái dư vị ngày xưa mà thôi!

Đã lâu rồi chúng ta không còn có dịp sống lại những phút giây cạnh bà, chờ nướng bánh phồng bên bếp lửa. Cũng từ lâu rồi chúng ta như đã quên tiếng chày quết bánh!

Nay nhắc chuyện quết bánh phồng ăn Tết như đâu đây có âm vang tiếng chày, làm cho ký ức chúng ta sống lại.

Một ký ức của những con người xa xứ.

Đẹp biết bao nhiêu!

Nông dân miền Nam đập lúa ngày xưa (Phụ bản tranh vẽ)

Gạo Nàng Thơm Chợ Đào Món Ngon Ngày Tết

Người Việt Nam xưa nay coi ngày Tết là ngày thiêng liêng. Độ tháng 10 ta, thì đâu đó đã thấy cái không khi chuẩn bị Tết rồi.

Chính cái không khí chuẩn bị Tết mới *"thật là Tết"* và để lại trong mỗi chúng ta ít nhiều kỷ niệm sâu đậm, khó quên. Nói chuẩn bị Tết là chuẩn bị các món để ăn Tết, để *"trước cũng ông bà sau cho con cháu ăn"*.

Xin kể ba món ngon đặc biệt trong ngày Tết ở miền Nam, miệt quê, miệt vườn từ xưa mà nay vẫn còn.

- Trước hết là cơm gạo thơm, có tên là Nàng Thơm Chợ Đào. Người mình ngày tư ngày Tết thì cơm là món không thể thiếu. Giàu nghèo, ở quê hay ở thành thị nhà nào cũng chuẩn bị một ít gạo thơm để rước ông bà.

Trong danh mục gạo thơm thường bắt đầu bằng chữ Nàng; gồm có *Nàng Hương, Nàng Quớt, Nàng Quới, Nàng Trì, Nàng Cho...* đặc biệt nhứt là *Nàng Thơm Chợ Đào.*

Gạo Nàng Thơm Chợ Đào có mùi thơm đặc biệt, thơm ngay từ khi còn là gạo, thơm lúc vo gạo, thơm tỏa rất xa lúc nồi cơm sôi, và thơm ngào ngạo, bay xa hơn nữa là lúc cơm chín, bới ra chén, vỡ ra rá, ra thố.

Có thể nói không sợ quá lời là hiện nay chưa có gạo nào thơm và ngon bằng gạo Nàng Thơm Chợ Đào. Cơm gạo Nàng Thơm Chợ Đào để nguội, hột vẫn mềm, mùi vẫn thơm, ăn vẫn thấy ngon.

Gạo Nàng Thơm Chợ Đào là đặc sản chỉ trồng được ở ấp Chợ Đào, huyện Cần Đước tỉnh Long An, giáp ranh Gò Công; đã nổi tiếng từ xưa, được đưa vào danh mục "đặc sản phương Nam" để đem đi tiến vua Minh Mạng từ thế kỷ 19.

Cần Đước là xứ nổi tiếng gạo ngon từ xưa, thời Nguyễn Hữu Cảnh mới vào lập xứ Saigon - Gia Định, nên mới có câu tục ngữ:

Gạo Cần Đước, nước Đồng Nai

Hột gạo Nàng Thơm Chợ Đào có màu trắng trong, ẩn màu hồng lợt như hột lựu, nên người dân ở đây kêu là *“gạo hột lựu”*. Mỗi năm ấp Chợ Đào sản xuất độ 1,500 tấn lúa. Nàng Thơm Chợ Đào đa phần xuất cảng, với thương hiệu Nàng Thơm Chợ Đào.

Ngày Tết, bới bốn chén cơm Nàng Thơm Chợ Đào cúng rước ông bà thì quý lắm, cả nhà mãn nguyện lắm, sau đó gia đình quay quần bên mâm cơm đầu năm thì hạnh phúc không gì bằng...

- Dưa kiệu, củ kiệu làm chua cũng là món ngon ngày xưa, đặc biệt chỉ có trong dịp Tết mà thôi.

Cái gì làm chua người miền Nam cũng gọi là dưa như: ***dưa cải, dưa giá, dưa hành, dưa môn, dưa kiệu.***

Gần Tết, trời nghe se se lạnh, bởi ngọn gió chướng thổi về thì đó đây chợ quê, chợ tỉnh bắt đầu bày bán các loại cái để làm dưa, chuẩn bị ăn Tết.

Cải chua dễ làm, rẻ tiền nên nhà nào cũng làm một khạp để ăn với “nồi thịt cá kho xà bần” tới hạ nêu.

Còn **củ kiệu**, không phải nhà nào cũng có, bởi mắc tiền, chế biến công phu và đặc biệt là phải biết làm mới ngon và đâu phải ai cũng làm được. Ngày Tết nhà nào có củ kiệu thì quý lắm, vì cả năm mới có một lần.

Củ kiệu làm chua ăn có mùi nồng hăng hăng, cay nhưng có vị đăng đắng, nhai nghe dòn dòn... mùi bốc lên cho ta cái cảm giác nhè nhẹ, thơm thơm, khó tả.

Nước kiệu hòa cùng nước giấm chua, nước đường ngọt, nhai chung với con tôm khô thì ngon không có gì thay thế được.

Tôm khô, củ kiệu là món ngon, sẵn sàng để ăn, và chỉ cần một món cũng đủ làm khách ngày Tết hài lòng rồi.

Các nhà khá giả, có con gái cưng, hay bày làm dưa kiệu ngày Tết để trước cúng ông bà, sau có dịp dạy con gái học "nữ công gia chánh" để gả chồng.

Gió Tết lạnh làm cây kiệu héo lá, nắng Tết làm khô thêm thân cây kiệu và cũng là lúc người nhà vườn nhổ kiệu đem đi ra chợ bán.

Kiệu làm chua phải là loại kiệu nhỏ củ, gọi là kiệu Huế, ít cay, không quá nồng; khác với củ kiệu bự, thường bán trong mấy tiệm chạp phô của người Tàu, ăn không ngon, vì quá nồng, quá đắng.

Kiệu mua ở chợ đem về thì cả nhà xúm lại cắt lá, cắt rễ cho sạch. Có nhiều nhà mua tới hai ba thúng giạ, đổ xuống cả góc nhà, phải nhờ chòm xóm tới cắt phụ. Cắt kiệu không được cắt quá sâu, phạm vào củ sẽ làm kiệu bị bã khi ngâm giấm, ăn mất dòn.

Kiệu cắt sạch được ngâm nước muối cho bớt nồng, bớt đắng, sau đó đem xả, rửa sạch và tỉa cắt lại lần nữa, lựa bỏ một số củ lép, củ hư hay củ bị cắt phạm. Có người còn ngâm thêm nước phèn cho kiệu được giòn.

Sau đó phơi sơ củ kiệu cho ráo, xếp vào hũ, vào keo, gài chặt rồi châm đầy nước giấm đường nấu sôi để nguội âm ấm. Đem hũ kiệu ra nắng phơi vài ngày thì ăn được. Lựa hũ ngon nhất chưng trên bàn thờ để chiều 30 Tết rước ông bà.

Cái không khí cắt tỉa kiệu ngày Tết không rôm rả náo nhiệt như quết bánh phồng; không ấm áp thâu đêm như thức canh bánh Tét, nhưng góp phần làm cho cái Tết thêm ý nghĩa, nhứt là đối với quí bà, quí cô.

- **Thịt kho tàu** ăn với ***dưa giá*** là món ăn truyền thống ngày Tết ở miền Nam. Người mình xưa quen ăn tôm cá, ít khi ăn thịt. Chỉ có ngày tư ngày Tết thì mới được ăn.

Không biết món thịt kho dưa giá, món ăn ngày Tết có hồi nào, nhưng nay rất phổ biến ra Trung, ra Bắc và được quý bà mang ra hải ngoại.

Thịt kho tàu.

Người trong Nam kêu là ***thịt kho Tàu***, nhưng trông ra nó chẳng dính dáng gì đến Tàu cả. Món thịt kho Tàu ngày xưa là thịt kho chung với cá lóc, dùng trong ngày Tết, ngày cưới và ngày giỗ.

Thịt để kho là thịt heo "ba rọi", nửa nạc nửa mỡ, phải lựa heo tơ, da mỏng. Có người thích lấy phần *"nây"* (bụng) có người thích lấy phần đùi mà phải đùi trước mới mềm và nhiều nạc.

Còn con cá lóc thì chọn cỡ bắp tay, lớn quá thịt sẽ cứng, nhiều sơ nhai thấy bà. Ở quê thường tát đìa vào tháng Chạp để bắt cá lóc rọng trong hũ để dành kho với thịt hoặc nấu canh chua ngày Tết.

Nồi thịt kho Tàu ngon nhờ kho với nước dừa xiêm nên miếng thịt, khứa cá có màu vàng sậm, óng ánh, nước trong veo, thật hấp dẫn. Thịt kho Tàu mềm rệu nhưng không bở, cá kho để lâu không cứng, ăn không mùi tanh.

Nay có người để thêm trứng vịt, trứng gà, làm cho nồi thịt kho thêm độc đáo, vừa ngon vừa bổ dưỡng.

Thịt kho múc ra đĩa to gồm: thịt-cá-trứng, điểm thêm muỗng ớt bầm xào chua đỏ au, ăn với cải chua, dưa giá, dưa hành, củ kiệu và rau thơm thì rất bắt cơm.

Đi chơi đêm, đi đánh bầu cua cá cọp về khuya, có món thịt kho dưa chua, ăn với cơm nguội thì tuyệt, no hồi nào không hay. Trong ba ngày Tết, món thịt kho Tàu cũng còn dùng để gói với bánh tráng ăn rất ngon. Món ăn làm cho ngày Tết thêm ý nghĩa, ít ra ý nghĩa về cái ăn của người mình.

Thức ăn cúng ông bà ngày Tết luôn có món thịt kho Tàu.

Người Việt mình tuy ăn uống, tiệc tùng đơn sơ so với Tây Phương, nhưng trong ăn uống ta luôn có phong cách riêng, phép tắc, và đạo lý riêng của mình. Chính cái đó làm nên văn hóa ẩm thực Việt Nam.

Ăn uống mỗi miền đất nước ta có khác nhưng cũng không vì thế xa rời cái gốc, cái bản sắc.

Ra hải ngoại, người mình nay mai thế nào, còn giữ được "*quốc hồn quốc túy*" hay không phần lớn cậy vào quý bà. Bởi chính phụ nữ là sứ giả rao giảng hữu hiệu nhứt cho bản sắc Việt Nam nơi xứ người, qua ẩm thực vầy.

Lễ gia tiên (Phụ bản tranh vẽ)

Tản Mạn Về Tết

Tết là Xuân, là Năm Mới, là Lễ Hội. Tết mang tính linh thiêng đối với mọi người, mọi nhà, mọi giới, mọi tôn giáo.

Khi nào là Tết? Khi nào hết Tết?

Thuở nhỏ nhắc đến Tết như là cái gì còn lâu lắm, là cái gì phải trông chờ. Do vậy dân gian có câu: Tết Mọi, Tết Ma-rốc (Maroc), Tết Công-gô (Congo)... như cái gì "còn khuya", "còn lâu"!

Cu kêu ba tiếng cu kêu,
Trông mau tới Tết dựng nêu ăn chè.

Dân Lục Tỉnh, hễ qua ngày mồng 10 tháng chạp là coi như Tết rồi. Mãi hết ngày mồng 10 tháng giêng năm sau thì cái không khí Tết mới hết dần đến cuối tháng giêng là hết Tết.

Tết là mùa xuân của vạn vật. Mỗi năm xuân về một lần. Thế thì con gái tuổi nào là tuổi xuân? Xưa các cụ nói con gái tuổi trăng tròn là xuân. Thị Lộ tuổi trăng tròn lẻ, chắc chưa tới 20 tuổi, vẫn còn xuân nên phải lòng Nguyễn Trãi.

Tuổi nào là con gái, đàn bà hết xuân? Và bao nhiêu tuổi gọi là hồi xuân? Nói hồi xuân nhớ thuốc "Hồi Xuân Các" của nhà thuốc Võ Đình Dần một thời bá chủ ở Nam Kỳ, không biết có giúp được cho quý bà "trở lại như thời con gái" như các bác sĩ Việt Nam quảng cáo ở Little Saigon bây giờ hay không?

Còn quý ông không ai nói trai xuân cả, mà nói trai tơ, trai tân. Trước khi đàn ông thành cụ, cũng trải qua giai đoạn hồi xuân. Nhà thuốc Võ Đình Dần có loại *"tam tinh hải cẩu bổ thận hoàn"* giúp quý ông yêu đời vào cái tuổi cụ. Giờ đây, ở Hoa Kỳ có thuốc Viagra, tác dụng "thần sầu", được mấy ông Việt Kiều về quê ăn Tết mua về làm quà!

Trong nước có loại Levitra hình như của Pháp, nghe nói thua xa Viagra.

Thế giới hiện nay có 150 triệu đàn ông gặp trở ngại sinh lý gọi là tắt là bịnh ED (erectile dysfunction); Hoa Kỳ có 30 triệu và Việt Nam có 3 triệu bịnh ED.

Người miền Nam xem cây **mai vàng** biểu tượng cho mùa xuân, giống như cây đào ở miền Bắc vậy. Có lẽ cái tên Mai nói lên sự may mắn, đem mai vào nhà đầu năm nên cây mai được ưa chuộng.

Ngoài mai vàng, còn có ***mai chiếu thủy*** và ***mai tứ quý*** cũng được trồng nhiều trong miền Nam. Mai chiếu thủy là loại mai bình dân, bông trắng, nhỏ, có mùi thơm, bông úp xuống nước nên gọi là mai chiếu thủy. Còn mai tứ quý có bông 4 mùa gọi là mai tứ quý; khi mới nở bông màu vàng, sắp già có hột thì bông chuyển sang đỏ. Bà con ta ở quận Cam, California, Tết cũng mua mai về chưng. Mai nằm trong bộ Mai-Lan-Cúc-Trúc tượng trưng 4 mùa.

Dân miệt vườn rất ưa chuộng **bông vạn thọ**. Vạn thọ biểu thị cho sự sống lâu, bông có màu vàng cam lợt rất đẹp, mùi thơm dân dã rất gần với người lao động tay chân.

Bông vạn thọ bày bán ở chợ Hoa Tết.

Ở Chợ Lớn Quận 6, có đồn Cây Mai. Cây Mai đó là cây mai gì? Có phải hoàng mai không? Mai đó là loại *"mai mù u"*, *bông trắng nhụy vàng*.

Mù u, bông trắng, lá quắn, nhụy huỳnh,
Thấy em lớn tuổi ở một mình anh thương.
(câu hò Lục Tỉnh)

Nói đến cây mù ta nhớ thuở nhỏ ở quê đốt đèn bằng dầu mù u, khói đen ngòm, bay vào lỗ mũi dính đen như ống khói tàu!

Đồn Cây Mai xưa là Gò Cây Mai, thời Sơ Nguyễn, thi nhơn xứ Gia Định đến đây ngâm vịnh, thưởng ngoạn cảnh đẹp và lập nên "Bạch Mai Thi Xã" nổi tiếng một thời.

Bà Sương Nguyệt Anh (không phải Ánh), con cụ Nguyễn Đình Chiểu, chồng chết sớm có làm bài *"Vịnh Cây Mai"* nói lên tấm lòng tiết liệt, đoan trang ở vậy thờ chồng.

Tài không sắc, sắc không tài,
Lá úa nhành khô cũng tiếng mai...

Đây mới đúng là mai vàng, mai Tết.

Tết mình có nguồn gốc từ Trung Hoa có hơn 100 năm trước Tây lịch, kết tinh nhiều yếu tố "Văn Hóa Hoa" và "Phi Hoa" vùng Đông Á và Đông Nam Á. Tết Việt khác Tết Tàu, Tết Đại Hàn, Tết Nhựt.

Tết du nhập vào Việt Nam, bị bỏ đi những cái gì không thích hợp, thâu nhận thêm yếu tố bản địa mà thành. Đó là Tết Việt Nam.

Ngày Tết cái gì cũng mới. Chén đũa phải mới để cúng ông bà. Ở dưới bếp, tấm thớt cũng được mấy bà chuẩn bị mới để chặt thịt heo, thịt gà. Thớt me là loại thớt tốt nhứt, vì gỗ me rất dai, chặt không ra dâm.

Bần dòn, ổi dẻo, me dai

Nên mấy bà Việt Kiều về Việt Nam hay mua thớt me đem về Mỹ, về Tây, về Úc.

Xưa Tây chiếm Saigon, đắp đường, trồng me hai bên làm bóng mát. Hàng me bên đường Saigon để lại nhiều kỷ niệm đối với bao thế hệ thanh niên, sinh viên, học sinh và thi nhơn Saigon xưa. Vào đầu mùa mưa, me ra lá non, rồi trổ bông, kết trái. Đứng dưới bóng me thấy hơi lành lạnh, hơi âm ấm, nghe ve kêu, thơ mộng làm sao, lãng mạn làm sao!

Cây xanh nói với lòng đường
Những khi im bóng lá thường nhớ nhau
(Thơ Nguyễn Tất Nhiên)

Me Saigon có cây cả 100 tuổi. Nghe nói sắp bị đốn dẹp bỏ, vì nó giữ nước gây ẩm ướt, ảnh hưởng đến môi sinh (?) Có lẽ mấy ông môi sinh hết chuyện làm chăng, hay muốn xuất cảng thớt me???

Bàn thờ ông bà được mọi nhà đặc biệt chưng dọn, cho đẹp vào dịp Tết. Bộ chưn đèn và lư hương là nét đặc thù của Văn Hóa Việt. Chưn đèn bằng gỗ quý, sau này các nhà giàu làm chưn đèn bằng đồng. **Cái lư hương** nói lên sự sáng tạo của nghệ nhân đúc đồng Gia Định, trong khi ở Huế và Hà Nội nghệ thuật đúc đồng thể hiện qua đình đồng.

Nghề đúc đồng của ta có từ thời Phùng Nguyên đến thời Đông Sơn, vô đến Huế, rồi vào Gia Định tập trung ở Chợ Quán, Tân Hòa Đông, Thuận Kiều, Thông Tây Hội.

Khi Tây đến, mở trường Mỹ Nghệ Thủ Dầu Một và Biên Hòa thì kiểu dáng lư hương, chưn đèn, mâm thau ô đựng trầu mang nét độc đáo, khác hẳn Huế và Hà Nội, đó là nghệ thuật Saigon.

Bộ lư và chưn đèn đánh bóng, để trên bàn thờ, bên cạnh bình bông, dĩa trái cây trông rất đẹp mang kiểu cách người Lục Tỉnh. Bình bông phải để bên tay mặt, dĩa trái cây bên trái mới đúng câu “đông bình, tây quả” của quí cụ ngày xưa.

Tết ra đường ai cũng bán quần áo mới, bằng vải cây, vải tám trắng; phụ nữ con gái ưa dùng vải batiste trắng hoặc màu, mỏng và mềm. Áo bà ba may nối lưng gọi là may đâu sóng. Quần dài không cắt kiểu “đáy giữa” như

Đánh bóng bộ lư hương bàn thờ chuẩn bị đón Tết.

ngày nay, mà cắt "đái nem" như kiểu quần xà lỏn của lính Việt Nam Cộng Hòa.

Chiếc áo bà ba, một biểu tượng cho Lục Tỉnh có từ thế kỷ 18, thời mới khai hoang, mà có người nói phỏng theo trang phục của "người Bà Ba" - một nhóm người Hoa sống ở Mã Lai (?)

Nay chiếc áo bà ba may cách điệu, thắt eo, tà dài phủ mông, ôm sát cái quần lãnh đen, ống rộng, phủ gót trông lả lơi, mà đơn giản, mộc mạc "thắt đáy lưng ong" rất hấp dẫn. Ngoài Bắc, xưa các cô mặc yếm đào, đi chùa ngày Tết. Nghe bảo cái yếm có từ thời nhà Lý thế kỷ thứ 10. Yếm theo người phụ nữ dầm mưa dãi nắng, vào đến tận cung đình cái yếm xưa hình vuông, cổ tròn hoặc chữ V, đeo trước ngực để che đôi vú.

Xướng: Trời mưa lấy yếm mà che.
Có anh đứng gác còn e nỗi gì

Họa: Ước gì sông hẹp bằng gang
Bắc cầu, trải yếm cho chàng sang chơi

Cái yếm không chỉ là áo che kín vú, như nhiệm vụ của nó, mà là cái gì gợi tình, gợi cảm, đầy vẻ quyến rũ. Chả thế mà mấy cô gái Bắc Kỳ xưa còn nhét vào đó cái "túi thơm" tỏa mùi như loại ong cái, dụ ong thợ. Mấy cô còn têm trầu nhét vào yếm, hẹn trai ra ngoài vườn để được mời ăn miếng trầu lấy từ yếm ra, thơm mùi da thịt!

Còn mấy cô gái Lục Tỉnh thời khai hoang mặc loại gì để che cặp vú? Không biết, nhưng chắc không phải là cái yếm. Đến khi Tây vô, thì mấy cô mặc áo soutiens (áo nâng vú), bên Mỹ gọi là Bras. Gọi là nịt vú hay nâng ngực thế nào cho đúng? Nghe nói Hà Nội đang chuẩn bị đón kỷ niệm 1000 Thăng Long, đề nghị nên có biểu diễn thời trang 1000 năm lịch sử cái yếm, chắc hấp dẫn du khách lắm, thu hút được nhiều Việt Kiều lắm.

Nay nói về **đôi guốc**. Đôi guốc đối với quý cô ngày Tết cũng cần phải mới chớ. Ngày Tết bận đồ mới, mang guốc mới chưng điện như thế, cụ Vương Hồng Sển gọi là "bắt kế", (từ *bắt kế* chỉ gắn xe vào ngựa).

Chuyện lai lịch đôi guốc cũng dài dòng. Sử nói đôi guốc có từ thời Văn Lang, nhưng là đôi guốc bằng đá, nay còn giữ ở nhà bảo tàng Cao Bằng. Sử Giao Châu Ký thì chép Bà Triệu mang guốc bằng ngà voi khi ra trận, còn guốc dân gian xưa làm bằng tre.

Ở Sài Gòn Lục Tỉnh guốc bằng cây vông hay cây cau, đóng quai bố hay cao su. Tàu Chợ Lớn hay đi guốc sơn, bằng gỗ cứng, đi kéo lê trên đường kêu côm cốp, nhứt là ban đêm.

Ngày Tết là dịp ăn ngon, nói ăn Tết là vậy. Quanh năm tiết kiệm, Tết là dịp để ăn, để thiết đãi bạn bè. Tết mới được ăn món ngon vật lạ.

Ẩm thực Lục Tỉnh bắt nguồn từ lối ăn dân dã của những người khai hoang; nhẹ về hình thức nhưng nặng về nội dung.

Tết Lục Tỉnh không thể thiếu **bánh Tét**. Gọi bánh Tét vì dùng dây Tét bánh ra từng khoanh. Có người gọi nó tên là bánh Tết, đọc trại ra thành Tét, nghe cũng có lý.

Bánh Tét dùng để cúng "Tết Nhà" ngày mùng 3. Bánh Tét gói nếp với đậu đỏ, đậu đen trộn với dừa xác, ăn với thịt kho Tàu, cải chua rất bắt miệng.

Mẹ con gói bánh tét ăn Tết.

Người Lục Tỉnh làm các món ăn thường có dừa. Như tôm rang với dừa khô, bánh các loại đều có dừa khô, đặc biệt là mứt dừa xanh đỏ vào dịp Tết nổi tiếng ở Bến Tre.

Cây dừa được đem trồng công nghiệp, lên liếp, xẻ mương là sáng kiến của ông Bùi Quang Chiêu. Ông Chiêu học kỹ sư nông nghiệp ở bên Tây, về Bến Tre quê hương ông, phổ biến cách trồng dừa đầu tiên, khiến Bến Tre có tên là xứ dừa.

Ông Trương Văn Bền, quê Bến Tre, có sáng kiến sản xuất xà bông từ dầu dừa. Xà bông Trương Văn Bền nổi tiếng với xã bông thơm Cô Ba và xà bông 72 phần dầu. Hãng ông ở gần bưu điện Chợ Lớn, xưa là bến ghe Lục Tỉnh lên Chợ Lớn. Sau Tây lấp sông, xây bưu điện Chợ Lớn, làm đường chạy đến nhà ga xe lửa Mỹ Tho, đặt tên là đường Tổng Đốc Phương.

Hãng xà bông Trương Văn Bền sau này sản xuất bột giặt lấy tên bột giặt Việt Nam bán ở Đông Dương và hãng đổi tên là "Trương Văn Bền và Các Con". Lúc này ông Bền đã qua đời và ông kỹ sư hóa học Ngô Văn Hoài là tác giả của xà bông bột hiệu Việt Nam cũng như là tác giả của kem chà răng Perlon nổi tiếng Sài Gòn Lục Tỉnh một thời trước 1975, là kem trắng chỉ hồng.

Còn **rượu đế** cúng Tết, đãi khách là loại rượu nếp. Dân nhậu gọi là "rượu ba xị đế". Rượu đế nổi tiếng là rượu Hóc Môn, Bà Điểm, Gò Đen, Gò Công. Rượu đế đối với Lục Tỉnh là rượu lễ, để cúng và dùng trong đám cưới. Dân Lục Tỉnh không dùng cái chung rót rượu mà dùng ly, ly loại nhỏ, ly có chưn thì sang hơn ly không có chưn.

Báo Xuân, báo Tết là nét độc đáo của người Sài Gòn - Lục Tỉnh. Báo chữ Quốc Ngữ đầu tiên ở Việt Nam là tờ ***Gia Định Báo***, ra ngày 15-4-1865 do Ernest Potteau quản lý, đến 16-9-1869 được giao cho Trương Vĩnh Ký.

Chơi cũng thuộc phạm trù Tết. Có nhiều trò chơi trong lễ hội Tết.

Tháng giêng là tháng ăn chơi.

Ông Trần Quốc Vượng trong *"Theo Dòng Lịch Sử"* do nhà xuất bản Văn Hóa Thông Tin Hà Nội phát hành năm 1996 nói về Tết như sau:

"Hằng năm, ba ngày Tết Nguyên Đán đều thịnh soạn, cỗ bàn cúng bái tổ tiên. Trai gái chay giới hương hoa Lễ Phật, chơi trò đánh đu, đá cầu, hát múa, bên nào thắng uống rượu, bên nào thua uống nước lã... Năm hết Tết đến, ai nấy cố ý chi tiêu cho hết, một lòng thành kính để tổ tiên rất hậu, đốt pháo trống lệnh, ăn uống linh đình, dong đèn thâu đêm suốt tháng..."

Tết ở Nam Kỳ Lục Tỉnh có khác. Khi Tây lập xứ Nam Kỳ Lục Tỉnh, họ xây dựng ngay hệ thống hành chánh địa phương là "Nhà Việc", là cơ quan làm việc của Ban Hội Tề. Từ Phan Thiết trở vào họ lập nhà "võ ca", "nhà vuông" để dân làng hội họp, cũng là nơi dân làng tập họp đá gà, đấu võ, thi đẩy cây trong dịp Tết...

Ở Gia Định đặc biệt có **Lăng Ông Bà Chiểu**. Tết đi Lăng Ông để cúng ông, xin xăm, cầu phước, cầu tài.

Tả Quân Lê Văn Duyệt.

Tết đi Lăng Ông Bà Chiểu cầu tài lộc.

Theo thống kê gần đây cho biết trên 50% người đi Lăng Ông là người Tàu Chợ Lớn, vì họ cho rằng xưa kia khi làm Tổng Trấn Gia Định, ông đã nâng đỡ người Tàu.

Ông **Lê Văn Duyệt** có ẩn tật, làm "hoạn quan" cạnh Gia Long thời tẩu quốc, được Gia Long tin dùng. Sau khi chết, Lê Văn Duyệt bị vua Minh Mạng kết 11 tội, đến đời Tự Đức mới được truy phục chức.

Chụp hình là lối chơi quý phái của các bà. Ngày xưa, ngoài Bắc gọi là chụp ảnh nghe đúng hơn. Hồi đó chụp hình trắng đen, ai có tiền chơi bạo, mướn thợ tô màu ra hình màu. Chụp hình là lấy hên đầu năm hoặc xả xui năm cũ. Mấy ông chủ điền Lục Tỉnh có tiền cho con đi Tây học, có người học nhảy đầm, lái xe, có cậu học chụp hình, cắt may đồ Tây. Tiệm chụp hình xưa Saigon là của Antoine Giàu, còn tiệm may thì của Nguyễn Phong Tân.

Hồi thập niên 1960's ở đường Lê Thánh Tôn cạnh chợ Bến Thành có tiệm may Văn Quân nổi tiếng. Sau đảo chánh ông Diệm, ông Văn Quân tiết lộ rằng ông Diệm bị ẩn tật khiến tiệm may của ông được nhiều người biết tiếng thêm.

Xưa **Tết Sài Gòn Lục Tỉnh**, chỉ có tục lệ "mừng tuổi" ông bà chứ chưa có tục "lì xì". Vào đầu năm, ngày Tết người ta cứ mở tủ lấy tiền. Tủ được niêm phong bằng giấy hồng đơn vào chiều 30 Tết. Mấy người giàu có mua tủ sắt cất tiền, vàng bạc nữ trang và bằng khoán ruộng. Hồi đó, Tây đem vào tủ sắt hiệu Bauche và Fichet rất được ưa chuộng. Tủ sắt để nhà trên, cạnh bàn thờ coi rất oai, rất sang.

Tục lệ cúng rước ông bà về ăn Tết.

Nói về **tục lệ cúng Tết**, nhà nào cũng cúng cơm ba ngày Tết. Sáng sớm cúng nước, trưa chiều cúng cơm, tối lại cúng nước.

Tục cúng người chết ta học theo người Tàu, bởi Khổng Tử viết:

Sử tử như sử sanh. (Kính trọng người chết như kính trọng người sống). Tục lệ này rất tốt và cao quý. Ra hải ngoại người Việt vẫn duy trì.

Người Lục Tỉnh có thói quen thờ cúng Trời Đất, vong hồn yểu tử, nhưng người vô danh gọi chung là "khuất mặt khuất mày". Tết ngoài cúng tổ tiên ông bà, người ta phải cúng "đất đai", "viên trạch", nay nói tắt là ***cúng "đất đai"***

Theo Huỳnh Tịnh Của thì tục này có từ Quảng Trị vào Nam, tức là đất Đàng Trong, đất mới phương Nam. "Đất đai" chỉ đất ruộng, "viên" là vườn còn "trạch" là đất cất nhà (thổ trạch).

Tết đối với người mình quá còn nhiều điều phải viết, còn nhiều điều chưa viết ra, hoặc bị mai một đi rồi.

Ở đâu, đi đâu ai cũng mong được về nhà về quê ăn Tết. Sau 30 năm quê hương chấm dứt chiến tranh, có 1,223,736 người Việt ly hương trên đất nước Hoa Kỳ. Riêng ở quận Cam, California có 484,023 người (theo thống kê năm 2000).

Ai xa quê mà không nhớ quốc. Tết đến, ăn trái **dưa hấu** ở đây mà lòng nhớ trái dưa hấu Gò Công, Cổ Cò. Đêm nằm nghe bài vọng cổ *"Xuân đất khách"* thấm thía làm sao. Nghĩ lại, ở thế kỷ trước quý ông tác giả Quốc Văn Giáo Khoa Thư viết rằng "chỗ quê hương đẹp hơn cả" quả không sai!

Cơn mưa đầu mùa sớm để đến Quận Cam. Nhìn ra vườn sau, thấy đôi "chim cu đất" đậu ngọn cây Palm, mà nhớ làm sao cây mù u với đàn "cu đất" quê nhà ngày xưa!

Tết đem lại cho mọi nhà, mọi người bao niềm vui, bao ước muốn và bao hy vọng, trong đó có hy vọng đơn sơ là về quê ăn Tết.

Viết tại Little Saigon vào thu năm 2004 Đăng trên báo Xuân Người Việt năm Ất Dậu - 2005

Làm Mai, Lãnh Nợ, Gác Cu, Cầm Chầu

Chúng ta ai cũng hơn một lần đi coi hát hội ở đâu đó, có thể ở một rạp tại Cầu Muối, có thể ở đình làng, ở nhà võ ca, nhơn dịp cúng kỳ yên hay cúng đình.

Danh từ ***"hát bội"*** hay ***"hát bộ"*** nhiều người vẫn chưa thống nhất cách gọi và có nhiều cách giải thích khác nhau. Nhưng đa số cho là "Hát bội".

Theo tự điển "Đại Nam Quốc Âm Tự Vị" của Huỳnh Tịnh Của giải thích: "Bội" là "hơn" là "bằng hai", và Hát Bội là *"con hát, kẻ làm nghề ca hát"*.

Vậy ta có thể cho rằng "hát bội" do chữ " bội" mà ra.

Bởi lẽ xem hát bội ai cũng thấy rằng từ cách vẽ mặt, điệu bộ, lời nói, cái gì cũng làm gia bội thêm, cường điệu thêm rất nhiều.

Ví dụ: mặt Trương Phi trong Tam Quốc thì tô đen rất đậm, mày xếch, râu rậm quá đáng, còn cử chỉ thì quá nóng nảy, hung hăng, lời nói quá tợn khác thường.

Nguồn gốc Hát Bội từ đâu?

- Theo ông Đỗ Văn Rở thì "Hát Bội" là nghệ thuật có nguồn gốc dân tộc là chủ yếu, ảnh hưởng của Trung Quốc, của Chiêm Thành đến sân khấu cổ truyền Việt Nam là điều không thể phủ nhận...

(Địa chí Văn Hóa Thành Phố HCM, tập III, nxb TPHCM 1998)

Đọc lịch sử ta thấy nói rằng năm 1283, tướng nhà Nguyên là Toa Đô sang xâm chiếm nước ta, bị tướng ta là Trần Hưng Đạo đánh đuổi, quân ta bắt sống được nhiều tù binh trong đó có tên biết múa hát là Lý Nguyên Cát. Vua Trần Nhân Tông hậu đãi và truyền Lý Nguyên Cát dạy cho người mình thêm về điệu hát bội.

Nên biết rằng người mình trước đó đã biết múa hát, có "tuồng tích" rồi, ta chỉ học lối vẽ mặt, y trang, và các điệu múa của Trung Quốc mà thôi.

Điều này đã được chứng minh qua hình ảnh trên mặt trống đồng, ở đó có khắc hình người hóa trang, nhảy múa với vũ khí và chắc phải có ca hát nữa.

Thời kỳ Việt Nam độc lập vào thế kỷ thứ X, triều nhà Lý, nhà Trần nước ta phát triển rực rỡ về chánh trị, học hành, xã hội và hát bội chắc đã phát triển vào lúc này. Như vậy "Hát bội" vốn của ta, sau này lấy thêm của Trung Quốc rồi sau này nữa là Chiêm Thành và Chân Lạp thời Đàng Trong của Chúa Nguyễn.

Thời nhà Lý thì hát hội ban đầu phát xuất tản mạn trong dân gian, cũng như Hát Chèo, chỉ là trò chơi ca múa tự phát. Khi hát bội vào đến cung đình thì có xiêm y rực rỡ, có nội dung hỉ, nộ, ái, ố và tuồng tích rõ nét.

Cứ như thế **hát hội** ở nước ta phát triển song hành làm hai dòng: ***dân gian*** và ***cung đình***, tương tác nhau; bổ sung nhau đưa nghệ thuật hát bội phát triển đến thời Hậu Lê.

Trồng trầu, trồng lộn với tiêu,
Con theo hát bội, mẹ liều con hư.

Tại sao có hiện tượng đó? Tại sao "con hát" bị khinh miệt, coi rẻ đến mức xem họ là "xướng ca vô loại"? Cái thành kiến đó kéo dài đến ngày nay vẫn còn tồn tại ít nhiều trong dân gian.

Đọc lại lịch sử, thấy rằng năm 1437 vua Lê Thái Tông (1487-1442) ra lịnh đuổi hát bội ra khỏi cung đình. Vua còn ra lệnh cấm quan lại, con cái nhà quan lấy đào hát làm thê thiếp. Lý do nêu ra là "vì hát bội có hại đến việc giáo hóa" cho rằng hát bội có ý *"bôi lọ người làm vua, làm quan"* (được ghi vào trong Bộ Lễ)

Do đó hát bội bấy giờ chỉ còn tồn tại trong dân gian, và hoạt động không công khai.

Năm 1462 vua Lê Thánh Tông còn định ra lệ cấm con nhà hát bội, tuồng, chèo, ả đào không được đi thi, và ông Đào Duy Từ nằm trong trường hợp này. Đào Duy Từ năm (1684) vốn thông minh, giỏi thơ văn, bình thơ đồ trận, nhưng vì thân phụ là Đào Tá Hán xuất thân nghề ca hát, coi đội nữ nhạc, nên bản thân Đào Duy Từ bị cấm thi. Phẩn chí, Đào Duy Từ trốn vào Nam phò Chúa Nguyễn, sau này thành đệ nhất khai quốc công thần thời Nguyễn Sơ.

Từ đó Hát hội theo chân Đào Duy Từ vào xứ Đàng Trong, và được nhà Nguyễn dùng làm lợi khí truyền bá tư tưởng trung quân sau năm 1802.

Nghệ thuật hát bội do đó phát triển rất mạnh như chúng ta biết chỉ có ở Đàng Trong sau này ở Lục Tỉnh.

Ban đờn ca tài tử ở lục tỉnh ngày xưa (Phụ bản tranh vẽ)

Hát Bội Vô Đàng Trong

Bấy giờ dân ở Đàng Trong là ai?

Xứ Đàng Trong bấy giờ ngoài dân thuộc các sắc tộc thiểu số, là người Việt bị tù tội lưu đày tứ xứ Thanh Nghệ, là các người Việt bất mãn Chúa Trịnh trốn vào và còn lại là người Chàm địa phương.

Do sự phức tạp như thế nên khi vào Nam, Nguyễn Hoàng mang đoàn người từ quê hương mình ở đất Tống Sơn, cộng với quân lính ở Thanh Nghệ, cả vợ con theo để làm hậu thuẫn, nồng cốt cho mình trên vùng đất mới Đàng Trong.

Việc đầu tiên của Nguyễn Hoàng là quyết định ***"dời đổi phong tục"*** (Phan Khoang, *lịch sử Đàng Trong*, NXB Xuân Thu 1967) và đến khi Đào Duy Từ bị Hiến Ty Thanh Hóa không cho thi Hương, trốn chạy vào Nam, được người tiến cử với Chúa Sãi, Nguyễn Phúc Nguyên (1613-1635); Chúa dùng ông làm Nội Tán, từ đó Chúa tôi có ý phân ly Đàng Ngoài công khai: *"nước nhà ta có bờ cõi riêng"* (sách dẫn ở trên).

Riêng về Hát Bội thì Đào Duy Từ đã đưa một số bà con Miền Ngoài vào phủ Hoài Nhơn (Bình Định) lập gánh hát, thu nhận một số người địa phương để dạy họ hát bội.

Đào Duy Từ cố ý dạy đàn hát theo giọng địa phương, ca kéo dài ra làm cho khác lối ca ngắt câu "ví, ư, í ư" như lối ca hát bội của Lê Trịnh ở Bắc. Do vậy, ta thấy sau này hát bội đã định hình ở Bình Định như là một trung tâm hát bội tiêu biểu của miền Trung; và đây lý do giúp chúng ta lý giải tại sao Bình Định phát triển môn nghệ thuật hát bội rất cao (dầu nghệ thuật và sân khấu khác miền Nam).

Hát chèo không có ở miền Trung và miền Nam vì chúa Nguyễn muốn phân ly, muốn có "một bờ cõi riêng" và Đào Duy Từ không cho hát chèo phát triển(?)

Sử cũng đã chép rằng Đào Duy Từ đã khuyên chúa Hy Tông bắt dân bỏ quần màu đen, mặc quần màu nâu, đàn bà bỏ áo tứ thân phơi bày cái yếm và thay bằng áo năm thân gài khuy; bỏ cách bao tóc mà bới tóc, bỏ váy thay bằng quần...

Tâm lý đó khiến Đàng Trong thâu nhận "tích cực" văn hóa Chàm, đưa nhạc Chàm vào hát bội dầu nước Chàm là phiên thuộc và có nền văn hóa kém ta rất xa.

Rồi Nguyễn Hữu Dục cháu nội chúa Hiển Tông (1691-1725) lại cho chế ra đàn gọi là "Nam Cầm" dùng trong hát bội (không xài đờn Đàng Ngoài).

Hát bội chịu ảnh hưởng âm nhạc Chàm rồi Chân Lạp theo như Cụ Đỗ Văn Rỡ vào lúc nào?

Theo *"Việt Nam Sử Lược"* Trần Trọng Kim thì năm 1404 Lý Thái Tông đi đánh Chiêm Thành bắt được nhiều hầu thiếp của vua Chiêm là Sạ Đẩu, đem về xây nhà riêng cho ở và truyền họ múa hát cho vua xem.

Âm nhạc Chiêm dần đã ảnh hưởng vào nhạc ta và mãi sao này đến thời kỳ Nam Bắc Triều, nhạc Chiêm ảnh hưởng mạnh lên hát bội.

Như vậy, hát bội Việt Nam chịu ảnh hưởng của Tàu qua các bản điệu khách (Khách trú - Tàu) nghe vui vui, sáng, huy hoàng; sau chịu ảnh hưởng Chàm: u buồn, uẩn ức, tâm tình thương cảm như điệu hơi Nam.

So với người Chàm thì người Tàu đã để lại những ảnh hưởng rõ nét hơn trong nghệ thuật hát bội xứ Đàng Trong thời bấy giờ.

Năm 1679 các tướng Minh, không hàng phục nhà Thanh, như Dương Địch Ngạn, Hoàng Tiến, Trần Thượng Xuyên dẫn theo trên 3,000 quân chạy xuống phía Nam được chúa Nguyễn cho ở Mỹ Tho, Biên Hòa, sau này lập các làng Minh Hương.

Họ làm giàu nhờ làm ăn buôn bán, đến năm 1708 khi Mạc Cửu dâng 7 xã ở Hà Tiên cho Chúa, lập nên các bang hội, rước các đoàn hát Tiều, hát Quảng bên Tàu qua hát trong các dịp vui, dịp tết thì hát Tiều, hát Quảng bắt đầu ảnh hưởng đến sân khấu, nghệ thuật hát bội Việt Nam làm cho tánh chất Chàm mờ đi rất nhiều.

Chân Lạp thì từ năm 1658 đã là phiên trấn của chúa Nguyễn, đến 1698 thì Nguyễn Hữu Cảnh đặt nền móng cho Đông Phố, Gia Định, rồi đất Lục Tỉnh thuộc về chúa năm 1775.

Sự pha trộn 2 nền văn hóa Việt và Chân Lạp (Miên) bắt đầu từ đó. Người Miên không đông, nên kinh tế không mạnh, người Việt tuy thích các điệu ca múa Miên, nhưng không chịu ảnh hưởng văn hóa Chân Lạp. Do đó trong hát bội VN không thấy dấu vết của lời ca múa Miên.

Hát Tiều hát Quảng.

Xem như vậy hát bội từ miền Bắc theo chân các Chúa Nguyễn vào Đàng Trong được Đào Duy Từ cổ xúy, phát triển tạo nên một "trung tâm hát bội" ở đất Bình Định (Quy Nhơn) khác với Đàng Ngoài.

Đến khi lập xứ Gia Định thì hát bội lại phát triển với ít nhiều ảnh hưởng Tàu qua nghệ thuật ***hát Tiều, hát Quảng*** do người Minh Hương đưa vào, tạo nên một ***"Trung Tâm Hát Bội Gia Định"*** khác miền Trung, mà cực thịnh là thời ông Lê Văn Duyệt làm Tổng Trấn Gia Định.

Hát Bội Với Tổng Trấn Lê Văn Duyệt

Nói ***hát bội Đàng Trong*** người ta thường nhắc đến Lê Văn Duyệt, thời ông làm Tổng Trấn Gia Định năm 1813. Lý do vì ông Lê Văn Duyệt là người vốn mê hát bội và đá gà từ thời hàn vi, chưa gặp Nguyễn Ánh, nên khi làm Tổng Trấn có lập ban hát bội và rạp hát bội.

Lê Văn Duyệt (1763-1832) gốc Quảng Ngãi, nội tổ ông vô Nam lập nghiệp ở Hòa Khánh, Định Tường, đến thời thân sanh ông về Rạch Gầm, Mỹ Tho.

Thời Lê Văn Duyệt ngồi Tổng Trấn Gia Định thì Đàng Trong phát triển, dân Lục Tỉnh thanh bình, đời sống cao nên tạo cơ hội tốt cho hát bội bùng phát mạnh hơn trước.

Tổng Trấn Lê Văn Duyệt

Lê Văn Duyệt lập ban hát bội, lấy nghệ sĩ vốn là quân lính dưới trướng của mình. Người ta không hiểu tại sao ông không cho nữ giới vào ngành hát bội, nên các vai đào đều do kép thủ là vậy. Phải chăng vì có ẩn tật.

Sách còn ghi lại rằng lúc đó chưa gọi là ***gánh hát*** hay đoàn hát mà gọi là ***"Ban hát"***.

Người điều khiển ban hát của Lê Văn Duyệt là ông Đội Nhứt Chiêu, Ông Nhưng (thầy tuồng) là ông Nhưng Sắt.

Cái rạp hát bội thời Lê Văn Duyệt dựng ở ngoại thành Gia Định, ngày nay là khu trường Trung học Lê Quý Đôn, gần dinh Độc Lập cũ.

Kép hát bội như vậy đa phần là binh lính, được Lê Văn Duyệt tuyển sang và cũng có những người ở ban hát trong dân gian miền Lục Tỉnh, có tài, có nghề điêu luyện. Sách cũng chép rằng Lê Văn Duyệt đã ra lịnh cấm đàn bà có mang thai vào trường hát (rạp hát).

Đối với Lê Văn Duyệt thì hát bội là thú vui như đá gà mà ông đã ham thích từ thuở hàn vi, và cũng là thú vui chung của người dân Lục Tỉnh xưa nay. Nên sử còn ghi lại là nhiều lần Lê Văn Duyệt bị Nguyễn Ánh (lúc còn lưu lạc ở Đàng Trong) quở trách vì ham coi hát mà bỏ chầu, bỏ họp bàn việc binh.

Thời làm Tổng Trấn, Lê Văn Duyệt thường hay ***"cầm chầu"*** để khen thưởng hay quở phạt kép hát bội. Cầm chầu lúc ấy khác với "cầm chầu" hát bội cúng đình sau nầy ở đất Lục Tỉnh thời Pháp thuộc.

Ở đời có bốn cái ngu
Làm mai, lãnh nợ, gác cu, cầm chầu.

Thuở đó, Lê Văn Duyệt cầm cái trống lịnh, gọi là "Cổ lịnh" là cái trống nhỏ, có cán để cầm (giống như trống trẻ con chơi ở Việt Nam, trống mà mấy chú Tàu gánh rao nhuộm áo quần.)

Tay trái ông cầm trống, tay mặt cầm dùi, ông ngồi trên bộ ván gõ, ngồi xếp hai chân qua một bên theo bộ con cọp (nghề võ gọi là bộ hổ). Ông theo dõi hát bội từ câu nói, câu hát đến điệu bộ. Hát hay thì ông đánh trống để khen thưởng. Hát sai, hát cương thì ông gõ dùi vào thành trống nghe kêu lắc cắc để khiển trách. Nghệ sĩ bị khiển trách thường bị đánh đòn nếu hát bậy, hát phạm thượng, xúc phạm đến vua, quan!

Hát bội xưa (nay vẫn còn) nhứt là các ban hát cúng đình thường hay "hát cương" nghĩa là tuồng tích không đúng, không có ông Nhưng (thầy tuồng). Nghệ sĩ chỉ chú trọng nhiều vào điệu bộ; còn dân chúng phần đông không biết chữ Nho, không đọc truyện Tàu, không hiểu biết cốt truyện. Khán giả bình dân coi hát bội để thưởng thức ca, múa và nhứt là xem màu sắc lộng lẫy qua y trang và mặt mũi đào kép.

Ông Huỳnh Minh trong cuốn *"Gia Định Xưa và Nay"* có ghi lại một đoạn hát bội cương như: *"Có lần, một kép hát thủ vai thủy thần (thần nước) cầm ngọn roi mà hát khách (điệu Tàu) biểu diễn như đang cỡi con lý ngư vượt biển xuống Long Cung... Rồi giơ vai như thúc giục, kép hô: họ! họ! như đang gia roi giục ngựa"*

Lúc đó Lê Văn Duyệt đang "cầm chầu" bèn khua tang trống (đánh thành trống) để phạt kép hát sai! Kép hát cương giật mình lanh trí bèn hát tiếp:

"Tưởng rằng ô mã, nào dè lý ngư".

Do đó Tả quân thích thú khen hay và không phạt.

Hát hội được Lê Văn Duyệt chăm sóc nên phát triển thịnh hành đến Lục Tỉnh, cùng lúc ấy các vua Nguyễn từ Gia Long đến đời Tự Đức đều có ý nâng đỡ, cổ xúy hát bội như là phương cách giáo dục lòng trung quân, trung thành với nhà Nguyễn sau khi dẹp xong nhà Tây Sơn và vua Lê, Chúa Trịnh ở Bắc.

Từ thời Nguyễn Hoàng (1558-1603) vào Nam, suốt 9 đời Chúa, đến Duệ Tông Nguyễn Phúc Thuần (1765-1776) Nho giáo không phát triển, các Chúa đề cao Phật giáo và tránh nhắc đến việc trung quân vì bán thân các Chúa đã là loạn thần so với vua Lê rồi (!)

Hát bội được dịp phát triển, sau này đặc biệt ở Gia Định cũng nằm trong tâm ý của Gia Long, nhằm kêu gọi người dân trung thành với mình qua các nhơn vật gọi là hảo hớn (hảo Hán, người Hán tốt).

Nghĩa là xem trung quân, tôn quân là căn bản, nền tảng của đạo đức, như đạo Nho thánh hiền đã dạy.

Đạo Nho không dạy thần dân trung với Nước (quốc gia), mà trung với vua bởi vua là Nước.

Dân chúng không đọc sách thánh hiền được thì học qua các tuồng hát bội để căm ghét kẻ phản vua, phản chúa, ca ngợi mẫu người "hảo hớn" trung thành với vua.

Cộng vào đó ở Đàng Trong có các ban hát bội của người Minh Hương, những người phản Thanh phục Minh rất ăn ý, hợp với tình thân của các vua Nguyễn bấy giờ. ***Hát Tiều, hát Quảng*** của người Minh Hương như chấp cánh cho hát bội Việt Nam, bước đầu là nghệ thuật rồi sau này là nội dung tuồng tích Tàu.

Đó là lý do tại sao trong các buổi trình diễn hát bội xưa, nhứt là các buổi hát đình, hát cúng kỳ yên rất trang trọng về nghi lễ. Mở đầu là "lễ khấu bái": đào kép phải ra lạy vua dầu không có vua xem, các ông phụ trách đình càng mặc khăn áo chỉnh tề ngôi nhận "lễ khấu bái". Kết thúc buổi hát, mỗi đêm, đào kép phải ra hát chúc thọ vua và triều đình trước mặt ban Hội Tề đại diện cho làng.

Hát hội Việt Nam được dùng trong ẩn ý đó và vì lúc đó không được phép nói ra nên tới nay ít được người biết là vậy.

Sau khi Lê Văn Duyệt chết (1832), đến vụ nổi loạn của Lê Văn Khôi, Minh Mạng bãi bỏ chế độ Tổng Trấn, thành lập chế độ trực trị, rồi Pháp vào chiếm nước ta.

Hát bội ở Sài Gòn Lục Tỉnh lúc nầy như rắn mất đầu, tản mát trong dân gian. Các sĩ phu, các nhà nho soạn tuồng tích hát bội, như thể hiện tinh thần trung quân (yêu nước) trong đó có ông Bùi Hữu Nghĩa soạn tuồng *Kim Thạch Kỳ Duyên* năm 1835.

Hát Bội Dưới Mắt Ông Trương Vĩnh Ký

Văn hóa Tây Phương được các giáo sĩ Gia Tô truyền bá khi Tây đến chiếm Lục Tỉnh, làm cho một số "trí thức" bắt đầu theo Tây, còn dân chúng thì chạy theo cái mới, cái lạ như chớp bóng, kịch và cải lương sau này.

Trong bài soạn cho học sinh trường Hậu Bổ năm 1886 (trường đào tạo quan tham biện, chủ quận Tây). Trương Vĩnh Ký có viết:

Ông Trương Vĩnh Ký

"Nam lý, Bắc thơ, Huế hò" ý nói người Lục Tỉnh hát lý thì chuyên và hay hơn người Trung và Bắc.

Ông tiếp: *"Hát thì hoặc hát bội, hát nhà trò, hát phường chèo là để cho người ta coi chơi vui, và nhắc tích xưa, với đủ hạng sang nghèo khó, giàu. Có cái hay cái dở, tốt xấu, ngụ ý khuyên răn người đời, hoặc hát đưa em, hát xẩm, hát chèo ghe, hát huê tình."*

Như vậy, hát bội đến thời Tây có phát triển về lượng nhưng về phẩm thì sa sút. Hát bội được nhà nước Pháp dùng làm trò mua vui như lời ông Trương Vĩnh Ký.

Ở nhà quê, hát bội chủ yếu là cúng đình, cúng thần... và là thú vui chơi của các hương chức hội tề địa phương, cũng là thú giải trí duy nhứt của người dân quê bấy giờ.

Ở trong miền Nam xưa mỗi làng thường có một ngôi đình thờ thần và nhiều ngôi miếu (miễu) thờ thánh. Mỗi năm Đình cũng như Miếu tổ chức cúng lễ hai lần mà dân gian nói là ***"Xuân Thu nhị kỳ"***.

- Một vào mùa xuân gọi là cúng "kỳ yên" hay "cầu an".

Cầu an là cầu cái gì?

Cầu an là cầu quốc thới dân an, dân chúng làm ăn phát đạt, mọi nhà hạnh phúc không đau ốm, cầu an ở đình là cầu cho thiên thời - địa lợi - nhơn hòa. Cầu trời đất qua vị thần mà dân làng cho là hộ mạng cho làng mình.

- Hai là vào mùa Thu gọi là cúng lễ báo ơn thần làng, một hình thức như cúng giỗ của gia đình.

Nên Xuân Thu nhị kỳ gọi là "Xuân Cầu", "Thu Báo" là vậy. Trong hai kỳ cúng đình thì cũng mùa xuân là lớn nhứt và náo nhiệt nhứt, bởi vào dịp xuân, sau khi ăn Tết xong, nông dân vừa thu hoạch, nên có dịp ăn chơi.

Khi cúng đình ngoài nghi lễ cúng bái còn bắt buộc phải rước hát bội về hát trước cúng thần, sau cho dân chúng coi chơi.

Hát bội cúng đình xưa được tổ chức rất trịnh trọng và nghiêm trang lắm. Xuất hát bội đầu tiên gọi hát khai chầu, các xuất sau thì chủ yếu là giúp vui mà thôi.

Hát xuất khai chầu thường diễn ra vào giữa đêm giờ Tý (khoảng 1 giờ khuya) chờ lúc nước dưới sông "đứng", nghĩa là nước sông hết "ròng" bắt đầu "lớn".

Giữa đêm là thời điểm trời đất yên tĩnh. Nước lớn, biểu thị cho sự phát triển, phát tài.

Ban Hương Chức trong làng cử ra một vị 'chấp sự' đứng ra làm lễ khai chầu, người nầy phải là người hiền đức, gia đình trọn vẹn, hạnh phúc.

Lễ khai chầu cử hành trước bàn thờ thần. Sau khi làm xong nghi lễ cúng thần, ông chấp sự, thường là ông hương cả, dùng chiếc khăn điều (khăn đỏ) lau mặt trống chầu 3 lần rồi lau 2 cái dùi trống 3 lần.

Hương Chức, dân chúng đứng quanh chờ đợi hồi hộp cái giờ khai trống chầu.

Chấp sự bắt đầu khai chầu bằng 3 hồi trống liên thanh, tiếp theo ban nhạc lễ trổi lên ba hồi, chín chặp.

Chấp sự hai tay cầm 2 dùi trống chắp trước ngực, đứng thẳng người nghiêm nghị chờ ban nhạc lễ chấm

Vị Chấp Sự khai chầu

dứt; bèn "thỉnh thần" ra xem hát. Lúc đó ban nhạc hát bội bắt đầu trổi lên tiếp bản nhạc lễ.

Ông chấp sự đổ 2 dùi trống quay về khán giả chào mọi người, rồi quay vào sân khấu chào đào kép và ngồi xuống trước cái trống chầu để cầm chầu đêm hát.

Ban nhạc hát bội trổi tiếp để khán giả chú ý tập trung. Đây là nghi thức của hát chầu cúng đình ngày xưa.

Nói lược qua về cái trống chầu

Ta biết nhạc hát bội là loại nhạc lễ như nhạc ở chùa, nhạc đám ma, nhưng cái trống chầu không nằm trong dàn nhạc lễ hát bội.

Thuở xưa trong hoàng thành Huế có một rạp hát bội gọi là Duyệt Thị Đường, nơi trình diễn hát bội cho vua coi (cũng có quan lại được vua cho phép vào coi).

Hồi đó trước sân khấu có 3 cái trống chầu. Trống chính giữa dành cho vua, bên mặt cho quan Thượng Thư Bộ Lễ, bên trái dành cho khách mời của vua.

Sau này chỉ còn có một cái trống chầu nên người cầm chầu xem như là đại diện thần quyền, dầu không còn vua nữa.

Trống chầu là loại trống lớn như trống treo trong trường làng ngày xưa; có hai mặt đánh. Nhưng trống chầu không treo, không gác trên bệ mà để trên cái giá có 3 chân chéo. Trống chầu chỉ sử dụng một mặt trên của trống mà thôi, dầu trống có hai mặt.

Cái trống chầu nguyên thủy biểu thị cho quyền lực nhà vua, sau này mang ý nghĩa vui chơi, đình đám. Nên tục ngữ có câu: *"Nghe trống chầu cái đầu láng mướt"* nói lên cái không khí rộn ràng, náo nức ăn diện của các cô, các bà sửa soạn đi coi hát cúng đình.

Cầm chầu là một nghệ thuật, bắt buộc người cầm chầu phải thông hiểu tuồng tích, nghệ thuật để thưởng phạt đào kép trước bàn dân thiên hạ. Cầm chầu xem ra rất khó, không làm sao vừa lòng mọi người và luôn bị chê trách. Thế mới nói:

"Ở đời có bốn cái ngu
Làm mai, lãnh nợ, gác cu, cầm chầu"

"Cầm chầu" là một nét đặc thù trong sân khấu hát bội Miền Nam. Nay thì hát bội và cầm chầu chỉ còn lại trong ký ức của chúng ta mà thôi!

Sách Tham Khảo
(Phần I)

- Sơn Nam, *Đồng Bằng Sông Cửu Long,* Xuân Thu in lại không ghi năm
- Sơn Nam, *Dạo Chơi,* NXB Trẻ, 1994
- Sơn Nam, *Vạch Một Chân Trời,* Hồng Đức, 1969
- Vương Hồng Sển, *Saigon Tạp Pín Lù,* Văn Nghệ, 1994
- Vương Hồng Sển, *Nửa Đời Còn Lại,* Văn Nghệ, 1996
- Trần văn Giàu và..., Địa Chỉ Thành Phố HCM, NXB TpHCM, 1998
- Nguyễn Hiến Lê, *7 Ngày Trong Đồng Tháp Mười,* Xuân Thu in lại không ghi năm
- Lê Văn Lân, *Bút Khảo Về Ăn,* Làng Văn, 1993
- Vũ Bằng, *Món Lạ Miền Nam,* Văn Học in lại, 1994
- Nguyễn Văn Huy, *Người Hoa Tại Việt Nam,* Paris 1993
- Trần Văn Khải, *Nghệ Thuật Sân Khấu,* NXB Xuân Thu Hoa Kỳ in lại, không ghi năm

Nhóm chợ hàng gánh miền quê lục tỉnh (Phụ bản tranh vẽ)

Phần II

MÓN NGON MIỀN NAM

Mâm cơm người lục tỉnh trên bộ ván ngựa ngày xưa.

Báo LIFE chụp bữa ăn của một gia đình người miền Nam vào thập niên 1960, đặc biệt thấy có ổ bánh mì Sài Gòn.

LỜI NÓI ĐẦU

Ẩm Thực và Văn Hóa Người Lục Tỉnh Xưa Nay

Ăn uống thể hiện nếp sống văn hóa của con người. Văn hóa là những giá trị vật chất và tinh thần do con người bồi dựng nên trong quá trình phát triển. Văn hóa như vậy luôn biến đổi nhằm thích ứng với hoàn cảnh khách quan như là địa lý và nhân văn, nơi mà con người đang sống.

Lịch sử Việt Nam khởi đi từ châu thổ Sông Hồng, phát triển đi vào xứ Đàng Trong đến tận mũi Cà Mau và hình thành nên ba trung tâm văn hóa tiêu biểu cho ba miền của đất nước: Trung tâm Văn hóa Thăng Long-Hà Nội, Trung tâm Văn hóa Thuận Hóa-Huế và Trung tâm Văn Hóa Lục Tỉnh - Nam Phần.

Món ăn quan hệ đến địa lý, lịch sử, phong tục, tập quán, kể cả tánh tình của con người làm ra nó. Nói về món ngon thì nước mình cả ba miền Bắc, Trung, Nam ở đâu cũng có.

Một sản vật coi rất bình thường và rẻ tiền nhưng chỉ có ở địa phương nầy mà nơi khác không có, hoặc chỉ vào mùa nầy chớ mùa khác không có, được chế biến đơn sơ mà hạp với khẩu vị thì nó trở thành món ngon.

Món ngon của người ở vùng nầy chưa hẳn người vùng kia cho là ngon. Cũng có món ngon ở một địa phương lại được cả nước khen ngon. Có món ngon tồn tại một thời rồi mai một. Có món ngon được lưu truyền và trở thành ***"quốc hồn quốc túy"***.

"Phở là một thứ quà thật đặc biệt của Hà Nội, không phải chỉ riêng ở Hà Nội mới có, nhưng chính là vì chỉ ở Hà Nội mới ngon". Đó là món ngon theo cái nhìn của Thạch Lam trong ***"Hà Nội 36 phố phường"***.

Món ngon ở Huế, theo Ngô Thị Bích Liên, dạy Nữ Công Gia Chánh thành phố Huế, luôn phải thể hiện một phong cách *"đầy ý vị Huế"*, mang ***"phong vị xứ Huế"***. Là *"đậm đà của mắm muối, cay chua của chanh ớt, ngọt bùi của trái cây cũng chính là những yếu tố làm nổi bật cái phong vị rất riêng của những món ăn rất Huế."*

Ẩm thực miền Nam phản ảnh thổ ngơi, sản vật, cách ăn uống của những con người từ bốn phương sống chung lộn cùng nhau mở đất Phương Nam.

Cuốn ***"Món Ngon Miền Nam Xưa và Nay"*** gồm mấy món ngon trong dòng ẩm thực Lục Tỉnh-Nam Bộ.

Con người, đất đai, thổ sản ở Gia Định được Trịnh Hoài Đức (1765-1825) ghi lại trong Gia Định Thành Thông Chí như sau:

"Gia Định thuộc về phía nam nước Việt, khi mới khai thác, thì có lưu dân nước ta cùng người Đường tức người nhà Thanh, người Tây Dương, Anh, Ma Cao, người Cao Miên, người Hồi như Chà Và, Mã Lai."

Người Gia Định *"tính trung dũng khí tiết, trọng nghĩa khinh tài, dầu phụ nữ cũng thế. Giai nhân mỹ nữ lại nhiều mà hạng giàu sang cao thọ, khôn khéo cũng xuất phát từ tên tuổi của giới phụ nữ."*

"Vùng Gia Định nước Việt ta đất rộng, thực vật phong phú, không lo đói rét, nên dân ít dự trữ, quen thói xa hoa, phong cách kẻ sĩ thì hiên ngang, do người từ bốn phương tụ lại nên mỗi nhà đều có riêng phong tục..."

"... Đất lại rộng, thổ sản có: lúa gạo, cá muối, cây cỏ, chim muông..."

Người Việt từ miệt Ngoài cùng với người tứ xứ vào phương Nam, nơi *"đất rộng, thực vật phong phú, không lo đói rét"* nên quen sống *có gì ăn nấy*, "ít dự trữ". Thức ăn cốt yếu làm từ gạo, nếp, tự tay trồng nên, rau-cải cá-tôm chim-muông tự tay bắt lấy. Đó là sản vật có sẵn tại địa phương nên lúc nào cũng *"tươi và sống"*, lâu ngày trở thành phong cách ẩm thực riêng. Gọi là ***Ẩm thực Lục Tỉnh-Nam Bộ***.

Thế nào là món ngon? Luận về món ngon thì xưa nay có hai quan niệm thể hiện hai cái "triết lý ăn uống" của con người:

Một, món ăn ngon bởi vì chúng ta nghĩ và cho là nó ngon, "good to think".

Hai, món ăn ngon bởi chúng ta ăn thấy ngon, "good to eat". Viết về món ngon là viết về kỷ niệm của chính mình. Yêu món ngon chính là yêu kỷ niệm, những kỷ niệm vô cùng đẹp của mỗi chúng ta vậy.

Cuốn sách ***"Món Ngon Miền Nam Xưa và Nay"*** nầy gồm những bài viết đã phổ biến trên Nhựt báo Người Việt ở Quận Cam, Huê Kỳ, cùng lúc trên Người Việt Online, đều đã được đông đảo người đọc đón nhận nồng nhiệt.

"Món Ngon Miền Nam Xưa và Nay" giờ đây đến với bạn đọc bốn phương như là "món quà" cho những ai yêu món ngon như yêu kỷ niệm của chính mình!

Những ai vì đọc ***"Món Ngon Miền Nam Xưa và Nay"*** mà biết thêm sản vật cùng món ngon vật lạ ở một vùng đất trên quê hương mình, thì nghĩ cũng không hoài công của người viết.

Xin trân trọng.

Nam Sơn Trần Văn Chi

(Lời Mở Đầu của lần in thứ nhất, 2007)

Lần tái bản năm 2024 chúng tôi gom chung hai cuốn ***"Hương Vị Ngày xưa"*** và ***"Món Ngon Miền Nam Xưa Và Nay"*** thành một cuốn **"Hương Vị Ngày Xưa & Món Ngon Miền Nam"** để tập hợp phong phú hơn về ***"con người lục tỉnh và phong tục tập quán xưa nay"*** được thành hình và phát triển, nhất là sau khi triều Nguyễn lập nên xứ ***"đàng Trong"***, hoàn tất công cuộc ***"mở đất phương Nam"*** trải theo dòng lịch sử nước Việt Nam. *(phụ chú, 2024)*

Tiểu thơ miền Nam chải mái tóc dài (Phụ bản tranh vẽ)

Nhúm chợ bán cá đồng (Phụ bản tranh vẽ)

nhúm chợ bán rau trái (Phụ bản tranh vẽ)

Cá Lóc Nướng Trui
Món Ăn Thuở Khai Hoang

Nói cá lóc nướng trui có nhiều người Việt mình không biết lắm!

Nướng trui là cách nướng rất phổ biến ở vùng Lục Tỉnh ngày xưa mà tới nay vẫn còn được đông đảo "người thích ăn ngon" áp dụng từ nông thôn đến tận thành thị.

Nướng, thì ai cũng biết là để thức ăn còn sống trên ngọn lửa cho chín.

Trui, là nhúng thanh sắt đang nóng đỏ vô nước lạnh cho sắt cứng thêm.

Ghép hai chữ ***Nướng*** và ***Trui*** lại thành *nướng trui*, để chỉ một cách nướng độc đáo của tổ tiên ta ngày xưa, thời vào Đàng Trong khai hoang. Nướng trui không làm cho con cá cứng thêm mà trái lại mềm và ngọt thêm so với nướng bình thường!

Nghe thật lạ và "kỳ cục"! Đối với bà con ngoài Trung ngoài Bắc thì làm sao hiểu được. Nói về cách ăn món nướng thì dân tộc nào hầu như cũng có.

Ở Mỹ thấy có món thịt gà, heo, bò... nướng trên vỉ gọi là barbecue, viết tắt là BBQ, nghe nói là có từ thuở Ông Christopher Columbus khám phá ra Tân Thế Giới ở Châu Mỹ, độ trên 300 năm nay.

Người Nga thì có món Shashlik, nhưng lại dùng lưỡi gươm lụi thịt để nướng. Người Mã Lai thì có món nướng ***Satays*** (Sa-tế).

Tất cả các món nướng trên khởi thủy do các đấng nam nhi giang hồ tứ chiến, mạo hiểm phiêu lưu; các chiến sĩ ngoài sa trường bày ra để thù tạc, chè chén với nhau trong hoàn cảnh xa nhà, thiếu mọi phương tiện nấu nướng.

Món nướng trui của người Lục Tỉnh thuở xưa ra đời cũng tương tự trong hoàn cảnh như món BBQ, Shashlik hay Satays, nhưng chỉ khác ở chỗ người Việt mình dùng cá tươi nguyên không ướp gia vị để nướng, thay vì dùng gia vị ướp thịt món ăn rồi mới nướng như cách của các dân tộc khác.

Hồi đó người mình vào phương Nam, đi khai hoang chỉ mang theo cái nốp và ít gạo muối. Ra đồng bắt được con gì thì ăn con nấy. Đào lỗ để làm bếp hoặc lấy ba cục đất mà làm "ông táo" để nấu tạm nồi cơm. Đi làm bắt được con tôm, cua, cá, rùa... thẩy vào bếp lửa, thế là có món nướng thơm lừng, làm cho bữa ăn vừa ngon miệng vừa bổ dưỡng…

Cá nướng kèm với với rau trời, chấm với muối hột mà ăn với cơm, lâu ngày thấy ngon bắt ghiền và đặt tên là cá nướng trui. Cái tên cá nướng trui nghe rất dân dã, "quê mùa" đặc thù địa phương Lục Tỉnh.

Con cá nướng trui lần lượt định hình theo bước chơn người nông dân và không ngừng cải tiến, cách tân như cuộc đời của những người khai hoang, cha sanh mẹ đẻ ra nó.

Nay thì món ***cá lóc nướng trui*** trở thành món ăn quen thuộc của người mình, rồi nó được mấy tay đầu bếp rủ rê món nầy lên Sài Gòn, ra ngoài Trung, tận ngoài Bắc để tìm cách móc túi những ai *"có tật thích ăn ngon"!*

Nói cá nướng trui thì mọi người chỉ kể tên con cá lóc mà thôi. Vì phải nói ngay, chỉ có cá lóc đem nướng trui ăn mới ngon, mới đúng điệu. Không có con cá nào "dám cả gan" thay thế con cá lóc cả.

Cá lóc miệt Hậu Giang nước ngọt quanh năm nên thịt ngọt, mềm, thơm... ăn ngon không đâu bằng. Cá lóc bà con miệt ngoài còn kêu tên là *cá tràu, cá chuối, cá quả.*

Ở Mỹ có loại cá Walleye gần giống cá lóc của mình nhưng thịt thua xa, độ một sáu một mười, nhưng giá cao và lại hiếm nữa.

Cá lóc nướng trui phải dùng cá còn sống, nhảy soi sói, độ trên kí lô. Cá nướng trui không đánh vảy, để khi gặp lửa vảy cá dựng lên, bắt cháy cho mùi thơm. Chính cái mùi vảy cá cháy khen khét, hòa quyện với mùi khói rơm làm nên mùi cá lóc nướng trui độc đáo!

Xỏ một que tre tươi từ miệng xuyên tận đuôi con cá lóc lúc còn sống cho máu tanh của cá chảy ra ngoài, gác cá lên 2 cục đất cho thân cá cách mặt đất độ gang tay. Để rơm phía dưới và trên con cá, đốt lửa cháy lên ngọn, canh tới khi lửa cháy vừa hết rơm thì cá lóc vừa chín tới.

Ngồi quanh đống lửa cháy nóng rát mặt, nghe từng tiếng nổ lách tách do vảy cá cháy phát ra, hít ngửi mùi khen khét của mỡ cá... ôi thôi mới biết thế nào là mùi cá lóc nướng trui.

"Già lửa" sẽ làm cá bị khét, "non lửa" thì con cá chín mà không thơm. Lửa cháy không đều, không lên ngọn sẽ làm cho con cá bị hôi khói... Phải "nghề" mới được!

Lửa cháy tàn rồi phải chờ một chặp cho hơi nóng trong tro rơm thấm vào sớ thịt cá, cho cá không còn máu, ăn mới không có mùi tanh.

Cắt tàu lá chuối trải trên đất làm mâm, một ít đọt xoài, đọt lá điều, lá nghệ, lá gừng, vài trái khế chua, chuối chát, muối và ớt sống.

Con cá sau khi đem ra khỏi đống tro, lấy mớ rơm sạch quét qua quét lại cho sạch tro, sạch vảy, rồi đặt nhẹ lên mặt lá chuối lót làm mâm.

Kính lão đắc thọ, nhường bậc trưởng thượng bộ đồ lòng cá. Ông già chấm miếng ruột cá còn bốc khói vào mớ muối hột giã vụn, cho vào miệng, kèm theo mấy đọt xoài, cắn miếng ớt... nhai từ từ trông ngon lành, điệu nghệ và ra vẻ trưởng thượng. Lão đưa tay đón lấy ly "xây chừng" chánh hiệu rượu đế Gò Đen, nốc nghe "cái ực" rồi khà mạnh hơi, bộ điệu rất cung cách.

Tới lượt mấy chàng thanh niên, mỗi người tự tay bóc miếng cá nướng trui, kèm vài ngọn rau nhai "ngỏn ngoẻn", nói cười rôm rả cả góc vườn, dưới nắng vàng hoe trong cơn gió chướng se se lạnh.

Xung quanh con cá lóc nướng trui và bếp lửa, người ngồi xếp bằng, kẻ chồm hổm, đứng lên ngồi xuống, chốc lát thôi đã hết lít rượu đế rồi, mà con cá lóc nướng chỉ mới hết phần trên với bộ đồ lòng và cái đầu. Phần còn lại phải chờ lấy thêm rượu để tiếp tục tiệc nhậu.

Ở nhà quê trong những ngày cuối năm người ta hay có tổ chức "tát đìa để ăn Tết". Lựa cá lóc lớn rọng lại để dành nấu cúng rước Ông Bà, con nhỏ roi roi làm món nướng trui để đãi anh em kêu tới. Cái tập tục phụ giúp tát đìa ăn cá lóc nướng trui vào những ngày giáp Tết tới nay vẫn còn ở quê Lục Tỉnh.

*

Món cá lóc nướng trui ngày nay muốn ăn lúc nào cũng có, nhưng cách nướng, cách ăn đã thay đổi, cách tân cho hợp với thời đại văn minh. Cũng thời là con cá lóc, nhưng được chặt đuôi cho ra máu thay vì để nguyên

kỳ vảy xỏ lụi, và nướng trên vỉ sắt đốt lửa than thay vì lửa rơm. Mùi vị khen khét, tiếng nổ lách tách của vảy cá, tiếng kêu xèo xèo của mỡ cá vẫn còn, nhưng cái phong cách đã khác xưa, làm cho mấy cụ già hoài cổ kém vui!

Cá lóc nướng trui thời nay được bày trên đĩa bàn to, đĩa hình hột xoài, có đủ loại rau thơm, khế chuối chát, gói bánh tráng chấm với mắm nêm thay vì muối, và nhậu với bia thay vì rượu đế.

Cá lóc nướng trui ngày nay lên cao lâu, vào tửu quán, vô tận khách sạn nhiều sao, biến dạng thành cá lóc nướng mỡ hành, gói bánh tráng chấm với mắm nêm cũng ngon đáo để.

Nhớ lại, mỗi buổi chiều tan sở về, đi ngang khu bùng binh Minh Phụng, Quận 6, Chợ Lớn, thấy người ta đem bếp than nướng cá lóc mỡ hành "xuống đường" để mời chào khách qua đường, tin chắc bạn không thể nào bỏ qua cho được.

Còn cái kiểu nướng sa-tế hay BBQ thì lại càng dở ẹt!

Với tôi, cá lóc nướng trui chánh hiệu, nguyên sơ thuở khai hoang là cái gì không thay thế được. Ai nói cái mũi cái miệng của tôi "kỳ thị" thì tôi xin chịu, bởi cái mùi khen khét của cá lóc nướng trui làm tôi thương nhớ!

Không biết thương nhớ vì hương vị cá lóc nướng trui, hay nhớ thương tổ tiên mở đất phương Nam để ngày nay ta có một giang sơn gấm vóc?

Xuồng bán hàng rau trái trên sông rạch miền Nam.

Tôm Rang, Tôm Rim Món Ngon Trong Ký Ức

Tôi biết ăn tôm rang từ khi được mẹ tập cho ăn cơm nhai với tôm rang, nên có "cảm tình" với con tôm rang và mê món tôm rang cho tới ngày nay! Chớ đâu phải "ăn theo nói theo" như người đời, thấy con tôm thuộc dòng họ sơn hào hải vị bèn "bắt quàng làm họ"!

Và hình ảnh con tôm rang, tôm rim đã đeo đuổi theo tôi mãi tới bây giờ, nên bao phen xa quê, xa đồng ruộng, xa con tôm nhưng lòng mãi tơ tưởng món tôm rang tôm rim là vậy!

- Tôm kể đầu, rau kể mớ.
- Vắt đầu cá, vá đầu tôm.
(Tục ngữ)

Tôm là loài động vật sống dưới nước, thân giáp, mình dài có nhiều đốt, nhiều chơn, nhiều râu. Người ngoài Bắc phần biệt tôm là con lớn, tép là con nhỏ; người trong Nam phân biệt qua hình dạng, như kêu là "tôm tích" dù nhỏ con nhưng vì hình dạng như tôm càng; và nói tép đất, tép bạc, ngoại trừ con tép biển lớn như con "Tiger shrime" bán ở Mỹ thì người Bạc Liêu gọi là "tôm sơ-tiều" vì họ dùng giống tôm này phơi khô làm "tôm lụi" để bán Tết.

Ở xứ mình cũng có nhiều loại như tép bạc, tép đất là loại mà ta thường ăn. Tôm càng, tôm hùm đắt tiền thuộc sơn hào hải vị, người giàu mới dám ăn. Còn tôm tích, tôm chông thuở xưa là loại tôm không ai thèm ăn, chỉ dùng để phơi khô làm phân, hay dành cho mấy tay bợm nhậu thiếu mồi mà thôi!

Con Tôm tích ở miền Trung kêu là tôm bàn chải, vì nó giống cái bàn chải, sống ở vùng ngập mặn có bùn sạch. Tôm tích thân dài dẹp, đầu to, nhìn như con sâu róm, xấu xí, nó búng đuôi trúng tay rất đau. Luộc, hấp, nướng làm món nhậu dã chiến ăn cũng tàm tạm! Thịt tôm tích có nhiều sớ nên nhai nghe dai dai. Vào tháng 9 tháng 10 ta, tôm tích rất mập, đầu tôm cho nhiều gạch son như gạch cua, nướng chín chấm với muối tiêu ăn cũng ngon. Không ai dùng tôm tích để rang hay rim bao giờ, trừ người nhà nghèo, vì nó bán rẻ tiền.

Con Tôm chông là loại tôm không được nông dân ưa chuộng. Đầu to, có gai nhọn như chông nên gọi là tôm chông, mình tròn giống con tôm càng nhưng nhỏ hơn. Tôm chông đầu bự đít teo, ít thịt. Tôm chông nhìn mất cảm tình, vừa xấu vừa không ngon! Kẹt lắm mới có người lột bỏ vỏ, lấy thịt nấu canh ăn đỡ vào mùa nước kém không có gì ăn mà thôi!

Con Tôm sú trước đây ít nghe ai nói, nay được nuôi để cung cấp cho nhà hàng làm món tôm sú hấp với bia, chấm với sauce mayonnaise, với mustard. Thú thật với bạn, thấy con tôm sú nuôi mập tròn như mấy người bịnh béo phì, thấy phát ớn, phát sợ vậy mà "Việt kiều" về nước mê mệt mới lạ! Có lẽ cái gu bây giờ người ta khoái mập và ăn tôm sú là cái mốt?

Con Tôm hùm, tôm càng là loại thuộc bộ sưu tập "sơn hào hải vị", thuộc về những món ăn quí, đắt tiền, mang tánh chất y lý (?) nên ngày xưa chỉ dành cho nhà giàu. Nay lắm bà lắm cô ở Little Saigon có tiền, thèm ăn mà không dám rớ! Sợ mập và cao mỡ, tội nghiệp!

Tôm hùm có nơi kêu là tôm kẹt, to bằng cùm tay trở lên, loại sống ở biển nên vỏ sần sùi, rất cứng, thịt dai. Tôm hùm đem hấp ăn với sauce mayonnaise, nhậu với rượu chát trắng kiểu Tây. Tôm hùm còn sống bơi lội trong hồ kiếng, vớt lên lột bỏ vỏ, thịt thái nhỏ, chấm mustard, uống rượu saké, ăn kiểu sushi của Nhựt Bổn, có mùi vị lạ, hấp dẫn.

Tôm càng ngon hơn tôm hùm nhiều. Con tôm càng nhỏ hơn tôm hùm, sống ở nước ngọt, vỏ mỏng, màu hơi

Tôm càng xanh Vĩnh Long.

Tôm càng xanh nướng vĩ than hay hấp nước dừa tươi.

xanh, thịt mềm và ngọt, có rất nhiều ở miền Tây, nhứt là tỉnh Vĩnh Long, nổi danh **tôm càng xanh**.

Tôm càng kho tàu nhờ màu gạch tươm ra trông hấp dẫn, là món ngon độc đáo của người miền Nam. Mấy lão nông sành ăn thì hảo món tôm càng nướng chấm muối tiêu chanh. Con tôm nướng vừa chín tới, lột đầu lột vỏ, chấm muối tiêu chanh, đưa nguyên con tôm vào miệng, làm một ngụm rượu đế thì tuyệt cú mèo!

Nhớ thuở xưa, món tôm càng kho tàu, tôm càng nướng thường được bày bán cả hai bên bến bắc Mỹ Thuận, phục vụ cho khách thương hồ xuôi ngược ngang qua. Nay nhắc lại món tôm kho tàu nơi bến Bắc làm cho những ai đã một lần qua đây phải ngậm ngùi luyến tiếc.

*

Con ***Tôm bạc*** đem ***rang muối*** là món ăn kinh điển của người nông dân Lục Tỉnh xưa nay.

Tôm bạc như tên gọi, bởi có màu trắng bạc, thân dẹp, vỏ mỏng, thịt mềm. Tôm bạc làm được nhiều món để ăn cơm cũng như ăn chơi, ăn nhậu. Khoảng sau tháng Tám ta, lúa ngoài đồng phủ xanh mặt ruộng là mùa rộ của con tôm bạc. Lúc đó con tôm bạc rủ nhau chạy ra sông ra rạch nhiều vô kể. Tôm bạc sống nước ngọt, thịt mềm mà có vị ngọt, được gọi tên là "tôm bạc trắng". Tôm bạc trắng nước ngọt để nguyên con đem rang với muối là món ăn của những người khai hoang mở đất Lục Tỉnh.

Còn tôm bạc biển thì có mùi khai khai, xưa thương lái muối nước đá đem bán cho dân Sài Gòn Cho Lớn, chớ dân ở ruộng không chịu ăn.

Bắc cái chảo bằng đất lên bếp lửa, đợi hồi lâu cho chảo thiệt nóng. Tôm bạc rửa sơ để cho ráo nước, trút vào chảo. Hồi lâu cho tôm khô nước mới cho muối vào. Tôm nóng gặp muối ra nước tạo thành dung dịch sệt sệt ôm lấy con tôm. Dùng đũa đảo tôm hoặc bưng chảo xốc sao cho tôm ăn đều muối. Lúc nầy lửa để riu riu cho muối ăn từ từ. Thấy gần cạn hết nước, tôm vừa chín, nhắc chảo tôm xuống, đặt tên là ***"tôm rang muối"***.

Tôm bạc trắng rang muối kiểu nầy nói theo văn chương là tôm rang kiểu kinh điển, không ngắt bỏ đầu. Con tôm trắng tinh, mùi thơm rất "hoang dại", vị mặn rất ư là "chơn phương". Râu tôm màu đỏ tươi dính vào nhau từng chùm rất lạ mắt.

Ăn tôm rang muối kiểu nầy bạn phải ra tay mới đúng kiểu đúng điệu. Nắm đầu con tôm mà bỏ vô miệng cắn. Mới nhai thấy mặn, nhai một chặp mới nghe ngọt, nghe mùi thơm thơm. Vỏ tôm rang làm cho bạn có thêm cái cảm giác giòn giòn như tôm nướng, rất thú vị.

Tôm rang muối ăn "ên" với cơm nóng ngon đáo để, ăn xong nốc hết tô nước mưa thì mới đã khát. Tôm rang cũng có thể ăn với canh rau, canh bầu canh bí và nếu được ăn với canh chua thì còn gì bằng.

Tôm rang muối ăn với cơm nếp là kiểu ăn chỉ có dân miền Tây mới biết. Hồi thời Tây, sáng sớm nào mẹ tôi cũng nấu cơm nếp ăn với tôm rang muối. *"Ăn cho no dai mà chạy giặc"*, mẹ tôi nói như vậy. Sau nầy không còn chạy giặc nữa, nhưng ở nhà cũng hay bày nấu cơm nếp ăn với tôm rang muối trừ cơm. Cơm nếp trộn dừa ăn với tôm rang muối là món "cao cấp" hơn, nhưng vẫn là món ăn của người nhà quê, vì người ở chợ ở thành mấy ai biết ăn.

Tôm rang muối ăn lâu ngày thành quen, nhập tâm nên nhắc lại như rạo rực bắt thèm, bắt nhớ là vậy. Ngày nay văn minh rồi mà người mình vẫn tìm ăn tôm rang muối kiểu ngày xưa. Thế mới lạ!

Tôm rang muối, với kiểu rang hao hao giống như cá lóc rang muối, là món ăn của người khẩn hoang, phù hợp với thổ ngơi, sản vật và điều kiện sống tại chỗ. Nơi khác không có.

*

Món ***Tôm rim*** do từ tôm rang muối được *cải lương*, nghĩa là chế thêm.

Rim là đun lửa nhỏ riu riu cho lâu để thức ăn khô và chất ngọt mặn thấm dần vào bên trong từ từ. Tôm rang muối dùng tôm bạc, trong khi tôm rim phải dùng tôm đất.

Tôm đất là loại tôm nước lợ, mình tròn có con to bằng ngón tay cái. Vỏ màu đất phèn có khoang trắng. Tôm đất sống rất dai, rọng cả tuần nơi có nước chảy mà con tôm vẫn còn sống.

Tôm rim có đầu.

Người Sài Gòn thích rim tôm với mỡ hoặc dầu. Còn người miệt vườn rim tôm với nước cốt dừa, ngon độc đáo không nơi nào có.

Tôm đất cắt đầu đuôi và chân, rửa sạch cho vào rổ chờ ráo nước. Trút tôm vào thau, ướp với muối (không ai ướp bằng nước mắm), thêm chút đường. Để một chặp cho tôm thấm đều. Bắc chảo lên bếp, khử dầu với tỏi, cho tôm vô mà xào. Trộn đều, nhìn con tôm trở màu đỏ tươi và nghe có mùi thơm, mới cho nước cốt dừa vào. Nước dừa ngập tôm. Giữ lửa riu riu cho nước cốt dừa chín từ từ đến khi sền sệt thì bớt lửa để cho nước thấm hết vào con tôm.

Tôm rim nước cốt dừa có màu vàng sậm, trong bóng và lóng lánh. Con tôm được bọc bởi lớp nước dừa sệt sệt ươn ướt. Vỏ con tôm trong suốt có dầu óng ánh bên trong, khiến cái miệng muốn ăn ngay.

Tôm rim nhai nghe dòn dòn, vị vừa ngọt vừa mặn lại béo béo bởi cái dư vị nước cốt dừa mới chín tới, chưa kịp hóa dầu, làm cho người ăn có cảm giác độc đáo. Có người trong đời chưa ăn qua bao giờ.

Xem ra tôm rim là món tôm rang được cách tân, đổi mới theo yêu cầu của người muốn ăn ngon. Tôm rim như vậy là món ăn của người văn minh, trong khi tôm rang muối tới nay vẫn là món ăn ngày xưa, món ăn kinh điển. Nên mới nói món tôm rim là tôm rang muối cải cách, cải lương là vậy.

*

Không biết có phải tại vì thuở nhỏ tôi được mẹ tập cho ăn cơm nhai với tôm rang nên mình thích, mình khen tôm rang muối, tôm rim, hay tại vì tôm rang muối tôm rim ngon thiệt? Cũng có thể tại cả hai.

Miếng "cơm nhai với tôm rang" đầu đời của tôi nay không sao tìm lại được! Và món tôm rang muối, tôm rim tôi ăn ngày xưa bây giờ cũng không tìm lại được ở xứ tạm dung nầy!

Không biết những ai đã từng ăn món tôm rang muối, tôm rim nước dừa ở nhà quê ngày nào nay có còn nhớ chút gì hay không?

Riêng tôi, món **tôm rang, tôm rim** giờ đây vẫn còn trong ký ức.

Nhà bếp và bà cháu ở mảnh sân sau (Phụ bản tranh vẽ)

Bộ cơi trầu cau vôi thuốc xỉa ngày xưa (Phụ bản tranh vẽ)

Về Biển Ăn Nghêu

Không biết tự khi nào mà người Sài Gòn có cái tật "ăn đêm"? Ăn đêm không chỉ vì nhu cầu đòi hỏi của cái dạ dày mà như là thói quen, lối sống và thú vui của người Sài Gòn. Vì cái tật ăn đêm mà người Sài Gòn làm cho Sài Gòn trở nên là "thành phố mất ngủ" kinh niên.

Đường Nguyễn Tri Phương, Ngã Sáu Chợ Lớn là một trong những khu ăn đêm nổi tiếng, nơi đó có bán món nghêu luộc thật là kỳ thú, thành danh ***"Nghêu Nguyễn Tri Phương"***!

Nghêu luộc đựng trong cái thau nhôm loại nhỏ, được bày bán hằng đêm dọc trên lề đường Nguyễn Tri

Phương. Khách đến ăn nghêu có đủ hạng người, đàn ông, đàn bà... tới nườm nượp bất kể nắng mưa... Tin chắc rằng, những ai đã một lần tới đó ăn qua đều phải tìm cách quay lai.

*

Con nghêu, ngoài Bắc kêu là con ngao (trong Nam kêu con ngao để phân biệt, vì ngao lớn hơn con nghêu). Nghêu giống như con sò, nhưng hai vỏ sọc trắng và láng, ruột mềm, sống ở ven cửa sông, cửa biển như Ninh Bình, Thanh Hóa, nhưng nhiều nhứt là Gò Công, Bến Tre và cách vùng biển phía Nam.

Đèn nào cao bằng đèn Châu Đốc,
Gió nào độc bằng gió Gò Công.
(Ca dao)

Gió độc ở Gò Công là gió thổi từ hướng Tây, áp suất thấp, ẩm, người ở đây gọi là *gió chướng*, thường gây bịnh cho người và thú vật sống ở vùng gần biển. Không biết gió Gò Công độc cỡ nào, chớ nói riêng với bạn là con nghêu Gò Công thì ngon mà ăn không độc như ăn nhằm con "cua đinh Cần Đước"!

Tìm về Gò Công, đến quê hương của con nghêu để thấy tận mắt, tìm hiểu rạch ròi đời sống con nghêu mới thấy rằng có nhiều điều rất thú vị bạn chưa nghe, chưa biết về con nghêu lắm. Từ Sài Gòn về Gò Công có hai ngả: ngả Xóm Củi hoặc Tân An. Con đường trên dưới 60 cây số mà ngày xưa ngồi xe đò phải mất 3 tiếng đồng hồ là thường.

Khách phải qua bắc Mỹ Lợi, mà người dân ở đây Xưa nay quen gọi là bắc Cầu Nổi. Tuy bé và không thể nhộn nhịp như bắc Mỹ Thuận hay bắc Cần Thơ nhưng cũng đủ để lại cho du khách có lần đến Gò Công, ít nhiều kỷ niệm về con người, thổ ngơi và đặc sản ở đây.

Riêng chỉ mình "ên" con nghêu thôi cũng có thể để lại ít nhiều ấn tượng cho du khách một lần về biển Gò Công thưởng thức món nghêu. Con nghêu Gò Công từ khi được thương lái cho "quá giang" xe đò lên Sài Gòn, thì nó đã trở nên gần gũi với người ở đây, đã góp phần làm cho cái thành phố thủ đô nầy vui tươi nhộn nhịp thêm về đêm.

Từ tỉnh lỵ Gò Công đến bãi nghêu ở biển Tân Thành độ 8 cây số. Du khách lần lượt qua các địa danh mà tên gọi quen thuộc với mọi người vùng nầy. Như xã Hòa Nghị, quê hương của trái sơ ri, nơi đây có cây Dầu cổ thụ sống trên trăm tuổi, thân to ba người ôm không hết. Rồi đến thị trấn Tân Hòa, xưa thời Tự Đức là huyện Tân Hòa, vùng đất khởi binh của Trương Công Định. Người anh hùng chống Pháp đầu tiên của Việt Nam. Tân Hòa còn nổi tiếng với món bánh vá, mắm còng, mắm tôm chua. Tiếp tục lái xe trực chỉ một đỗi nữa, qua chợ Tân Thành là đến **biển Tân Thành,** ***bãi nghêu Gò Công.***

Theo người địa phương cho biết, mùa nghêu ở đây nhằm vào mùa gió Nồm (gió thổi hướng Đông Nam) bắt đầu từ tháng 3 âm lịch.

Gió Nồm là gió Nồm Nam,
Trách người quân tử ăn tham không mời.
(Ca dao)

Vào mùa nầy đồng ruộng miệt Gò Công còn khô, nước dưới sông còn mặn nên cá tôm rất hiếm. Có lẽ Ông Trời thương nên đem con nghêu đổ về biển Tân Thành nhiều thôi vô số kể.

Canh chờ lúc nước kiệt, lần theo mực nước, ra ngoài khơi tận ngoài Đèn Đỏ, Đèn Trắng, bạn sẽ gặp ở đây đoàn người sống về nghề bắt nghêu. Họ là những người dân địa phương cha truyền con nối với nghề nầy.

Con nghêu sống tập thể, tập trung trên các gò cát cao như gò mả lạng, có gò dài cả cây số mà người trong nghề gọi là cồn nghêu. Nói bắt nghêu chớ thực ra là xúc nghêu. Dùng cào, dùng cuốc xúc nghêu vào cái "rổ xảo", đãi cho sạch cát rồi cho vào giỏ cần xế, vác đưa lên ghe.

Mùa cào nghêu ở bãi biển Tân Thành, Gò Công.

Xúc nghêu ai cũng muốn tìm nghêu lớn bán mới có giá, nhưng có khi gặp phải cồn toàn nghêu nhỏ, gọi là xui xẻo, thì phải chịu thôi. Đó là bắt nghêu tập thể. Bắt nghêu cá nhơn là người tự đi từ trong bờ ra khơi bằng "cái xệp" (giống như cái mông kéo lúa, nhưng nhỏ hơn (ngang độ 0,5 m đài 1,50 m), sử dụng như con nít ở Mỹ đi skate) họ trượt xệp ra ngoài xa gò để tìm bắt nghêu lớn. Tới nước lớn phải nhanh chân đẩy "xệp" vào lại trong bờ.

Hồi đó nghêu bán tính bằng thùng thiếc, loại thùng đựng dầu hôi hiệu con sò 20 lít, chớ đâu có cân kí lô như ngày nay. Thuở đó nghêu rẻ lắm. Có năm trúng mùa, nhiều quá, bán không ai thèm mua, chủ ghe phải kêu cả xóm ra cho không, "để lui ghe, chèo về cho nhẹ".

Năm nào nghêu nhiều như vậy, mẹ tôi lo sợ lắm, bà nói, *"Trúng mùa nghêu là thất mùa lúa"*. Có lẽ tên con nghêu liên hệ tới nghĩa *nghêu ngao*, khiến người ta liên tưởng tới điềm báo hiệu không lành chăng?

Nghêu ngao cho đỡ cơn buồn,
Dẫu ai cho dại, cho khôn mặc lòng.
(Ca dao)

Nhớ lại hồi nhỏ, vào mùa nghêu mẹ tôi hay biểu ra bờ sông đón ghe nghêu cho bà. Lúc nầy trời mưa chưa già, cá tôm chưa có nên phải ăn cơm với nghêu. Nghêu làm nhiều món ăn cho đỡ ngán, như nghêu xào mướp hương, nghêu kho tiêu, nghêu xào bầu... cứ thế mà ăn miết, nay nhắc lại còn ngán!

Con nghêu cũng như con hàu, con hến là loại luôn luôn ngậm miệng. Thế mới nói *"câm như hến"*. Có ai thấy chúng mở miệng bao giờ thì làm sao biết nó sống hay chết? Làm sao phân biệt nghêu chết, nghêu sống? Muốn biết phải đem nghêu ngâm nước vo gạo hay nước pha ít giấm để nghêu hả miệng. Con nào còn tiếp tục ngậm miệng là con chết, con sống gặp nước giấm phản ứng tự nhiên phải hé miệng. Ngâm như vậy cũng làm cho nghêu nhả chất dơ nữa.

Con nghêu cho ta nhiều món ngon lắm. Dầu làm món gì, nghêu lớn hay nhỏ, đầu tiên con nghêu phải còn sống mới cho món ăn ngon. Nghêu làm để ăn chơi thì có món *nghêu hấp hoặc nướng*.

Nghêu nướng phải lựa nghêu bự cỡ bằng con "vòm", bằng trái cà chua thì mới ngon. Ai ăn nấy nướng. Nướng từng con, thấy nghêu vừa hé miệng phải nhanh tay tách nghêu ra, nặn chút chanh, cho thêm ít muối tiêu. Đưa vào miệng, húp nước nghêu còn đang còn nóng hổi như ăn hột vịt lộn mới ngon. Tiếp theo là một ngụm rượu đế chánh hiệu Gò Công, bạn sẽ biết thế nào là vị ngọt của nghêu nướng. Thịt nghêu ăn kèm với rau thơm, chấm muối tiêu chanh. Nghêu nướng nhai nghe dòn dòn, nước thịt nghêu nóng hổi, ngọt lịm, hòa lẫn với mùi rau thơm... tuyệt diệu!

Tôi tin rằng có người trong đời chưa hề có lần ăn ngon như vậy. Ăn nghêu nướng phải ăn từ từ, nhậu lai rai với rượu đế và tự tay nướng từng con ăn mới ngon. Ngồi bên bếp lửa chờ con nghêu hả miệng, nói chuyện trên trời dưới đất mới thú vị! Cho nên ăn nghêu nướng sẵn kiểu ăn ở nhà hàng, bất kể có vui mấy đi nữa cũng làm sao bằng kiểu ăn dân dã được.

Còn món ***nghêu hấp*** có cách ăn khác, có cái ngon khác. Nghêu chọn để hấp không cần bự, cỡ "don don" cho vừa miếng ăn. Sau khi rửa sạch chờ ráo nước, cho vào chảo đang nóng và nhớ phải đậy nắp vung để giữ hơi nóng cho nghêu hé miệng đều, tránh cảnh nhiều con nằm trên mặt còn sống. Người nhà quê Gò Công thường hấp nghêu với lá sả, lá chanh, lá bưởi... vừa cho ta mùi thơm mà ăn nhiều không bị "Tào Tháo đuổi". Nghêu hấp ăn kèm rau thơm chấm muối tiêu chanh rất ngon. Chỉ cần một món cũng đủ đãi khách phương xa rồi.

Muốn ăn no bạn có món ***nghêu gói bánh tráng***, mà chỉ người miệt biển mới biết ăn. Có người gọi món nầy là nghêu nhúng giấm, ăn kiểu như bò hay cá nhúng giấm.

Nghêu nhúng giấm không được nhúng chung với tôm hay cá, như vậy sẽ làm mất mùi nghêu. Nghêu nhúng giấm gói bánh tráng chấm với nước mắm chanh ớt mới gọi là biết ăn nghêu. Chấm với tương hay mắm nêm thì ăn không ra làm sao cả, mùi vị nghe "lãng xẹt", mấy ông làm biển nói như vậy.

Con có món ***cháo nghêu*** nấu với nước cốt dừa, nấu theo kiểu *"cháo bồi Mùng Năm Tháng Năm"*, ăn vừa béo vừa ngọt, mùi vị rất lạ. Mỗi người ăn một chén là vừa đủ, gọi là ăn cho mát, *"ngừa bịnh nổi sải, bịnh nổi trái"*, nghe mẹ tôi nói vậy.

Còn ***nghêu luộc*** bán ở Ngã Sáu Chợ Lớn được đựng trong thau nhôm cỡ cái tô lớn. Nghêu thay vì hấp, người ta đem luộc cho nhanh và nhứt là cho có nhiều nước để húp. Dân ăn nghêu ở đây ăn lối phàm phu, ăn lấy bị thay vì lấy vị. Vừa ăn dừa húp nước nghe "rồn rột" cho đã thèm, cho đáng đồng tiền bát gạo, bởi lẽ một thau nghêu không bao nhiêu con, giá bấy giờ bằng một tô phở hiệu Tương Lai bên kia đường.

*

Ngày nay nếu ai có dịp về thăm lại Gò Công, xuống tận biển Tân Thành tìm con nghêu "đỏ con mắt" không có! Nghêu ngày nay bán cân kí lô chớ đâu rẻ mạt như xưa bán thùng, bán bao, vừa bán vừa cho.

Con nghêu Gò Công nay theo chơn doanh nhân xuất ngoại ra tận Thái Lan, Trung Quốc, chào mời đổi chác, gọi là để làm giàu cho đất nước (?). Nghêu bây giờ là tài sản của Hợp Tác Xã, người bắt nghêu chỉ được trả công 20 ngàn cho mỗi thùng 20 kí lô! Từ hồi ra hải ngoại, tôi không còn có cơ hội ăn nghêu hấp, nghêu nướng, cháo nghêu nữa. Thỉnh thoảng có ăn, có thấy đâu đó món nghêu xào lá quế, nhưng hương vị hình như xa như lạ!

Có lẽ bởi lòng tôi cứ tơ tưởng đến con nghêu biển Gò Công của tôi ngày xưa?

Gỏi Nham Gò Công Món Ngon Tiến Cung

Gỏi là món ăn trong bộ tứ: Nem-Bì-Chả-Gỏi, "bốn món ăn chơi", có mặt trong các bữa tiệc sang trọng của người có tiền ngày xưa.

Nước mình ở đâu cũng có món gỏi, người ngoài Trung cũng kêu là gỏi, người miền Bắc nghe nói kêu là "nộm", như nộm rau muống, nộm đu đủ, nộm hoa chuối (bắp chuối).

Có nghiên cứu cho rằng gỏi là món ăn xuất hiện vào thời kỳ hái lượm, thuở mà con người còn ăn sống vì chưa biết dùng lửa! Gỏi bấy giờ là món ăn hỗn hợp rau cỏ thực vật với cá sống.

Ngày nay về miệt Tiền Giang, Hậu Giang, xuống miền quê, ra Phú Quốc còn thấy món gỏi tôm sống, cá sống, ăn hấp dẫn, ngon hơn món sushi của Nhựt Bổn nhiều lắm.

*

Món gỏi mà tôi còn nhớ, nó đeo đuổi theo tôi tới nay là món gỏi đu đủ bán trước cổng trường Nam Tiểu Học Gò Công, hồi tôi mới lên lớp Nhì (lớp Bốn ngày nay). Mấy cọng đu đủ bào, loại đu đủ non, với vài miếng khô bò (?) được cắt bằng kéo cắt mỏng như lá lúa, ít nước tương đen ngòm pha sền sệt với ớt chua cay đỏ đỏ... ăn nhai nghe sựt sựt, cay cay, chua chua. Ngon làm sao! Nhai mà không dám nuốt vì quá ít!

Sau nầy lớn lên, mẹ tôi thường làm món gỏi ăn với cơm trong nhà. Có thứ gì Bà làm thứ nấy, kiểu "ẩm thực Lục Tỉnh" và vì thế mới biết được nhiều thứ gỏi.

Gỏi tôm trộn với củ cải trắng là món thường ăn nhứt. Vào mùa mưa độ tháng Tám ta là mùa tép bạc. Tép non đầu mùa, đem luộc vừa chín tới, trộn với củ cải trắng non, xắt khoanh mỏng, bóp giấm, có chút đường, vài đọt rau húng lủi húng cây cắt nhuyễn.

Khi nào nhà có đu đủ thì làm món ***gỏi tôm trộn đu đủ***. Đu đủ vừa già hơi ửng vàng, người ta kêu là "đu đủ chín mỏ vịt", bằm xắt nhuyễn như cọng bún. Tôm đất tươi còn sống hấp với lá chanh cho thơm, lột vỏ trộn với đu đủ, cho ta món gỏi đu đủ, ăn giòn giòn, thơm, ngọt... và ngon hơn gỏi tôm trộn củ cải trắng.

Ở Sài Gòn mấy gánh gỏi đu đủ trộn tôm bán rong được mấy bà mấy cô rất ưa chuộng. Không biết đời nay mấy cô gái ở Sài Gòn có còn ưa ăn vặt món gỏi đu đủ nữa không?

Gỏi tôm thịt. Tôm khô trộn gỏi gọi tên là gỏi tôm thịt: Món ăn cao cấp, cầu kỳ, phức tạp hơn, nên chỉ thấy trong dịp lễ giỗ, lễ cưới hồi trước.

Tôm khô loại tôm lạt, đem ngâm nước, vắt cho ráo, ngâm lại với giấm son, trộn với thịt ba rọi luộc xong xắt cỡ đầu đũa. Phần "bổi" dùng để trộn gỏi là củ cải đỏ, củ cải trắng, dưa leo (bỏ ruột, xài phần ngoài mới giòn) tất cả được xắt lớn nhỏ tùy loại, bóp với muối làm sao cho mềm mà còn dòn, rồi cho bổi gỏi vào đĩa bàn lớn. Xúc tôm khô và thịt điểm lên trên với rau thơm, phụ gia hành phi, đậu phộng. Đó là gỏi tôm khô thịt. Trộn kiểu nầy gọi là *gỏi khô*. Nước mắm đặc biệt pha chua cay ngọt nhưng hơi chua, lúc ăn mạnh ai nấy cho vào chén riêng, gỏi được ăn kèm với bánh phồng tôm. Người miền Trung ăn gỏi với bánh đa nướng, và cũng không ăn nước mắm pha theo kiểu người miền Nam.

Món ***gỏi tôm thịt ăn với bánh phồng tôm*** ra thành thị, vào nhà hàng, rồi ra hải ngoại, rất được người Việt mình lẫn ngoại quốc ưa thích. Thấy mấy người Mỹ húp nước mắm nghe "rồn rột" mà thấy đã! Nay có người làm gỏi tôm thịt bằng tôm tươi, thay vì tôm khô, ăn cũng ngon nhưng không bằng tôm khô!

Gỏi cá được người dân miền sông nước ưa thích, và là món nhậu của mấy ông lão nông. Cá lóc làm gỏi, gọi là ***gỏi cá lóc,*** trở thành tên riêng. Phải là cá lóc nước ngọt, cá bắt dưới sông, chớ cá lóc nuôi ao không ngon, thịt có mùi cỏ; mùi đất sinh.

Dân làm biển ngoài Phú Quốc chuộng ***gỏi cá trích***, còn ngoài miệt Nha Trang nghe nói dùng con ***cá mai*** làm gỏi. Hồi trước ở đường Trần Quý Cáp, Sài Gòn có món ***gỏi ruột cá lóc*** nổi tiếng, mỗi đêm nhà hàng chỉ làm được một hai dĩa dành cho khách quen mà thôi.

Món ***gỏi cá sống*** thường dùng để nhậu. Con cá sống hoặc cá tươi làm sạch, lóc lấy phi-lê, nặn chút chanh hoặc giấm son làm cho cá chín tái; như ăn sushi. Ăn gỏi cá kèm với rau thơm, củ cải trắng non có mùi cay nồng bốc lên mũi như bột hột cải, tăng thêm phần hấp dẫn. Ăn gỏi cá, uống rượu đế mới tuyệt!

Ở miệt vườn ngoài cá linh, cá mè, người ta dùng con ***"tôm bạc lò"*** để làm gỏi, là loại tôm thẻ nước ngọt, đuôi đỏ, thân đẹp và thịt rất mềm. Tôm lột vỏ, xẻ làm đôi, nhúng vào chén giấm, kẹp với rau thơm, gừng và chấm muối tiêu... Đó là kiểu ăn gỏi tôm cá sống đồng ruộng.

*

Nay nói về món ***Nham Gò Công*** mà nhiều người chưa nghe tên bao giờ. Nham là gì mà như bí mật vậy? ***Gỏi trộn với thịt cua*** được người Gò Công gọi là "nham". Người nơi khác gọi bằng nhiều tên khác nhau: Nham Gò Công, Gỏi Gò Công hoặc là Gỏi Cua Gò Công.

Người Gò Công chánh hiệu không ai gọi như thế bao giờ, nên nghe kêu như vậy biết ngay bạn không phải đồng hương Gò Công rồi! Gỏi Nham do sáng kiến của người xứ Gò Công, được những bàn tay khéo léo nữ công nữ hạnh và bằng cả tấm lòng của người phụ nữ ở đây làm ra để tiến cung vào thời vua Tự Đức. Nên mới nói gỏi nham vừa là món ăn đặc thù địa phương, cũng vừa là *"bát trân bát bửu"*, là ẩm thực cung đình xưa, có liên hệ đến hoàng hậu, hoàng thái hậu là vì vậy.

Trước hết nói về ***cua biển*** dùng ***làm nham***. Nói cua biển nhưng không phải là cua sống ở biển, mà phải là cua sống ở nước lợ. Con cua nước lợ từ tháng Mười đến Tết có "gạch son", gọi là cua gạch son, làm nham mới được. Chính gạch son mới làm nên món nham. Gọi gạch son bởi gạch cua khi chín cho màu đỏ như son. Gạch son chỉ có ở con cua cái. Con cua đực thịt nhiều hơn cua

Cua biển gạch son dùng làm món gỏi nham cua.

cái nhưng gạch màu đen bầm, không đỏ và không ai lấy gạch cua đực làm nham.

Lựa cua chắc, người nông dân gọi là "cua tối Trời", cua còn sống, rửa cho sạch bùn và rong rêu nếu không sẽ có mùi tanh, bởi con cua nước lợ sống trong hang. Tách mai con cua cái lấy hết gạch son cho vào tô, chắt bỏ hết nước trong gạch, nếu không sẽ còn mùi tanh, đánh gạch cho nhừ, thêm phụ gia tiêu, đường và muối.

Rau làm gỏi nham phải là rau dấp cá, bởi cái mùi "hanh hanh chua chua" của rau dấp cá có tác dụng khử mùi tanh của cua. Rau dấp cá xắt nhuyễn, khế chua và "chuối chát hột" thái to bằng đầu đũa, trộn nhẹ tay cho đều rồi cho tất cả vào dĩa bàn bự.

Cua sau khi được hấp chín bằng nước lá sả, lá chanh... đem "rỉa" lấy thịt sắp đều lên mặt dĩa rau. Bắc chảo lên bếp, phi ít mỡ tỏi, nghe vừa thơm, nhẹ tay rót thêm vào độ một chén giấm son và nhớ giữ lửa riu riu. Giấm sôi hơi nhúc nhích phải nhanh tay cho tô gạch cua vào, dùng đũa đảo nhẹ nhẹ giữ cho gạch cua không đóng cứng, tới khi nghe thơm thì biết gạch đã chín, nhẹ tay rưới đều lên dĩa rau. Làm gỏi như thế gọi là ***làm nham***.

Ăn nham cũng phải biết cách. Gắp nham vào chén với đủ rau khế chuối chát, cua và gạch... phân lượng cho vừa, cho hài hòa. Chan nước mắm chua cay ngọt vô chén, dùng đũa lùa vào miệng mới ngon, kế tiếp là chiếc bánh phồng tôm dòn khướu, béo ngậy, mùi tôm chiên thơm lừng, nhai nhè nhẹ nghe sựt sựt. Đó là ăn kiểu "ăn quạu", theo lối ăn nhậu, trần tục mà ngon.

Ăn sang trọng, kiểu ăn ở cao lầu thì khác. Nham gắp miếng nhỏ, chấm nước mắm, để trọn lên trên cái bánh phồng tôm nhỏ bằng cái bánh bèo. Vừa một miếng ăn, không dư không thiếu. Ăn như vậy mấy tay nhậu gọi là "ăn như ăn kiểng".

Món nham là món ăn chơi, món khai vị, lai rai với rượu chát trắng là kiểu ăn văn minh ngày nay. Ngày xưa mấy ông già ở quê nhậu nham với rượu đế hoặc rượu thuốc, và chỉ cần một dĩa nham nhỏ, vài cái bánh phồng tôm, cũng đủ làm cho ông say "quắc cần câu" rồi.

Nham là đặc sản của Gò Công so với bộ đặc sản nổi danh Lục Tỉnh Nam Kỳ, xưa nay không đâu bằng. Hương vị của nham độc đáo, kỹ thuật chế biến kết hợp ngọt mặn chua cay từ chất liệu thiên nhiên. Đó là lý do tại sao "nham Gò Công" đoạt huy chương vàng trong ***cuộc thi Món Ăn Dân Tộc*** do Saigontourist tổ chức năm 1996.

Món nham Gò Công: ra Huế, vào cung đình trở thành "bát trân cung đình", sánh vai với nem công chả phượng...

Thế mới nói nham Gò Công, món ngon "bất tử" là vì vậy.

Mắm Nêm
Món Ngon Hết Ý

Người Việt mình ai cũng biết mắm là "món ăn làm bằng tôm cá ướp với muối, gia vị để lâu ngày". Mắm có loại nguyên con như mắm lóc, mắm sặc; có loại làm nhuyễn như mắm ruốc; có loại lóc thịt thái nhỏ gọi là mắm thái; có loại chỉ dùng lấy nước gọi là nước mắm.

Còn mắm nêm là thế nào?

Mắm nêm theo tự điển của Thanh Nghị là *"mắm cá cơm hoặc thứ cá lụn vụn khác"*. Nhiều người cũng nghĩ như vậy chớ thực ra không hẳn là như vậy. Mắm cá cơm khi còn ở dạng nguyên con gọi là *"mắm cát, để thêm lâu ngày, thịt cá cơm phân hủy thành nước sền sệt thì gọi là mắm nêm".*

Như vậy ***mắm nêm là mắm cá cơm***, để lâu ngày cho thịt cá bị phân hủy mà thành. Mắm nêm có mùi khăm khẳm hơn nước mắm! Người chưa quen ăn mắm nêm thì cho là hôi, khiến phải bịt mũi, người thích thì khen thơm, ăn tới cạn hết vẫn còn thèm, mắm dính tay phải liếm sạch mới đã!

Làm sao phân biệt cá cơm với cá linh?

Con ***cá linh*** thuộc họ như cá đối, thân thon có vẩy, lớn nhứt cỡ ngón chân cái, nhỏ nhứt cỡ ngón tay út. Cá linh xuất hiện ở vùng nước ngọt khu tứ giác Long Xuyên - Đồng Tháp vào mùa nước nổi độ tháng 10 ta. Cá linh thường dùng nấu canh chua, nấu lẩu, kho mắm, kho rệu, kho sả ớt và làm mắm cá linh để dành ăn lâu. Cá linh không thể làm mắm nêm được vì thịt không rã. Và vì thế nên không có mắm nêm cá linh bao giờ.

Cá linh lăn bột chiên ăn gói cuốn, chấm mắm chua ngọt.

Còn con ***cá cơm*** họ hàng với con cá trích, giống con cá mai, cỡ đầu ngón tay út, có sọc trắng ở lưng từ đầu tới đuôi, thịt mềm và bở, màu trắng như hột cơm nên bị đặt tên là *Cá Cơm* là vậy.

Quê hương sản sanh ra con cá cơm nhiều mà ngon nức tiếng là vùng biển đảo Phú Quốc, Thổ Châu, Bà Lụa, An Thới tỉnh Kiên Giang. Mỗi năm khi gió Bấc đem khí lạnh về thì con cá cơm ở đâu không biết rủ rê nhau về ven biển vùng nầy, nhiều không biết làm gì cho hết. Hồi đó cá cơm có nhiều mà rẻ nên bán tính mớ, thương lái mua thì tính thúng, tính giỏ cần xé, sở làm nước mắm mua tính theo theo cân tạ.

Con cá cơm đem về tới bến phải mướn người lựa lấy cá tạp ra. Tiêu chuẩn để làm nước mắm chỉ cho phép 10% cá tạp, còn làm thức ăn gia súc cho phép 40% cá tạp. Nước mắm Phú Quốc có truyền thống trên 100 năm nổi tiếng ngon, thơm nhờ dùng cá cơm. Làm mắm phải dùng toàn cá cơm không lộn cá tạp mới ngon.

Quê hương thứ hai của cá cơm là vùng biển Phú Yên miền Trung. Ở đây không nhiều như Phú Quốc, Kiên Giang nhưng cứ độ cuối năm sau khi ăn Tết, người ở đây ra khơi đánh cá cơm bán cho người ta mua đem về nhà làm mắm cá cơm, mắm nêm.

Không biết bà con ngoài Phú Yên thế nào chớ ở miền Nam cá cơm ngoài chuyên dùng làm nước mắm, còn làm nhiều món ăn ngon đáo để, nhứt là làm các món nhậu thì hết ý!

Cá cơm ở miền Nam được chế biến thành 3 dạng thức ăn: khô, tươi và mắm.

Trước hết là **cá cơm phơi khô:** Có những con nước cá cơm chạy rộ, lỡ buổi chợ hoặc dội hàng phải đem phơi khô. Thời xa xưa cá cơm phơi khô dùng làm phân bón, rồi sau nầy làm thức ăn gia súc chớ đâu ai thèm ăn khô cá cơm! Chỉ có mấy ông nông dân làm cá cơm khô để dành khi thất ngặt lấy ra nhậu hoặc uống trà cho đỡ buồn mà thôi. Nay thời đại mở cửa, khô cá cơm lên Sài Gòn được nhiều người giành nhau mua, và còn là mặt hàng xuất cảng có giá.

Cá cơm tươi xưa nay được bà con miền Nam "tận tình chăm sóc", làm ra nhiều món ngon để ăn, để nhậu.

Như ***"Gỏi cá cơm".*** Con cá cơm mới bắt lên còn tươi, lựa con lớn, lóc lấy miếng phi-lê ngâm vào nước giấm son thiệt chua. Chờ một đỗi cho cá "chín tái", đem ra vắt ráo nước, cho vào dĩa bàn, thêm gia vị. Trộn với khế, chuối chát thái nhỏ, một ít rau thơm, ớt chín đỏ... Gỏi cá cơm như vậy có thua gì gỏi cá mai đâu? Tôi tin chắc nhậu một lần rồi bạn phải đổ đường về Kiên Giang để tìm ăn gỏi cá cơm mỗi khi có dịp về thăm Việt Nam.

Có người rành ăn, không thích cá cơm ngâm giấm mà lại ướp với riềng, muối, bột ngọt, gia vị... để độ một giờ cho "cá chín cứng" rắc đậu phộng, đậu mè ăn kèm rau sống rất hấp dẫn.

Món ***"Cá cơm nấu canh chua"*** dầu ai khó tánh cũng phải khen ngon. Nấu với lá me, khế chua, me trái và cũng có người lại thích lá giang. Nồi nước chua vừa sôi, nêm nếm cho vừa miệng, cá cơm rửa sạch để nguyên con cho vào xon chừng một chặp phải nhắc xuống. Cá cơm thịt bở nấu quá lửa thịt bị rã, mất ngon.

Người miệt quê thích nấu canh chua cá cơm với trái thơm (dứa). Thơm cho nước ngọt và có tác dụng trị mùi tanh, rất hợp với cá cơm. Nhớ nêm thêm ít rau quế, ớt đỏ. Canh chua cá cơm chấm nước mắm trong, dầm ớt chín đỏ cho cay thì mới đúng cách. Cá cơm nấu canh chua ăn rất mềm, nước ngọt, ăn luôn xương, bỏ xương là dân không biết ăn cá cơm.

Món ***"Cá cơm kho tiêu"***, kiểu kho khô như kho cá bóng kèo, ăn rất bắt cơm, có thể để ăn lâu ngày hoặc đem theo đi cấy đi cày... rất tiện lợi. Cá cơm thịt rất hiền, người bịnh, đờn bà sanh nở hay ăn với cháo trắng. Kiểu ăn nầy ở dưới quê không ai mà không biết.

Món ***"Cá cơm kho sả ớt"***. Dân nhậu thích món cá cơm kho lạt sả ớt, kèm với rau sống khế chuối chát, ăn cơm cũng ngon. Nhà vườn lại thay chuối chát bằng đọt xoài non, đọt lá nhào, thay rau thơm bằng lá nghệ, lá gừng hương vị lạ đặc biệt mà ngon.

Món ***"Cá cơm chiên bột"***. Ở Sài Gòn con cá cơm được đem giới thiệu với đại gia, người thích ăn ngon và nhứt là người trả bằng đô la. Cá cơm làm sạch, bỏ đầu đuôi, nhớ móc bỏ hết ruột, để cho ráo nước, ướp gia vị, ngũ vị hương rồi lăn bột. Thả từng con cá nhẹ tay vào chảo dầu/mỡ sôi. Đó là cá cơm chiên bột, cuốn với bánh tráng với rau sống, nhâm nhi với rượu Tây, rượu Mỹ, mới gọi là đại gia.

Không muốn món lăn bột, bạn có thể kêu món cá cơm chiên giòn, chấm muối tiêu chanh, lai rai với rượu thuốc sẽ thấy cuộc đời đáng sống lắm.

*

Nay nói về mắm nêm.

Vào mùa cá cơm, ở quê sau khi ăn Tết xong, nhà nào cũng chuẩn bị chum, lu, hũ, khạp... để làm mắm cá cơm và mắm nêm. Phải chọn con cá nhỏ, đem về lựa không còn lộn với cá tạp. Để một thời gian cho cá hơi "ươn ươn" mới cho ăn muối. Cá có ươn một chút thì sau nay con mắm mới mềm và ra hết thịt. Đem phơi nắng độ 15 ngày, mắm có mùi thơm và có thể ăn được. Lúc này con mắm còn nguyên, trộn thêm gia vị ớt và thơm bằm nhuyễn gọi là mắm cá cơm.

Mắm cá cơm sau khi được trộn với trái thơm hai ngày thì thịt mắm và con mắm sẽ "dịu" lại, ăn cơm rất ngon. Bạn có thể ăn với rau luộc, rau sống rất khoái khẩu. Người có tiền, dân nhậu ăn mắm cá cơm với bún thịt heo ba chỉ luộc, kèm rau sống, khế, chuối chát, không thể chê vào đâu được.

Mắm nêm làm như mắm cá cơm nhưng cho ăn nhiều muối hơn và để lâu ngày hơn. Con mắm sẽ bị nát ra và cho ta một thứ nước hơi mặn mà sền sệt người ta đặt tên là *mắm nêm*. Mắm nêm mặn có mùi thơm nực, hơi khan, một hương vị độc đáo không bất cứ loại mắm nào có!

Ngày xưa mắm nêm để nguyên xi mà ăn, nay văn minh hơn, mắm được lọc bỏ xác, bỏ xương, bỏ cặn. Mắm nêm được vô chai, đóng nắp, dán hiệu, ghi thành phần cấu tạo... làm cho địa vị mắm nêm càng lên hương, tăng cấp, thuyết phục nhiều người ăn hơn ngày xưa.

Giờ đây **mắm nêm Việt Nam** "nhập cảnh" vào Huê Kỳ, vào bất cứ những nơi nào có dân mình sanh sống. Không biết dân Bắc Kỳ nhớ cà pháo thế nào chớ người Nam Kỳ Lục Tỉnh không chỉ nhớ mà còn ghiền mắm nêm như ghiền xì ke vậy.

Món ***Bò nhúng giấm*** với mắm nêm như có duyên có nợ nên khắn khít không rời nhau. Bò nhúng giấm mà thiếu mắm nêm thì không còn là bò nhúng giấm nữa. Nên có nhiều người nghĩ sai lầm rằng mắm nêm làm ra chỉ để ăn món nhúng giấm, "tả pín lù" mà thôi!

Xin nhắc với bạn rằng, các món *cá lóc nướng mỡ hành, bò nướng lá lốt* mà thiếu mắm nêm thì "chết sướng hơn". Còn ở quê, mắm nêm là món nước chấm gọi là hết ý, có mặt trên mâm cơm của mọi nhà bất kể giàu nghèo.

Với hương vị độc đáo, tính bổ dưỡng và dễ ăn, nên gặp khi mưa sa gió bão, chỉ có mắm nêm với trái ớt cũng đủ ngon miệng và no lòng rồi.

Người dân Lục Tỉnh *chơn lấm tay bùn* được Trời thương nên đã cho con cá cơm mà còn cho thêm trái thơm trái khóm nữa, làm cho món mắm nêm ngon thêm, hết ý là vậy...

Nước Mắm Kho Quẹt
Món Ngon Dân Dã

Có cha có mẹ thì hơn,
Không cha không mẹ như đờn đứt dây.
(Ca dao)

Thuở còn ở quê nhà, có khi nào tôi thấy thèm món kho quẹt, món ăn quê mùa ở cái xứ "nhà quê" của tôi bao giờ đâu!

Bữa nào cũng phải ăn cơm với hết tôm rang muối đến cá kho khô, kho tiêu, kho quẹt... riết rồi phát sợ! Hôm nào đổi bữa, được cho ăn canh bầu, canh chua, bí hầm dừa... thì mừng quýnh như được ăn đám giỗ!

Kho quẹt là kiểu kho đặc thù của người dân Lục Tỉnh, quê tôi ngày xưa. Kho quẹt có họ hàng với dòng "ẩm thực kho" như là kho mặn, kho tiêu, kho khô; trong đó kho quẹt là món ăn nghèo nhứt của nhà nghèo. Không có gì để ăn cơm nên bày ra món kho quẹt. Không biết ai nghĩ ra kiểu kho kỳ cục, độc đáo nầy? Và có nhiều người miền Nam của tôi còn chưa biết, nói gì bà con ngoài Trung, ngoài Bắc.

Cơm hai bữa cá kho, rau muống,
Quà một chiều, khoai lang, lúa ngô!
(Trần Tế Xương)

Kho khô, kho tiêu khác kho quẹt ở chỗ nào?

Kho khô là kiểu kho cho cạn không còn nước, kho cho nước sắc lại. Món kho khô vì thế rất mặn, dùng để ăn với các món có nước như canh rau, canh bầu, canh chua.

Ông bà mình ngày xưa thích ăn cháo trắng nấu nhừ với cá kho khô vào buổi sáng, gọi là ăn cho nhẹ bụng và dễ tiêu.

Món kho khô cũng là món để dành ăn lâu vào thời buổi không có tủ lạnh. Món kho khô thích hợp với thời người mình đi khẩn hoang, sống trong chòi, ngủ trong nóp. Giữa đồng mà có được xon cá kho khô để dành ăn, không cần hâm nấu lại, nên rất tiện.

Kho khô sau nầy người ta thêm gia vị cho ngon cho ngọt, cho béo, cho cay để ăn cho "bắt cơm". Cá kho khô cho thêm ít tiêu xay nhuyễn làm cho hương vị đậm đà hơn nhiều. bởi cái cay cay nơi đầu lưỡi, ai ăn cũng phải hít hà, chảy mồ hôi và khoái khẩu. Do vậy mà người xưa đặt cho nó cái tên là cá **kho tiêu**... Các loại cá bống như bống kèo, cá bống cát, bống dừa, bống xệ, bống thòi lòi, cá lòng tong... thường được chọn để kho tiêu.

Người có tiền, sang trọng thì dùng cá lóc kho tiêu, dọn ra đĩa lên bàn coi rất "lịch sự" và ăn ngon không gì bằng!

Cũng là kiểu kho khô nhưng không dùng tiêu mà lại dùng sả ớt, gọi là món **kho sả ớt**. Kho sả ớt thường không quá mặn và lúc nào cũng còn chừa lại chút nước để ăn với rau sống mới đúng.

Con cá trắng, cá linh để nguyên con, nguyên đầu, nguyên ruột kho với sả ớt cũng là món ăn để lâu ngày, dùng đem theo ăn ngoài đồng ngoài ruộng. Kho sả ớt phải dùng nước mắm, thêm chút đường, chút mỡ thì mới đúng. Ăn "ên" hay ăn kèm với cải bẹ xanh hoặc cải xà lách với rau thơm ngon đáo để, không thua cá kho tiêu.

Kho sả ớt không ai dùng một loại cá mà phải kho chung nhiều loại cá thì ngon hơn, ăn mới không ngán. Có người còn kho chung với tép bạc, tép rong, tép mồng chấm với nước mắm me non, bảo đảm không có món nào ngon hơn. Vỏ quýt phơi khô nướng hơi khét, bóp nhỏ rắc lên mặt cá kho sả ớt cho ta một hương vị khác, mùi vị hấp dẫn mà chỉ có mấy ông già nhà quê mới biết ăn.

Nói gì thì nói hễ muốn kho khô, kho tiêu hay kho sả ớt xin nhớ phải dùng cá đồng, cá nước lợ. Không ai dùng cá biển vì nó vừa tanh, vừa không ngọt, thịt không mềm nên ăn rất vô duyên!

*

Trở lại món **kho quẹt**.

Ai cũng biết theo định nghĩa kho là nấu thức ăn với muối hay nước mắm. Kho quẹt không phải như vậy. ***Kho quẹt là kho chỉ có nước mắm*** "ên", một mình nó mà thôi, không cần có gì khác ngoài nước mắm ***kho sắc kẹo lại***. Kho quẹt có thể do tiếng kho quệt nói trại ra chăng? Quệt và quẹt người ở miền Tây dùng như nhau. Như quẹt / quệt lọ nghẹ, quẹt / quệt son lên môi, quẹt / quét vôi ăn trầu...

Tên kho quẹt nghe rất gợi hình tướng, khiến liên tưởng tới cách ăn. Ăn bằng kiểu "quẹt". Dùng đũa quẹt vào xon hoặc mẻ đất, hay gắp rau mà quẹt vào xon. Dân sống ở chợ, ở tỉnh thành và ai chưa một lần ăn món kho quẹt làm sao cảm nhận được hương vị món kho quẹt ngon thế nào!

Nhớ lại hồi nhỏ, bữa nào nghe mẹ tôi nói Bà có việc phải "đi xóm" là mấy chị em tôi rầu lắm, không biết ở nhà lấy gì ăn cơm. Nói đi chợ thì biết là phải chờ mẹ về ăn cơm, còn nói đi xóm là đi chuyện gì đó, đi xóm trên xóm dưới, có thể đi vay tiền, hẹn nợ... thế là khỏi chờ, ở nhà mấy chị em tự liệu mà lo cơm nước.

Theo cách nói, cách hiểu của người ở quê, ở ruộng hồi đó và của mẹ tôi thì đi xóm là đi vắng nhà, mục đích không rõ, hoặc không muốn, không cần thiết cho biết.

Nay ra sống ở hải ngoại, lâu rồi tôi không còn nghe ai nói, ai dùng hai tiếng "đi xóm" của mẹ tôi nữa! Khi mẹ đi xóm, ở nhà ba chị em tôi tự lo liệu cơm trước, có gì ăn nấy. Món kho quẹt coi như làm chuẩn, là món ăn căn bản cho những bữa cơm nghèo khi mà mẹ tôi phải đi xóm như vậy.

Nồi cơm vừa tầm hết lửa, bà chị tôi ra mé ụ nước sau nhà, tìm trên giàn úp xon lựa cái xon nào bị mất quai, mẻ miệng để dùng kho quẹt.

Cho vào xon chừng nửa chén nước mắm, chụm lửa riu riu cho nước mắm sôi từ từ. Đốt hết chừng vài "nắm rơm" đã thấy nước mắm nhúc nhích, nổi bong bóng phập phồng, có tiếng kêu lụp bụp và có mùi thơm, mùi khăm khẳm, rồi mùi khen khét.

Nhắc lẹ xon kho quẹt để xuống rế, dùng đũa khuấy cho nhanh, cho đều. Thế là có món ăn màu vàng sậm có điểm chút màu trắng như muối, mùi khăm khẳm... được gọi tên là ***nước mắm kho quẹt***.

Món kho quẹt xem như thế chỉ là nước mắm kho khô sắc lại mà thành. Nước mắm sau khi kho trở nên màu "trăng trắng", phần dưới cùng bị khô bám sát chặt vào đáy xon. Mùi vị làm kích thích mũi, lưỡi nên ăn với cơm nóng rất ư là độc đáo và "ngon" khó tả!

Để xon nước mắm kho quẹt trên bộ ngựa, bên nồi cơm nóng còn bốc khói, thế là ba chị em tôi có bữa cơm "ngon lành". Bữa nào đi mượn được muỗng mỡ heo đem về trét vào cơm và quẹt với nước mắm kho quẹt là mừng lắm. Cơm nóng ăn với món kho quẹt, trét ít mỡ heo làm chảy mồ hôi. Ăn xong chạy ra lu nước, nốc một gáo nước mưa mát lạnh mà thấy vẫn chưa hết đã khát.

*

Vì nghèo không có gì để kho mà người mình bày kiểu nước mắm kho quẹt. Ăn lâu ngày đâm ra bắt ghiền, bắt nhớ rồi trở thành thói quen.

Nay món nước mắm kho quẹt thay đổi từ nội dung đến hình thức, nhiều nhà có tiền, Việt kiều về nước cũng hay tìm ăn món kho quẹt. Năm rồi về thăm quê, được ăn lại món nước mắm kho quẹt, quẹt với đọt rau lang luộc, ôi sao tuyệt vời! Nước mắm kho quẹt khô sền sệt, kẹo sắc lại, quẹt với đọt lang luộc, bạn mà ăn một lần phải nhớ đời.

Chảo trên bếp vừa nóng, cho vào ít tóp mỡ heo băm nhuyễn, canh lửa riu riu, đợi tới khi nào nghe thơm, cho thêm ít gia vị hành, tỏi, ớt. Mùi thơm của mỡ hành tỏi ớt bay khắp cả nhà. Chén nước mắm ngon pha ít đường, bột ngọt, rót nhè nhẹ vào chảo... Nghe "âm vang nước mắm reo" trong xon cùng với mùi thơm đặc biệt của nước mắm ở trạng thái đương chuyển mình hóa thân thành nước mắm kho quẹt làm tôi như ngất ngây say!

Lâu lắm rồi; mấy chục năm mới có được ăn bữa cơm gia đình đoàn tụ. Trong niềm vui hạnh phúc, tôi chợt nhận ra rằng cách ăn cách ở của gia đình ngày nay đã thay đổi đi ít nhiều! Nên món mắm kho quẹt của tôi cũng khác xưa nữa!

Bên mâm cơm, tôi như sống lại thời xưa, cái thời ăn cơm với món kho quẹt mỗi khi mẹ “đi xóm”.

Nhưng giờ đây thì mẹ tôi đã “thật sự đi xóm” rồi! Vì người không bao giờ về với tôi nữa!

California, ngày 15 tháng 5 năm 2006

Một nông dân đang ăn cơm (Phụ bản tranh vẽ)

Dưa Hường Nấu Canh

Me mong gả thiếp về vườn,
Ăn bông bí luộc, dưa hường nấu canh.
(Ca dao)

Những bà mẹ quê chỉ mong gả con gái mình về vườn để được ăn bông bí luộc và dưa hường nấu canh thôi! Ước mong của những bà mẹ Việt Nam mình đơn sơ làm sao! Dễ thương làm sao! Hạnh phúc đối với những bà mẹ xưa nay tất ư là bình thường như vậy.

*

Bông bí luộc là món ăn nhà vườn, hiếm và ngon. **Bông bí** ở đây là ***bông bí rợ*** hay còn gọi là bí đỏ. Trái bí rợ to, tròn hơi dẹt hai đầu và có nhiều múi cạn. Bông bí màu vàng sim, khi nở to bằng cái chén ăn cơm. Bông bí đực không cho trái nên được dùng luộc chấm cá kho ăn với cơm. Ngon ra làm sao? Ăn mới biết.

Dưa hường là dưa gì vậy?

Canh dưa hường, Có thiệt ngon không? Người mình khi nói đến "dưa cà" là nói đến cái gì đơn sơ và đạm bạc, thể hiện lối ăn lối sống tiết kiệm, tằn tiện của những con người miệt quê miệt vườn ngày xưa. Canh dưa hường có mặt trong ca dao cho thấy đây là loại canh có lâu đời ở xứ mình rồi.

Dưa là *"trái sanh ra từ ở các loại dây leo, ăn được"*. Dưa xứ mình không có nhiều loại, chỉ thấy có vài thứ quen ăn, xưa nay ai cũng biết như dưa leo, dưa chuột, dưa gang, dưa hấu. Dưa hường không phải là tên của một loại dưa riêng, ***dưa hường là trái dưa hấu chưa già***, được người nhà vườn "tỉa" bỏ bớt để nuôi các trái còn lại mà thôi. Điều nầy chắc có người chưa biết. Để biết thế nào là dưa hường, mời bạn làm một chuyến đi thăm nơi trồng dưa hấu nổi tiếng miền Lục Tỉnh. Dưa hấu ở quê mình xưa rất hiếm vì kén đất trồng, dưa hấu không chịu mưa nên chỉ trồng vào mùa Tết. Dưa hấu hạp với đất vườn, đất giồng, đất cao và không chịu nước, không ưa mưa.

Nhà vườn theo kinh nghiệm, chuẩn bị dọn đất, bỏ hột dưa hấu vào độ tháng 8, tháng 9 ta. Tính sao cho khi dưa có trái thì Trời cũng vừa hết mưa, tránh cho dưa khỏi bị thúi trái. Thế nên năm nào mưa muộn, mưa trễ, năm đó dưa hấu bị thất mùa.

Ở miền Nam ngày xưa có hai nơi nổi tiếng trồng dưa hấu ngon là vùng Cổ Cò và Gò Công.

Cổ Cò thuở xưa thuộc Trấn Vĩnh Thanh (Vĩnh Long), trong Gia Định Thành Thông Chí của Trịnh Hoài Đức ghi là *"ngã ba Lộ Cảnh, do sông này dài mà cong nên mới gọi là Cổ Cò"*; Cổ Cò nay thuộc tỉnh Tiền Giang, giáp hạt Bắc Mỹ Thuận.

Đất vùng Cổ Cò thuộc loại đất gò phù sa bồi có pha chút cát, nước ngọt quanh năm, nên trái dưa hấu ở đây lớn trái, ruột có cát, mùi thơm vị ngọt, giòn và đặc biệt để lâu không bị xốp trong ruột. Và dưa hấu Cổ Cò trở thành thương hiệu.

Về thăm Cổ Cò nghe lại câu hát *"Dòng An Giang ai qua vẫn nhớ..."* chắc làm bạn chạnh lòng nhớ đến người nhạc sĩ tài hoa Anh Việt Thu, đứa con của Cổ Cò!

Còn dưa hấu **Gò Công** trồng trên đất pha cát, có chưn nước mặn ven bờ biển Tân Thành và giồng cát Bến Chùa. Dưa hấu ở đây vỏ xanh đậm, cứng, ruột có nhiều cát hơn dưa Cổ Cò, màu đỏ sậm. Mùi thơm, vị ngọt pha chút mặn rất độc đáo không nơi nào có. Dưa hấu Gò Công để lâu ra ngoài Tết không bị hư, không bị thúi như dưa nơi khác và có tên thương hiệu là Dưa hấu Gò Công.

*

Nay nói tới trái dưa hường

Tự Điển Tiếng Việt nhiều cuốn không có ghi chữ *dưa hường*, bởi trái dưa hường là loại trái "phó sản" của trái dưa hấu, nhiều người không biết và chỉ có dân Lục Tỉnh mới biết ăn mà thôi (?).

Dưa hấu trồng thả cho "bò lan" trên mặt đất như khoai lang. Khi có trái, mỗi dây nhà vườn chọn giữ lại ba trái lớn từ gốc tính lên ngọn để làm dưa nhứt, dưa nhì và dưa ba, những trái kỳ dư còn lại phải hái đi. Đó là trái dưa hường. Gọi dưa hường bởi ruột dưa màu hường vừa đỏ vừa trắng.

Dưa hường loại lớn cỡ cái chén, dùng để ăn chơi, dầu không được ngọt nhưng cũng đã khát. Hồi xưa mấy bà ưa ăn cơm với dưa hường chấm với cá kho mặn hoặc tôm rang muối. Bữa nào ăn chay thấy mẹ tôi chấm dưa hường với chao, vừa ăn bà vừa khen ngon!

Trái dưa hường có trái nhỏ cỡ trái cam, trái quýt dùng nấu canh gọi là *canh dưa hường*. Từ đó món canh dưa hường có tên trong danh mục canh của bếp Việt, mà tới nay nhiều người còn ưa còn thích. Dưa hường thường bán ở chợ quê, thỉnh thoảng mới có người đưa ra đến tỉnh, nhưng ít khi thấy bán ở chợ Sài Gòn.

Mấy nhà vườn hái dưa hường ra chợ bán trực tiếp cho người mua để lấy tiền mua trà-bánh, thuốc rê, giấy hút thuốc, dầu hôi, đá lửa... chớ không bán sỉ cho người bán hàng gióng gánh. Dưa hường bán tính theo mớ, tùy theo tình hình buổi chợ mà nói giá. Nói là *"Bán cho hết, còn về nấu cơm"!* Kiểu tiếp thị chào hàng của mấy bà ở chợ quê là vậy.

Canh dưa hường nguyên sơ được nấu với tôm. Con tôm phải là tôm đồng, tôm ruộng nước ngọt, chớ không phải tôm biển. Bởi con tôm biển có mùi tanh, nấu canh sẽ có mùi "khai khai" như mùi cá đuối, không hạp với loại canh dưa hường, canh rau, canh bầu bí nói chung.

Tôm tươi lột bỏ vỏ, mấy bà già còn cẩn thận rút bỏ sợi gân máu trên lưng con tôm. *"Làm như dầy mới hết mùi tanh"*, mấy bà kêu con gái tới coi cách mẹ làm. Gặp những con tôm lớn bà phải dùng mũi dao xẻ lưng con tôm để lấy ra cho được sợi gân máu.

Tôm lột xong để trên thớt lấy bàn tay nhấn mặt lưỡi dao phay ép dần nhè nhẹ cho dập thịt, sao cho con tôm bẹp xuống mà thấy còn nguyên. Nếu tôm ít không đủ ngọt nồi canh, mấy bà dạy phải giã tôm cho nhỏ.

Cho tôm vào nồi xào sơ sơ, nghe thơm thơm nêm chút nước mắm ngon, chờ cho thịt con tôm thấm đều mới cho nước vào. *"Vừa sôi phải vớt bọt, để trễ bọt tan làm nước canh không trong"*, mấy bà mẹ ngày xưa sành ăn, dạy con dạy dâu tỉ mỉ như vậy.

Dưa hường nấu canh phải lựa chớ đâu đơn giản: trái lớn quá có nhiều vị "ngọt đường", trái nhỏ quá không đủ ngọt và "chai sượng". Phải lựa trái dưa "don don" bằng trái cam trái quýt nhưng không quá già cũng không quá non.

Dưa hường trước khi gọt vỏ phải rửa sạch và để cho ráo nước. Gọt vỏ xong xẻ trái dưa làm đôi như xẻ trái cam, xắt từng miếng nhỏ vừa miếng ăn. Tùy trái mà xắt chia hai, chia tư, chia sáu miếng... sao cho miếng dưa nào cũng phải có vỏ có ruột. Mấy ông mấy bà không còn răng thì xắt dưa thành khoanh mỏng như xắt dưa leo ăn sống.

Cho dưa hường vào nồi nước đang sôi, để lửa cao ngọn một chút chờ nồi canh sôi bùng. Dùng đũa đảo dưa từ dưới lên cho được chín đều. Khác với canh bầu, canh dưa hường phải nấu cho thiệt chín, nếu không, dưa bị nhớt và mất mùi dưa hường, ăn không ngọt.

Canh dưa hường nêm với hành hương xắt nhuyễn, chút tiêu, ăn với nước mắm trong dầm ớt, nhưng không cay quá như canh nấu với cá lóc, cá rô. Trời tháng 10 hơi se lạnh ăn cơm nóng với canh dưa hường làm chảy mồ hôi hột. Thú vị còn gì bằng!

Sau nầy canh dưa hường được nấu với thịt heo ba chỉ bằm, hay với cá thát lát vò viên với mỡ tỏi phi, làm tăng thêm hương vị canh dưa hường.

*

Dưa hường nấu canh là đã hiếm, nhưng còn quí nữa. Bởi trái dưa hường là hiện thân của trái dưa hấu nên không chỉ là món ăn mà còn là cái gì thân thương, mang hơi hám ngày Tết truyền thống của người mình.

Mẹ mong gả thiếp về vườn,
Ăn bông bí luộc, dưa hường nấu canh.

Dưa hường nấu canh, xem như vậy không chỉ là món ăn ngon, mà canh dưa hường như còn mang trong nó cái hồn quê nữa! Nên đã từ bao lâu rồi các bà mẹ Việt Nam mong được gả con về vườn đâu phải chỉ để được ăn món "dưa hường nấu canh" mà như muốn gởi gắm nỗi niềm gì đó.

Và thế cho nên "dưa hường nấu canh" đã trở thành món canh có mang hồn quê là vậy.

Nhúm gánh hàng rau trái hoa quả (Phụ bản tranh vẽ)

Canh Bầu Nấu Cá Rô

Trái bầu xưa nay vốn rất gần gũi với người nông dân Việt Nam. Theo GS Phạm Hoàng Hộ, cây bầu gốc ở Phi Châu, vào nước mình từ thế kỷ thứ I.

Nên bầu sớm có mặt trong tục ngữ ca dao.

Ở bầu thì tròn, ở ống thì dài.

Bầu ơi thương lấy bí cùng,
Tuy rằng khác giống nhưng chung một giàn.

Canh bầu có mặt trên mâm cơm của chúng ta tự bao giờ thì không thấy sách vở nào ghi chép cả. Chỉ thấy ở miệt quê Lục Tỉnh, hễ ăn Tết xong thì nhà nào cũng "thủ" hột bầu giống để mưa xuống gieo trồng có mà ăn.

Rồi khi Trời bắt đầu rớt hột mưa đầu mùa, ai cũng lo dọn đất, chọn chỗ để "bỏ vài hột bầu". Chỉ cần vài dây bầu là đủ ăn cả nhà và may ra có dư đem phơi khô để dành ra "ngoài giêng" ăn khỏi tốn tiền chợ.

Cái kiểu "cụ bị", lo xa, ăn chắc mặc bền của người xưa mà cho tới nay vẫn còn thấy có nhiều bà mẹ Việt Nam mình mang theo qua tận bên nước Mỹ. Thương làm sao!

Giàn bầu thường được làm sau nhà và cao độ khỏi đầu. Bầu là loại thân dây có 5 cạnh, vòi có nhiều nhánh, lông trắng mịn như nhung, dễ bò. Lá bầu hơi nhám, màu xanh, bông màu vàng lợt. Bông đực thường dài hơn bông cái. Bầu trồng mau ăn, đến tháng 7 tháng 8 Ta cho rất nhiều trái, đeo lòng thòng, treo lủng lẳng bên dưới giàn. Trái to trái nhỏ, có trái vượt hẳn, có trái bị đèo nhỏ xíu... nhìn rất vui mắt!

Hồi nhỏ, mỗi sáng bà tôi hay ra giàn bầu săm soi từng trái. Nhìn bà lấy dây làm gióng nâng mấy trái bầu bự mà tức cười trong bụng! Bà không quên bắt con ong bầu đem vô dằn trên thùng thiếc làm máy hát cho mấy đứa cháu nội cưng của bà "chơi hát máy" (tiếng ong kêu qua mặt thùng phát ra âm thanh như tiếng máy hát).

Lá bầu non hái vô, vò sơ sơ cho bớt nhám, gói với tôm hoặc với thịt bằm đem hấp cách thủy làm món nhậu độc đáo. Lá bầu hấp chín có mùi thơm, vị ngọt, chấm nước tương dầm ớt, ngon không thua bò lá lốt.

Bông bầu đực hái vô xào với mỡ là món ngon, hiếm và chỉ nhà vườn mới được ăn. Nay nhắc lại nhiều người mắc thèm! Không biết bây giờ bà con ở quê nhà có ai còn nhớ món bông bầu hay không, hay chỉ tại chúng ta xa xứ mà nhớ?

Trái bầu thuở xưa tròn có chóp trên đầu, ở giữa eo lại, đít phình bự như bầu rượu của mấy ông Tiên. Bầu bán ở chợ quê ngày xưa được xẻ ra từng miếng theo chiều dọc, có miếng bầu xẻ mỏng để đứng không vững. Không hiểu tại sao có câu tục ngữ *"Má miếng bầu nhìn lâu thấy ghét!"*?

Ngày nay, bầu bán trong chợ Việt Nam ở Mỹ là loại bầu dài như bí đao, nên nói "ở bầu thì tròn" sắp nhỏ không hiểu!

Gần giáp Tết, bầu rất rẻ, bà tôi sai đi chợ mua về xẻ phơi khô để dành ăn vào mùa nắng. Bầu khô tuy không ngọt bằng bầu tươi nhưng làm món gì ăn cũng thấy ngon.

*

Bầu thịt không cứng như bí đao, không quá mềm như mướp, ăn không độc nên rất nhiều người thích. Bầu tươi có mấy món ngon mà người miệt vườn ai cũng có ăn qua rồi.

Bầu luộc là món ăn đạm bạc quen thuộc của những bữa cơm nghèo. Bầu luộc với nước mưa, nêm chút muối, lấy nước làm canh, lấy bầu làm "rau" chấm cá kho thì dầu no tới đâu bạn cũng muốn ăn thêm chén nữa...

Bầu luộc để nguội, chan cơm ăn với tôm rang muối ớt cay rất bắt cơm. Tôm để nguyên đầu, rang muối ớt cho màu trắng xóa, muối chỉ kịp đóng bên ngoài và bên trong chưa kịp mặn, đầu và râu tôm lởm chởm, coi lạ mắt nữa mà ngon kỳ cục!

Bầu xào hột vịt với mỡ cho ta món có tên là ***"bầu um"*** mỡ. Bầu um không có nước, để vừa chín tới, nhai giòn giòn sựt sựt nghe đã miệng. Bầu um ăn vô còn nghe mùi bầu như còn sống rất thú vị. Bầu um mỡ cho thêm chút rau lá quế hoặc hành hương xắt nhuyễn, chút tiêu... chấm nước mắm trong, ăn rất ngon cơm.

Bầu nấu canh chua ai ăn cũng thích. Khi ăn vào bạn cảm thấy cứng hơn bầu luộc, độc đáo là khi nhai nghe giòn giòn. Canh chua nấu với bầu có vị ngọt mà bản chất canh chua thường không có. Canh chua bầu kén cá, kén me. Phải dùng me chín và tôm cá nước ngọt. Canh chua bầu chấm với nước mắm trong chớ không chấm muối ớt như các loại canh chua khác.

*

Canh bầu nấu với cá rô là "đỉnh cao" của canh bầu.

Có lẽ ông Trời cho ta con cá rô để nấu với canh bầu, hay tại mấy bà già xưa rành ăn? Mà tới nay chưa thấy có con cá nào thay con cá rô được. Vào tháng 8 tháng 9 ta, 6 miệt Luc Tỉnh lúa đứng cái nở to, che kín mặt ruộng, đây đó có đám đã vàng, đã chín... là lúc con cá rô lớn mập, gọi là "cá rô mề", bụng cá chứa đầy trứng và mỡ, no tròn.

Xách tay lưới bén đi bủa dọc theo rổng lúa (khoảng trống giữa hai cây lúa) để kiếm cá rô mề. Lên bờ ngồi chờ "chưa nóng đít" đã nghe tiếng cá quậy văng nước, phao lưới chỗ chìm chỗ nổi bởi có nhiều con rô đã dính lưới rồi!

Lựa mấy con rô mề bự làm sạch, bổ đầu, đem nấu canh bầu, con mấy con nhỏ để dành ngày mai chiên xù. Đầu cá lóc được nhiều người ưa chuộng chớ đầu cá rô thì không ai ăn "bởi không có thịt, toàn xương và sạn".

Bắt nồi nước sôi, thả hết mấy con rô vô, chờ nước "sôi tim", vớt sạch bọt, giữ lửa riu riu chờ cho cá chín nứt da. Lựa trái bầu non vừa mới lớn, vỏ bầu còn lông măng như lông mặt con gái mới lớn, lấy phần bụng trái bầu nấu canh mới mềm, mới ngọt.

Bầu gọt sạch, cắt dọc làm ba làm tư, dùng dao bằm như bằm trái khóm nấu chua, không quá nhuyễn để tạo cái cảm giác giòn giòn khi nhai. Mấy bà già ở quê rành bếp núc, không bao giờ chịu xắt bầu trên thớt. Sợ bị "hôi thớt, làm mất đi hương vị nồi canh của bà! Cho bầu vào nồi, chờ cho nước sôi bùng lên liền nhắc nồi xuống bếp, bởi theo kinh nghiệm bầu sẽ chín từ từ, như vậy bầu mới giòn. Mà đúng thiệt như vậy.

Canh bầu xưa nay được nêm với nước mắm, tiêu và hành lá, loại hành hương xắt nhuyễn. Các thứ gia vị, phụ gia không được nêm khi nồi canh còn trên bếp. Nêm như vậy *"hông thơm"*, mấy bà già dạy như vậy.

Canh bầu nấu với cá rô phải ăn nóng, cơm cũng nóng mới hưởng hết cái tinh hoa của bầu, của cá rô mề, của tiêu của hành hương. Con cá rô mề nứt da, phình bự trông lớn hơn khi còn sống, vớt nguyên con ra để trên dĩa nước mắm ngon, dầm ớt cho cay. Thịt cá rô có mùi hơi tanh hơn cá lóc nên canh bầu phải ăn nóng, ăn cay là vậy. Hột bầu non làm cho canh bầu thêm ngọt, nhai giòn giòn, khiến người ăn có cái cảm giác khoái khẩu.

Lai rai với vài ly rượu thuốc thì bắt cơm hơn nhiều.

Người Lục Tỉnh có lối ăn cơm dầu với món gì cũng độc chiêu chỉ một món mà thôi: Như ăn cơm với canh tập tàng, canh mướp, canh bầu thì chỉ có món canh với cơm thôi. Nhưng phải nói ngay rằng nồi canh lúc nào cũng bề thế và "rất chất lượng", cá nhiều hơn rau và ăn cá thế cơm!

Bầu luộc, bầu um hay bầu nấu canh với cá rô, có mặt rất sớm bên bếp lửa, bên bữa cơm của người mình và đã hóa thân thành cái gì thuộc về tình cảm rất ư thân thương trong từng con người chúng ta rồi.

Và phải chăng vì vậy mà nồi ***canh bầu nấu cá rô*** xưa nay vẫn không thay đổi?

Cá rô nấu canh bầu và cá rô kho tiêu.

Canh Rau Tập Tàng

Rau tập tàng, ngon.
Con tập tàng, khôn.
(Tục ngữ)

Trong bữa ăn của người Việt mình căn bản có 4 món chánh là canh, kho, xào và chiên. Món canh dẫn đầu bởi nguyên liệu dễ tìm, dễ ăn, thậm chí chỉ một mình rau "ên" cũng nấu được nồi canh ngọt, ngon, bổ dưỡng để cho cả nhà no lòng.

Canh là "thức ăn nước" được nấu với rau trái, thịt cá... Tuy vậy trong thế giới canh có rất nhiều loại canh đến nỗi cả đời chúng ta có khi chưa ăn qua hết! Có thể chia canh ra 2 nhóm là nhóm canh nấu chua và nhóm canh nấu với rau và quả.

Còn duyên kén cá chọn canh,
Hết duyên rau ráy dưa hành cũng cam.
(Ca dao)

Người Lục Tỉnh, do thổ ngơi sông nước ngọt quanh năm, sân sau sân trước cây cối mọc tự nhiên, lâu ngày trong vườn, ngoài sân có đủ loại cây, đủ loại rau củ xanh tốt quanh năm. Và từ đó phát sanh ra cái "triết lý" ăn uống tự nhiên *"có gì ăn nấy"*.

Canh rau tập tàng là loại canh đủ thứ, có gì nấu nấy. Canh rau tập tàng là món ăn cổ xưa và là *"nồi thuốc Nam dược"* như tinh thần của danh y Tuệ Tĩnh. Chính vị danh y Tuệ Tĩnh từ xưa đã truyền dạy cho học trò trị bịnh bằng ăn nhiều rau.

Xưa ở miệt quê Sóc Trăng, Trà Vinh người mình cũng bắt chước người Miên nấu canh ***xiêm-lo***, loại canh nấu cá, tép với đủ thứ rau trái. Nhưng nồi canh xiêm-lo của người Việt mình không có nêm mắm bò hóc như đồng bào Miên trong phun, trong sóc. Canh xiêm-lo có đủ thứ rau dại, lá rừng và đặc biệt có đậu, đu đủ sống, cà nâu, cà rừng, chuối chát, sả... nên mùi vị hơi nóng và hơi đắng đắng.

Không biết canh tập tàng Việt Nam có phải biến thể từ canh xiêm-lo hay không? Có một dạo rất lâu, ở quê Lục Tỉnh nghe mấy bà già xưa gọi canh rau tập tàng là là "canh rau đủ thứ".

Cái tên gọi rau "tập tàng" có thể là chữ nghĩa của nhà văn, nhà báo sau nầy đặt ra?

Chữ "Tập" nghĩa là thâu-họp lại, còn chữ "Tàng" là chỉ cỏ hoang dại nhưng không độc và ăn được. Hái đủ thứ rau cỏ miễn nó không có độc, nấu nồi canh rau đủ thứ có thứ không biết tên, bèn kêu là "canh rau tập tàng".

Sáng thức dậy bước ra sau nhà hái một nắm rau, nào là lá khổ qua, lá vông non, lá chùm bao, đọt rau ngổ, rau đay, rau má, rau ngót, lá chùm quân... đem vô nấu nồi canh rau. Cơm nóng mà ăn với canh rau có mùi vị đủ thứ nghe ngọt lịm, ngon độc đáo, thật là khó tả... Và cả nhà quây quần với bữa cơm như thế, ai dám bảo không ngon.

Mớ rau hái hôm khác, ở nhà bên kia, có thể không giống nhà bên nầy. Đó có thể là rau sam, rau diệu, rau dền đỏ, dền trắng, mồng tơi, mã đề, lá dâu tằm ăn, rau đắng, rau má... thì cho người ăn hương vị khác của nồi canh rau tập tàng.

Nhà ở ven sông, ven rạch có nồi canh rau tập tàng kiểu khác. Nhiều khi chi nấu với bông bầu, bông mướp, đọt dây nhãn lồng bò đâu đó bên hàng rào, một mụt măng non, trái mướp đèo, mấy tay núm rơm, núm mối, với vài đọt chùm bát...

Cho nên mới nói canh rau tập tàng là loại canh không tên gọi, hương vị khác nhau tùy mùa, tùy nơi, tùy người hái và nhứt là không mang tánh ước lệ, "cố chấp, bảo thủ".

Canh rau tập tàng có thể được nấu với tép, với tôm, cá lóc, cá rô và sau nay với thịt heo ba rọi, với tôm khô giã nhỏ...

Nhà vườn ở Huế, ở Bắc không giống nhà vườn miệt Lục Tỉnh, không biết có nấu canh rau cái kiểu đủ thứ như nhà vườn ở phương Nam hay không? Nhưng nếu có rau ráy, rau hến, rau chệnh, rau rươi... chắc không có ai nấu kiểu tạp-pín-lù, hầm bà lằng, kiểu tập tàng như người Lục tỉnh.

- Canh rau cũng thể canh rau,
Để ai cậy thế, ỷ giàu mặc ai.
- Canh rau khéo nấu thì ngon,
Cha mẹ khéo táng thì con đắt chồng.
(Ca dao)

Canh rau tập tàng nguyên sơ, thời ông bà mình sống trong vùng khỉ ho cò gáy, một thân một mình, thì nồi canh bấy giờ chỉ rau với nước mà thôi. Ngon nhờ vị ngọt đủ thứ rau ăn với cơm nóng giữa trưa trong chòi, ngoài ruộng, thì quả không gì so được là vậy.

Rồi cùng với sự phát triển của những con người đi khai hoang, nồi canh có thêm phần chất lượng, với cái có, cái có thể có trong tầm tay từ con tép rồi con tôm, con cá, miếng mỡ, miếng thịt... Tuy vậy nồi canh tập tàng nấu với con tép rong, tép rêu thuở ban đầu ấy tới nay như không có gì thay cho được. Bởi canh rau tập tàng cũng giống như con khô, con mắm, gắn liền với người ở quê như cái gì trong máu trong tim vậy.

*

Tép là tôm con, được người mình ở quê quen kêu là tép rong. Tép vì vậy không phải là con ruốc ở biển dùng để làm mắm ruốc, làm nước mắm như nhiều người đã hiểu sai.

Tép thuở xưa dùng nấu canh rau tập tàng là tép bạc, có rất nhiều trong sông và ruộng nước ngọt miệt Tiền Giang, Hậu giang vào mùa mưa. Tép non vỏ mềm, thịt ngọt, hương vị thơm dịu mà con tôm không có; chẳng khác nào cái ngon của hột vịt lộn mà con vịt không thay thế được vậy.

Vớt mớ tép ở mé rạch sau nhà, rửa sơ, lựa bỏ cỏ rác, cho vào tộ, dùng cán dao phay giã cho dập rồi vào xon xào sơ. Vừa thấy lửa đã nghe mùi thơm, con tép trở màu hồng đỏ. Cho thêm ít nước mắm cá đồng, đảo qua đảo lại, chờ nghe có mùi thơm như tôm rang thì cho vào vài gáo nước mưa.

Rau tập tàng rửa sạch, xắt vừa phải, nếu nhuyễn quá sẽ làm cho rau bị mềm mất ngon. Chờ cho nước vừa bắt đầu sôi, nhanh tay vớt bỏ bọt để giữ cho nước canh được trong, thêm chút nước mắm, miếng đường cho vừa ăn. Trút hết rổ rau vào, đậy nắp vung cho kín, tiếp tục giữ lửa chờ tới khi nồi canh vừa sôi bùng, lấy vung ra và nhắc nồi canh xuống.

Nấu canh rau tập tàng không thấy ai dùng tiêu và rau thơm. Không biết tại vì cái miệng đã quen mùi canh rau tập tàng hay sao mà cho tới nay nồi canh rau tập tàng vẫn giữ nguyên xi cái hương vị ban đầu và không ai thay đổi cả?

Canh rau tập tàng ngày xưa làm gì có mỡ như sau nầy. Còn bột ngọt thì mấy bà già chê là ăn "hổng tốt"! Ngày nay, có dịp về thăm quê thấy cách nấu cách ăn rau tập tàng khác xưa nhiều lắm. Sáng ra chợ sớm kiếm mua vài loại rau đem về nấu nồi canh rau gọi là canh rau tập tàng. Con tép mòng, tép riu thì kiếm đỏ con mắt cũng không ra, bèn thay bằng tôm sú, tôm tít, tôm đông lạnh! Nồi canh nấu bằng bếp ga, nồi cơm nấu bằng nồi điện trông sang trọng thì có, nhưng sao không làm tôi thèm ăn dẫu đang đói bụng.

Bởi tôi tâm tưởng đến chén cơm gạo mới, tô canh rau tập tàng nấu bằng nồi đất với tép rong, của những bữa cơm nghèo ngày xưa. Hồi nhỏ, mỗi khi ăn canh rau tập tàng là cứ tha hồ chan canh đầy chén cơm và cứ thế mà lùa, mà nuốt no hồi nào không biết. "Chơi" hết chén nầy lại "làm" tiếp chén khác. Húp nước mắm đồng dầm ớt nghe rột rột, cay xé miệng, đã tận từng kẽ răng, long lên đầu lên óc. Và mồ hôi không biết ở đâu chảy ướt cả mặt, cả áo.

Ăn canh rau tập tàng kiểu ngày xưa dẫu bạn có 16 "ham ăn", "quá tô quá chén", cành hông, tức bụng cũng thấy chưa đủ là vậy.

Nên nói *con tập tàng khôn* hay không thì còn hỏi lại, chớ canh rau tập tàng ngon là cái chắc...

Cơm Tấm Xưa Và Nay

Cơm tấm ở bên Huê Kỳ người mình dịch ra là "broken rice". Vậy phải chăng tấm là hột gạo bể? Xin trả lời phải, mà là không. Và chắc cũng nên nói qua một chút về gạo và tấm của xứ mình ngày xưa để coi tấm với gạo bể khác nhau thế nào.

Người Việt Nam mình quen ăn cơm. Nhơn loại trên thế giới có nhiều nước cũng ăn cơm như ta, nhưng cách nấu, cách ăn mỗi nơi mỗi khác. Ngay trên đất nước mình từ Bắc vô Nam, từ quê ra tỉnh, từ đồng bằng lên vùng rừng núi, cách nấu cơm và cách ăn cơm cũng có ít nhiều khác nhau. Còn cơm tấm thì theo cách hiểu, cách nấu, cách ăn lại càng khác nhau nhiều lắm!

Trước hết nói về cơm

Cơm thì đã quá quen rồi đối với mỗi người chúng ta, và nấu cơm dễ dàng nên ai nấu cũng được cả. Đổ gạo vô nồi, đem đi vo cho sạch cám, đổ nước sạch vào, bắc lên bếp, chờ cơm sôi phải bớt lửa, chắt bớt nước và giữ lửa riu riu cho cơm chín tới thì dứt lửa... Nói dễ như thế chớ nấu cơm muốn cho ngon, cho vừa miệng chồng con đâu phải dễ. Nhắc lại thời còn xay lúa giã gạo bằng tay, nấu cơm bằng nồi đất, dùng rơm rạ, cây khô củi mục làm chất đốt, ở nhà tranh vách lá trống trước hở sau gió lùa tứ phía... mới thương người phụ nữ Việt Nam.

Gạo hồi đó nhà nghèo thì có gì nấu nấy, gạo mới gạo cũ, gạo nát, gạo mục, gạo ẩm dưới đáy bồ v.v... Nấu sao cho không bị sống là giỏi lắm. Nay nhắc lại có nhiều người không sao hình dung được.

Nhà có tiền nấu cơm bằng gạo nguyên hột, gạo hột dài, gạo Sóc Nâu, gạo Nàng Hương, Nàng Thơm, Chợ Đào... mà nhiều người còn bày ra kiểu nấu cơm với lá sen, lá dứa cho thêm thơm, thêm ngon và thêm lạ!

Nay đã qua rồi cái thời cơ cực với cái cối cái chày giã gạo. Mỗi một hột gạo được đưa sang nước Mỹ đều có hiệu, có tiêu chuẩn, có hướng dẫn cách nấu. Đã qua rồi cái cảnh *"chim kêu về núi tối rồi, chị em toan liệu lấy nồi vo cơm!"* Các bà các cô giờ đây chỉ cần lường mấy "cup" gạo, đổ nước theo vạch sẵn trong nồi điện, không cần vo cơm, sợ mất chất cám, và bấm điện là xong.

Nói về cơm tấm

Người mình ai cũng đã có một lần ăn qua cơm tấm đâu đó, ở chợ hoặc ở nhà do mẹ nấu. Nhưng hỏi cơm tấm có mặt từ khi nào thì không ai biết. Có điều chắc ai cũng biết "cơm tấm" là đứa em của "cơm thường" và hột tấm như là "phó sản" của hột gạo.

Hột tấm hột cơm không chỉ là thức ăn, chia sẻ đói no với người mình mà còn đi vào đời sống tình cảm của chúng ta nữa. Bởi từ bé, chuyện *"Con Tấm Con Cám"* đã từng đưa chúng ta vào giấc ngủ bên bà trên chiếc võng.

Gạo lức bị con người dùng chày giã cho ra hai phó sản.

Một, là lớp vỏ gạo bọc bên ngoài tróc ra cho ta cám.
Hai, là phần mầm hột gạo bị trốc ra cho ra hột tấm.

Giã xong cối gạo, ta có được ba thành phẩm khác nhau: gạo, tấm và cám. Hột gạo trắng trong bóng, no tròn, thơm lừng. Hột tấm trắng đục, nho nhỏ xinh thơm. Cám màu xám, nhuyễn mịn có mùi thơm.

Và cơm tấm theo cách hiểu của dân gian là cái gì đạm bạc như câu tục ngữ *"No cơm tấm, ấm ổ rơm"*.

Xưa ngoài Bắc, người mình rất quí cơm tấm vì cho rằng mầm tấm có nhiều chất bổ dưỡng. Tấm dùng làm quà biếu như để biểu thị tấm lòng "thơm thảo" và trân trọng đối với bà con, với bậc "trên trước", người quý phái trên tỉnh thành.

Theo cổ tục làng quê miền Bắc thì tấm nấu chỉ dành riêng cho các bậc quan chức địa phương như hương chức, lý hộ... Người ta nói rằng một lon tấm thổi trong niêu khi chín có mùi thơm, ăn vào ngọt như mùi của mạch nha nấu bằng mọng lúa nếp đầu mùa! Người ta cũng lý luận rằng tấm mầm là kết tinh của hột gạo, chính cái mầm nuôi sống cây lúa sau này nên ắt phải bổ lắm.

Ở miền Nam, do lối ăn lối sống khác nên không ai nghĩ như vậy, không ai xem hột tấm là quí là bổ, nên không ai chịu ăn cơm tấm. Chỉ thấy mẹ tôi dùng tấm "rấm" làm bột. (Rấm là ủ và ngâm nước cho hột tấm mềm ra và dùng tay bóp nát thành bột).

Đến khi xuất hiện cái máy xay lúa thay thế cái cối cái chày thì hột gạo được máy chà trắng hơn và cũng bị làm bể nhiều hơn trước. Cái nghề mới xuất hiện đúng thời là nghề xay "hàng xáo", chuyên mua lúa về xay ra gạo-tấm-cám đem ra chợ bán kiếm lời.

Hột tấm lúc nầy không chỉ là mầm gạo ít ỏi như ngày xưa nữa. Tấm thời hàng xáo đúng là hột gạo bể, broken rice, lẫn lộn với mầm gạo và ít ai chịu ăn. Rồi không biết ai đó có sáng kiến làm ra món cơm tấm bán ngoài chợ cho "con nhà nghèo", có ít tiền nhưng muốn ăn no. Lúc đầu cơm tấm giá rẻ, thu hút nhiều khách hàng. Không ai còn nhớ cơm tấm thuở bấy giờ nấu như thế nào, ăn với món gì và đựng trong tô chén dĩa hay gói bằng lá chuối lá sen?

Còn nhớ lúc tôi ra tỉnh học Lớp Nhì năm thứ Nhứt, Lớp Bốn ngày nay, thấy ở chợ tỉnh Gò Công có một gánh cơm tấm ngồi ngay cửa chánh, bước vô nhà lồng chợ, quay lưng ra đại lộ Phạm Đăng Hưng.

Cơm tấm ở đây để lại trong tôi ấn tượng khó quên. Không chỉ vì nó ngon mà vì bà bán cơm tấm nầy có cô con gái mới lớn, mặt còn lông măng, học cùng trường với tôi! Tôi chỉ khám phá ra điều đó khi nghe mấy thằng bạn nhóc con cùng lớp gọi cô bé là *"con nhỏ cơm tấm"* để chọc quê! Tự nhiên tôi thấy tội nghiệp *"con nhỏ cơm tấm"* và thích ăn cơm tấm của mẹ cô bán ngoài nhà lồng chợ! Về sau *"con nhỏ cơm tấm"* thế nào tôi không còn nhớ, nhưng gánh cơm tấm thì tôi không sao quên được. Nay nhắc lại món cơm tấm, hình ảnh cái cửa hàng cơm tấm nho nhỏ như hiện lại trong trí.

Cơm tấm đã hấp chín sẵn, steamed, đựng trong cái nồi nhôm lớn trắng sạch bóng, đặt trên cái lò than nóng, loại lò bằng đất nung làm ở Lái Thiêu. Bên cạnh có bày cái bàn nhỏ thấp vừa tới đầu gối, trên bàn bày nào là tôm rim đỏ ói, chả trứng vịt bên trên có lớp tròng đỏ nhìn bắt mắt, bì da heo, thịt và sườn heo rô-ti, bốc khói thơm phức khiến ai đi qua cũng phải dừng chơn đôi chút!

Đặc biệt có ba món phụ gia căn bản là chén mỡ hành, hũ đồ chua và keo nước mắm chua cay ngọt với ớt đỏ nổi đầy trên mặt. Thiếu gì thì thiếu chớ không có ba món phụ gia đó thì không làm nên món cơm tấm. Sau nầy tôi mới nhận ra điều đó.

Cơm tấm ngày xưa, dân dã ở quê tôi là như thế. Nhưng bạn biết không, thế mà cả đời học trò thời tiểu học, tôi chỉ có vài lần được ăn *cơm tấm ế* vào giờ tan học trưa! Bởi tôi chỉ đủ tiền để mua dĩa *cơm tấm cháy* chan với ít mỡ hành, ít đồ chua và xin bà nhiều nước mắm! Ít khi nào tôi bị bà từ chối.

Sau nầy lúc lên học ở Sài Gòn, rồi đi dạy học thỉnh thoảng được thưởng thức cơm tấm ở mấy nơi có tiếng, như Cơm tấm Ngã Bảy gần rạp hát Kim Chung, chỉ bán về đêm. Nổi tiếng với món cơm tấm đầu gà rô ti, thơm và mềm rệu. Dĩa cơm đã bự với cái đầu gà, giá rất là bình dân. Khách đi chơi khuya về, nghệ sĩ, dân xích lô, dân bến xe Lục Tỉnh, kể cả dân có tiền nữa, kéo tới ăn nườm nượp. Đây cũng là nơi hò hẹn lý tưởng của đủ hạng người Sài Gòn.

Còn cơm tấm gần nhà thương Chợ Rẫy, trên đường Thuận Kiều cũng nổi tiếng ngon, thuộc hạng cao cấp. Thân chủ là các thầy, các cô y tá, người làm ở nhà máy nước, nhà máy bia gần đó. Ở Quận Cam tiểu bang California Huê kỳ, có mấy tiệm cơm tấm lấy tên Thuận Kiều là vì vậy.

*

Xem như vậy khởi đầu "cơm tấm mầm gạo", đến nay là "cơm tấm hột gạo bể". Cơm tấm gốc chơn quê đi ra tỉnh, lên Sài Gòn vào tận ngóc ngách ngõ hẻm rồi có mặt trong các nhà hàng sang trọng. Nay cơm tấm còn cả gan "giành dân lấn đất" với mì hủ tiếu phở nữa!

Theo chơn người Việt vượt biên vượt biển, cơm tấm nay tung hoành, trấn thủ tại Quận Cam và phát triển không mệt mỏi đến những nơi có người Việt. Sự hiện diện của cơm tấm giờ đây là một khẳng định. Cơm tấm đường bệ là món ăn chánh trong dòng ẩm thực Việt Nam rồi!

Du khách đến thăm viếng Little Saigon nhứt định không thể không thử món cơm tấm, bất kể họ là người nước nào. Riêng người Việt mình tôi xin khoe với bạn rằng nơi đây có rất nhiều tiệm cơm tấm ngon, có cả "hệ thống tiệm cơm tấm". Đi đâu bạn cũng nghe và thấy quảng cáo chánh hiệu cơm tấm Việt Nam!

Vào tiệm cơm tấm ở Little Saigon, đọc mấy chục món cơm tấm trong thực đơn chắc du khách không khỏi bối rối. Thực ra đó chỉ là chiêu thức quảng cáo mà thôi. Cơm tấm cốt lõi có ba món căn bản và kinh điển là Cơm tấm tôm rim, Cơm tấm bì chả và Cơm tấm thịt nướng. Ăn cơm tấm ở Little Saigon bạn không còn được nhìn tận mắt nồi cơm nóng bốc khói, chén mỡ hành, thau tôm rim thơm lừng nên mất đi phần nào cái hương vị "cơm tấm ngày xưa"!

Cơm tấm bây giờ là "Steamed broken rice" nên có khác cơm tấm mầm và cũng khác cơm tấm hàng xáo ngày xưa là vậy...

Bánh Mì Xưa Và Nay

Bánh mì có mặt ở nước mình tự năm nào thì không ai biết chánh xác, nhưng chắc chắn là bánh mì đã theo chân người Tây dương vào nước ta cùng với vũ khí, tôn giáo..., để gọi là giúp chúa Nguyễn. Rồi bánh mì chiếm Sài Gòn, Lục Tỉnh, Bắc Kỳ, vào cung đình Huế rồi ngự trị trên toàn cõi nước mình cho đến nay.

*

Bỏ qua những đen tối lịch sử bấy giờ, người Pháp thiệt sự cũng bị Việt Nam hấp dẫn, bởi nơi đây có thổ ngơi, khí hậu, con người và ẩm thực mới lạ đối với họ.

Ngược lại, ẩm thực của Pháp cũng đã quyến rũ và làm "mê mệt" một từng lớp người "An Nam" mình bấy giờ! Thời ấy những nhà Nho yêu nước chống Tây lang sa, coi lớp Tân trào và những người theo Tây là bọn "bơ sữa" thấp hèn, mãi quốc cầu vinh. La bon *"Sáng champangne, tối sữa bò"*.

Rượu vang, rượu chát Tây, mới uống làm chát miệng, bị nhà Nho yêu nước Nguyễn Đình Chiểu dèm pha là loại "rượu lạt"!

Trong khi đó bánh mì lại khác. Vào đất Nam kỳ thuộc địa, bánh mì Tây không thấy ai chống nên mon men đi ngay ra chợ, vào quán ăn, tiệm nước ở tỉnh thành rồi len lỏi đến tận nhà quê.

Bánh mì được người dân mình ăn với xíu mại Tàu, cà phê sữa Tây, ra-gu Ý Đại Lợi, cà ri Chà Và... Bánh mì cũng được ăn với bánh canh, phở, thịt vịt, thịt heo quay, cà ri nấu với nước cốt dừa, thậm chí ăn với đường thẻ, đường tán.

Đặc biệt sáng tạo và phổ thông nhứt là bánh mì ăn với với thịt nguội, mà có ai đó đặt tên là ***"bánh mì thịt"*** như tên gọi đến bây giờ.

Bánh mì xuất hiện ngang nhiên chễm chệ trong bàn tiệc, trên bàn thờ ngày cưới, ngày giỗ, ngày Tết thiêng liêng truyền thống của người Việt mình. Bánh mì thay cơm, thay bún; ngồi cạnh mâm xôi, bên tô cháo... mà không thấy ai phản đối.

Sau năm 1954 người Pháp ngậm ngùi ra đi, chia tay với dân Việt sau 100 năm "ân ái"! Theo chơn người

Sạp bán bánh mì Sài Gòn (1950 ở trên) và tiệm tạp hóa có bán bánh mì Sài Gòn thời trước.

Tiệm bánh mì pa-tê gà NGUYỄN NGỌ nổi tiếng ở Sài Gòn đầu thập niên 1970 ở trên đại lộ Trần Hưng Đạo (góc Cống Quỳnh); hiện Tiệm Nguyễn Ngọ mở bán ở Texas, nằm trong khu thị tứ Bellaire của người Việt ở Houston, vẫn "danh bất hư truyền".

Pháp về xứ, có nhiều người Việt mình, nhưng bánh mì thì tình nguyện ở lại, được người mình đón nhận như người nhà, như là thành viên trong dòng ẩm thực Việt Nam.

Rồi ra hải ngoại, bánh mì Pháp lại có mặt sớm trong dòng ẩm thực Việt Nam bên món cơm, phở, bún... dầu nó vẫn mang cái căn cước là "bánh mì Pháp".

*

Bánh mì theo từ điển Thanh Nghị là *"Bánh làm bằng bột mì, hấp lò chín tròn phông"*. Người ngoài Bắc gọi là bánh Tây, người miền quê Lục Tỉnh gọi là ***bánh mì ổ***.

Trong 4 cách cân-đong-đo-đếm thì bánh mì thuộc loại đếm, nhưng không dùng trạng từ "cái" như cái bánh cam, bánh ít; "đòn" như đòn bánh tét; "cặp" như cặp lạp xưởng... Mà gọi là "ổ" như ổ bánh bông lan, ổ bánh bò, ổ bánh phông.

Phải chăng bánh mì ngày xưa lúc mới bước chơn vào xứ Nam Kỳ thì nó mang hình vuông, hình tròn như loại bánh mì dùng để ăn lâu, loại bánh mì ngọt, nay vẫn còn thấy bán trong chợ Mỹ; nhìn giống như ổ bánh bông lan nên được người Nam Kỳ Lục Tỉnh kêu là "bánh mì ổ"?

Không biết bánh mì đến với bạn thế nào, nhưng bánh mì đến với tôi thuở ban đầu như một người bạn mới, nhưng rất dễ làm quen, dễ kết thân lắm.

... Lấy ổ bánh mì trong giỏ cần xé ngoài sau cái ba ga xe đạp, cắt xéo một khúc độ gang tay trẻ con, xẻ đôi một cách hờ hững để có chỗ cho vào mấy miếng củ cải

trắng chua, rồi chan mấy muỗng nước cá mòi... Đó là động tác nhanh nhẹn, chuyên nghiệp của bác bán bánh mì mà không sao tôi quên được.

Nhớ lại hồi nhỏ không biết tại sao tôi thích theo dõi từng động tác người bán bánh mì ngoài chợ, cũng như sau nầy thích nhìn chú Chệt (hồi đó gọi như thế) trổ tài nấu hủ tiếu, ông sốp-phơ điều khiển cần số chiếc xe đò.

Tôi nhanh tay lấy khúc bánh mì, không cần phải gói! Cắn một cách vội vàng. Nghe giòn giòn, hít mùi bánh nướng là lạ, nhứt hạng là mùi vị cá mòi Ma-rốc! Khúc bánh mì chỉ cắn mấy miếng là hết ngay, chưa nuốt xong miếng đầu mà sao cứ cắn tiếp! Hết khúc bánh mì mà tôi còn lưu luyến chưa muốn đi.

Bánh mì đầu tiên đến với tôi như thế.

Hồi đó, ở cả cái chợ quê, nơi có ngôi trường Sơ Đẳng mà tôi theo học, mới chỉ có một người "độc quyền" bán bánh mì. Sáng sớm, bác đạp xe lấy bánh mì từ ngoài tỉnh vào đây để bán, như đem cái ánh sáng văn minh đến với lớp học trò nhà quê chúng tôi.

Sau nầy tôi còn được ăn bánh mì với đường thẻ mỗi khi mẹ tôi đi buôn bán trên tỉnh mua đem về. Ổ bánh mì mà mẹ tôi mua bự hơn và tôi cũng được ăn nhiều hơn.

Rồi khi lớn lên phải xa nhà ra tỉnh học, lâu lâu để dành tiền mua được lon sữa bò hiệu con chim của Hòa Lan đem về nhà trọ để dành ăn sáng với bánh mì ổ. Đêm đêm có mấy thằng bạn rủ rê ra lò bánh mì chờ mua "bánh mì đầu lò" cho rẻ. Tuy bánh đầu lò hơi bị cháy khét, bởi bánh nướng bằng than, nhưng ăn rất thơm, hấp dẫn và ngon lạ kỳ, nên ăn hoài không thấy chán.

Không còn nhớ tới lúc nào tôi mới bỏ "cái tật ăn bánh mì đầu lò" ấy?

Còn người Sài Gòn và người nông dân Lục Tỉnh không hiểu từ lúc nào và ai bày ra cái kiểu "ăn bánh mì Tây kiểu Việt Nam" tuyệt vời, phong cách ẩm thực phóng khoáng. Bánh Tây mà hồn Việt, hữu nghị hơn các nhà chánh trị nhiều. Bởi lối ăn trịnh trọng mà không quan cách, chơn quê mà không quá "bình dân'. Dễ thương làm sao! Này nhé:

Trong đám giỗ bánh mì được cắt khúc, xếp vào đĩa một cách khéo léo và được gia chủ trịnh trọng dọn lên bàn thờ, bên cạnh tô cà ri nước cốt dừa cùng các món Việt Nam thuần túy rồi mời ông bà về hưởng với con cháu.

Còn trong lễ cưới thấy có nhiều gia đình người mình phải cho người đi rước thợ đến nhà nấu món ra-gu bánh mì, để trước cúng tổ tiên trong ngày trong đại, sau cũng tỏ ra cho người ta thấy là gia đình mình "công dung ngôn hạnh".

Xem ra Bánh mì ổ, Bánh mì Tây đã đi vào từng nhà người mình, "hội nhập" theo phong tục lễ nghi của người Việt Nam. Bánh mì Tây. giờ đây như là món ăn "quốc hồn quốc túy", nên vào tục ngữ của mình:

"Gà hai con, bánh mì năm ổ".

Lên Sài Gòn, có dịp vào mấy tiệm phở bình dân, tiệm nước, tiệm hủ tiếu, bạn mới khám phá ra cách ăn bánh mì kiểu khác.

Ở tiệm phở Tàu Bay gần chợ cá Trần Quốc Toản, thấy mấy bác xích lô, đạp xe ba gác có thói quen ăn bánh mì chấm phở. Kêu tô phở xe lửa, xin thêm tô nước súp bự, cho vào nào chanh, nào ớt, nào tương để làm nước chấm bánh mì. Ăn một hơi hết ổ bánh rồi mới tính tới phần tô phở xe lửa đang chờ.

Mấy bà mấy cô trong chợ Tân Định lại ăn bánh mì với bánh canh giò heo. Bẻ ổ bánh mì ra từng miếng cỡ vừa ăn, cho hết vào tô bánh canh mà ăn chớ không chấm như kiểu ăn với phở.

Dân lục tỉnh rất ưa chuộng "bánh mì Sài Gòn", đi lên thành đô trở về quê thế nào khi lên xe đò cũng mua vài ổ làm quà hay cho trong nhà thưởng thức. Hình báo LIFE chụp gian hàng bánh mì ở Chợ Cũ, Sài Gòn vào thập niên 1960.

Mấy cô cậu học trò, mấy cậu thanh niên choai choai buổi tối tụ ba tụ bảy ở đường Cao Thắng để ăn bánh mì kẹp với kem. Không biết bay giờ có ai còn thích ăn bánh mì kem kiểu đó không?

Trên đường Nguyễn Thiện Thuật, khúc gần chợ có một tiệm bán bánh mì kiểu Tây ăn tại chỗ ngon đáo để. Tiệm chỉ kê vừa hai cái bàn mà khách vào lúc nào cũng vây đông và ai cũng kiên nhẫn chờ đợi. Bánh mì nóng giòn, thịt nguội, xúc xích, dưa leo, cà chua, ớt đỏ... tất cả bày ra trong dĩa bàn lớn trông rất bề thế. Đặc biệt có lẽ là có món sauce mayonnaise do ông chủ tự chế. Bánh mì tuy bán trong căn phố ọp ẹp, bầy hầy thế mà lúc nào cũng đông khách mà lại là khách ngon lành nữa.

Còn bánh mì thịt Bưu Điện Sài Gòn thì từ lâu đã là một thương hiệu của Việt Nam. Ổ bánh nhỏ vừa một người ăn, hình như được làm ra chỉ để bán bánh mì thịt. Mấy xe bánh mì thịt ở đây từ hình thức trang trí cho đến nội dung chất lượng bánh mì không có gì khác, chẳng qua ai quen đâu mua đó mà thôi. Người đi đường, các bác taxi, các thầy cô làm trong bưu điện, các thân chủ của Sở Bưu điện, các ông bà công chức làm ở Tòa Đô Chánh... là thực khách trung thành của những xe bánh mì ở đây.

Bánh mì Bưu Điện Sài Gòn đã khai sanh ra kiểu ăn bánh mì thịt chánh hiệu của người Việt, khiến nhiều ông Tây bà Đầm về nước mà còn nhắc còn thèm. Nên nay có nhiều ông Tây đi du lịch đến thăm Sài Gòn còn hỏi tìm ăn bánh mì thịt gọi là "kiểu Sài Gòn" như đi tìm món ăn "truyền thống Saigon" vậy.

Tiệm Hương Lan nổi tiếng bánh mì thịt nguội tọa lạc cạnh bưu điện Sài Gòn nên thành danh "Bánh mì bưu điện" .

Xe bánh mì thịt với kiểu cách Bưu Điện Sài Gòn sau nầy trở thành mô típ chung cho loại xe bán bánh mì thịt ở miền Nam. Đi về miền Tây bạn sẽ bắt gặp trước nhà lồng chợ, trước cổng trường học, bên hông nhà thương, ở bến xe đò... hình ảnh những chiếc xe bánh mì thịt kiểu Bưu Điện Sài Gòn ngày nào.

*

Xem như vậy, bánh mì ổ không còn được hiểu là món ăn chơi như các loại bánh khác, như thuở ban đầu nó đến với Việt Nam.

Bánh mì nay thực sự là "món ăn thiệt", là nhu cầu của chúng ta, gắn liền với mọi người. Bánh mì có thể dùng ăn sáng, trưa chiều tối và có thể ăn trong mọi hoàn cảnh. Bánh mì bây giờ không còn là thức ăn của Tây nữa mà là món ăn của ta khác nào cơm, bún, cháo, xôi... theo cách nói cách nghĩ của người Việt mình rồi.

Nên khi bánh mì theo người mình ra hải ngoại, nó đã sớm có mặt trong đời sống ẩm thực của ta nơi xứ người bên cơm cháo, bún phở, cơm tấm, hủ tiếu Mỹ Tho...

Bánh mì Tây trong chợ Vons, chợ Ralphs của Mỹ được gọi là bánh mì Pháp để phân biệt với bánh mì Mỹ. Người Việt làm bánh mì Tây bán trong chợ Việt, đồng hương kêu là bánh mì của "mình" để phân biệt bánh mì Mỹ, bánh mì Tây! Cho nên giờ đây bánh mì thịt ở Little Saigon rất được người Mỹ, Mễ, các sắc dân khác ưa thích và coi là món ăn truyền thống Việt Nam giống như chả giò và phở vậy. Nên nói bánh mì Tây có hồn Việt không sợ quá lời là vậy.

Xe bán bánh mì thịt ở Chợ Cũ, Sài Gòn trước 1975.

Bánh Vá Gò Công

Bánh vá là món ăn gốc ở Gò Công, nhưng phải là người Gò Công cố cựu mới biết, còn "dân tứ xứ" đến đây không phải ai cũng biết cả đâu!

Bây giờ, người Gò Công trong nước, nhứt là tuổi trẻ, ít còn biết món bánh vá. Người Gò Công ở hải ngoại lớp tuổi 60 trở lên, có tâm lý sống với ký ức, nên có người tự làm món bánh vá vừa ăn vừa để dạy con cháu biết cái bánh quê hương.

Bánh vá hay bánh giá?

Hôm đi thăm nước Úc, tôi hân hạnh được "nhóm bạn Gò Công" khoản đãi món bánh vá Gò Công. Ngồi ăn có người hỏi bánh vá hay bánh giá?

Gọi là *bánh vá* vì người ta dùng cái vá như là cái khuôn để chiên bánh. Có người gọi là bánh giá là vì thấy trong vật liệu làm bánh có dùng giá sống.

Trong cuốn Đại Từ Điển tiếng Việt của Bộ Giáo Dục Hà Nội cũng như cuốn Việt Nam Tân Từ Điển của Thanh Nghị do Khai Trí xuất bản không thấy có chữ bánh vá hay bánh giá!

Vậy phải theo cái ngữ cảnh để tìm hiểu.

Bánh vá là món gốc Chợ Giồng Gò Công nên mới có cái tên bánh đi liền với Chợ Giồng như tên nước mắm Phú Quốc, dưa hấu Cổ Cò, hủ tiếu Mỹ Tho, v.v... ở miền Nam.

Người miền Nam trong cách phát âm không phân biệt phụ âm đầu V, D với GI. Các nhà văn ngày trước viết về phong tục văn hóa ẩm thực Việt Nam đa số là người miền Bắc. Khi nghe người địa phương phát âm giọng Nam Kỳ bánh "dá" để chỉ danh cái bánh chiên bằng cái vá thì nghĩ và cho là bánh "giá"!

Nên biết thêm, người miền Nam từ xưa vốn đã có lối đặt tên bánh căn cứ theo hình tượng bên ngoài. Có thể kể như *bánh đúc, bánh bò, bánh bèo, bánh bông lan, bánh da lợn, bánh khuôn, bánh rễ, bánh dita, bánh vòng, bánh ếch/ít, bánh ếch/ít trần, bánh phồng và bánh vá, v.v...*

Đọc một bài "Bánh Giá Chợ Giồng - Gò Công" viết trong nước tôi biết ngay tác giả là anh chàng "không phải Nam Kỳ" nầy nghe ai kể, hoặc được ai đó dẫn đi "cỡi ngựa xem hoa" gọi là làm phóng sự.

*

Bánh là thức ăn làm bằng nếp, bột, đường, đậu... thường là để ăn chơi hơn là ăn thiệt. Trong Nam nói bánh trái là chỉ chung các loại bánh mà thường là bánh ngọt. Bánh tuy vậy là món ăn không thể thiếu trong đời sống dân mình, bánh được dùng để cúng, để đãi khách hoặc để ăn chơi, và bánh thiệt sự đã đi vào đời sống dân gian lâu đời qua ca dao tục ngữ:

- Mấy đời bánh đúc có xương,
Mấy đời mẹ ghẻ lại thương con chồng.
- Bánh dầy nhiều đậu thì ngon,
Cha mẹ chuốt ngót thì con đắt chồng.

Dân gian còn dùng bánh để diễn tả, để so sánh hay ám chỉ, như:

- Đầu cạo chữa bánh bèo.
- Con gái nước da bánh ít.
- Cái mặt như bánh bao...

Xem ra như vậy bánh gần gũi gắn bó với từng con người Việt Nam chúng ta từ thơ ấu đến lớn và mãi mãi về sau.

Nay trở lại bánh vá Gò Công, món ngon không chỉ để ăn chơi mà còn để ăn thiệt. Bánh vá không phải loại bánh ngọt, mà là loại mặn như bánh canh, bánh xèo, bánh cuốn, bánh ướt...

Lần đầu tiên tôi biết mặt cái bánh vá, lúc đó nó bự bằng cái chén ăn cơm, do mẹ tôi đi chợ mua về cho ba tôi ăn. Bà xé bánh vá trộn trong tô với bún rời, có rau thơm và nước mắm ớt đỏ. Nhà nghèo bà chỉ mua có một cái cho cha tôi nhâm nhi, vì tôi là con trai cưng nên được mẹ cho một miếng. Tôi không nhớ cái cảm nhận hồi đó nó ngon thế nào, bởi một phần vì còn nhỏ, phần vì chỉ được ăn quá ít và hình như chỉ có một lần. Sau đó ba tôi qua đời lúc tôi lên 9 tuổi!

Sau nầy khi ra Tỉnh Gò Công học Lớp Nhì, nay là Lớp Bốn, thì mới có cơ hội thưởng thức món bánh vá Gò Công khi có dịp về thăm gia đình ở chợ Tăng Hòa, nay đổi tên là chợ Tân Hòa.

Chợ Tăng Hòa thuở xưa nổi tiếng với mấy món ngon như ***mắm còng, mắm tôm chua, mắm tôm chà*** và món ***bánh vá***. Bánh vá được chiên bán trong nhà lồng chợ mỗi ngày từ sáng sớm tới độ 10 giờ là hết. Mấy bà đi chợ hay ghé ăn hoặc mua đem về cho chồng lai rai hoặc cho cả nhà ăn no trừ cơm trưa.

Mấy ông già sồn sồn đi chợ hay ngồi nhậu bánh vá ngay tại chỗ, gặp bạn già thì dầu chỉ có cái bánh vá cũng đủ cho mấy ổng cà kê tới tan chợ! Dân sành điệu, người có tiền không bao giờ chịu mua bánh vá chiên sẵn mà phải chiên theo ý mình mới vừa ý.

Tôi có bà dì bán vải ngoài chợ, bà không có con, sống một mình, bà ăn chay trường, nhưng mỗi khi tôi về thăm, đều được bà cho ăn bánh vá, loại bánh đặt cho người ta chiên.

Bạn có biết đặt chiên bánh vá là thế nào không?

Bánh vá gồm có phần bột và phần "nhưn bánh". Bánh chiên sẵn chỉ có hai con tôm, còn lại toàn giá với

Bánh vá đặt chiên theo ý khách hàng kén ăn.

hành và bột. Đặt chiên, bạn phải tự lo đi mua phần nhưn bánh gồm có tôm, thịt, gan heo, nấm rơm... Dĩ nhiên thứ nào cũng nhiều nên bánh ngon hơn và to hơn nữa.

Ngồi nhìn cái bánh vá trong chảo mỡ từ lúc cái bánh mới đặt vào chảo, đến khi cái bánh bắt đầu chín tới, tự động tách ra khỏi cái vá, nổi lềnh bềnh trong mỡ, rồi đến lúc nó được vớt ra đặt lên trên vỉ sắt cho ráo mỡ... thèm chảy nước miếng!

Cái bánh nở lớn thêm ra thấy rõ. Mấy con tôm đất bày ra, trên mặt bánh vá nổi cao hơn, lớn hơn, màu vàng đậm trông rất hấp dẫn và mời gọi!

Dùng tay xé cái bánh vá còn nóng bốc khói như xé thịt gà xé phay. Cho vào tô bún, loại bún rời, trộn vô rau thơm, dưa leo băm nhuyễn, rồi chan ngập nước mắm ớt chua cay. Thế là bạn có món bánh vá Gò Công ngon lành. Thử một miếng mới biết thật là "danh bất hư truyền".

Ăn một lần tôi tin chắc là bạn sẽ bị "mê mệt" bởi cái ngon tuyệt của bánh vá Gò Công. Ăn bánh vá bạn sẽ có cái cảm giác độc đáo. Giòn giòn bên ngoài, mềm mềm và xốp xốp bên trong Một chút dai dai của nhưn bánh gồm giá-thịt-nấm rơm bên trong. Cái vị béo của mỡ dầu hòa quyện cùng cái béo ngọt lịm của mấy con tôm đất làm bạn không nỡ nuốt ngay!

Miền Bắc có món bánh tôm cũng giòn, cũng béo, cũng bột, cũng tôm... nhưng sao sánh bằng bánh vá Gò Công về hình thức lẫn nội dung. Nói như vậy không biết có chủ quan không?

Bánh vá vừa ăn chơi, nhậu lai rai với bạn già, vừa ăn thiệt, vì chỉ một món bánh vá cũng đủ no mà đủ bổ không cần ăn cơm thêm. Người nào mạnh ăn, chỉ cần hai cái bánh vá với bún là quá lắm.

Ở Gò Công không thấy ai chiên bánh vá để làm đám giỗ hay buộc phải có trong tiệc tùng sang trọng. Bánh vá cũng như bánh cam vì phải xài nhiều mỡ, mà ngày xưa mỡ rất mắc tiền nên chỉ là loại bánh chợ, quà chợ mà thôi.

Hồi đó, bột chiên bánh vá là bột gạo pha bột nếp cho giòn, có phẩm màu cà ri cho thơm, cho có màu vàng óng đậm trông bắt mắt, có hành lá xắt nhuyễn để khử mùi tanh của tôm, của mỡ.

Cái chảo chiên bánh vá phải là loại chảo gang sâu và lớn, loại có hai quai. Có một miếng vỉ sắt gác lên vừa bằng 1/3 miệng chảo dùng để sắp mấy cái bánh mới chiên xong cho ráo mỡ. Vá chiên bánh thuộc loại vá to, cán dài, lớn gần bằng vá múc nước lèo hủ tiếu mà ta thường thấy.

Bột bánh vá hồi đó đựng trong cái ảng bằng sành có tráng men màu da bò. Nói cái ảng chắc nhiều người không hình dung được bởi nay không còn ai xài ảng nữa.

Bánh vá ăn với bún thuở đó sao mà ngon quá, ăn một tô no rồi mà cứ muốn ăn thêm. Không biết tại nó ngon hay vì quá thiếu ăn? Hay vì cả hai?

Đã lâu lắm từ khi ra hải ngoại, tôi không còn có dịp thưởng thức lại món bánh vá quê nhà. Nếu có ai về thăm lại Việt Nam nhớ tìm về xứ Gò Công ăn giùm tôi món bún bánh vá, món ăn chơn quê nhưng đã để lại trong tôi nhiều kỷ niệm đẹp tuổi học trò!

Cám ơn những bạn đồng hưởng Gò Công ở Úc Châu đã cho tôi sống lại với kỷ niệm ngày xưa vô cùng đẹp đẽ qua món bánh vá...

Trong bếp đổ bánh vá, có mấy cây vá dùng chiên bánh.

Chiếc Bánh Ngày Xưa

Bánh là thức ăn làm ra từ nếp-gạo có thêm chất ngọt, béo, hoặc thịt... Có nhiều thứ bánh tên gọi bắt đầu bằng bánh, cũng có lắm thứ bánh mà không kêu là bánh nhưng ai cũng biết nó là bánh, nhứt 1à trẻ con.

Tuổi thơ mỗi người đến với thế giới bánh không giống nhau, như ta đến với thế giới đồ chơi vậy. Dầu là bánh mộc mạc chơn quê hay bánh chợ, ít nhiều đã để lại trong ta ấn tượng khó quên! Bánh đối với tuổi thơ ở tỉnh thành là hình ảnh bà bán rong ở góc phố nào đó. Bánh với tôi ở quê tận vùng đồng khô cỏ cháy là hình ảnh "má đi chợ về"! Bánh như vậy là món ngon chủ quan, riêng tư của mỗi người nên khó quên là vậy.

*

Lịch sử bánh trái của ta thế nào, ít thấy sách vở nói! Đến thế kỷ 15 thấy sách Lĩnh Nam Trích Quái tả ***bánh Dầy bánh Chưng*** mà nếp là nguyên liệu quan trọng, chất lượng thuộc loại số một.

Sách mô tả *"Các vật trên trời đất và mọi của quí của con người không gì quí hơn gạo, nếp. Gạo, nếp có thể nuôi người khỏe mạnh và ăn không bao giờ chán"*.

Đến năm 1651, ông A. De Rhodes trong tự điển tiếng Việt đầu tiên chép về các món ăn của Việt Nam, có nói đến "xôi" bên cạnh cơm, hiểu theo bấy giờ xôi không phải là bánh.

Sau nầy, chiếc **bánh Tét** xuất hiện ở Đàng Trong, cũng làm từ nếp, thì bánh Tét coi như là chiếc bánh truyền thống ở phương Nam, như ***bánh chưng, bánh dầy*** truyền thống ở xứ Bắc vậy.

Bánh dầy hình tròn, bánh chưng hình vuông tượng trưng cho Trời và Đất và ban đầu, làm ra để cúng Trời Đất, có nguồn gốc bên Tàu, sau du nhập vào nước ta.

Bánh tét phương Nam có hình ống dài, là món làm ra để dâng cúng tổ tiên, đặc biệt vào dịp Tết âm lịch, nên còn có tên gọi là bánh Tết. Bánh tét lúc đầu chỉ làm cúng Tết chớ không làm cốt để ăn chơi như các thứ bánh khác.

Rồi từ cái bánh tét người nông dân Lục Tỉnh phát triển thành cái ***bánh dừa, bánh ú***, bánh cúng với cái tinh thần phóng khoáng cố hữu phương Nam.

Với thổ sản có sẵn dồi dào và với tinh thần "Có gì làm nấy", người miền Nam làm nên những loại bánh từ nếp như bánh dừa, bánh ú... để ăn chơi.

*

Nếp trộn với dừa khô gói bằng lá dừa nước, loại lá lợp nhà, hoặc lá dừa, cột chặt bằng dây lác, cho vào nồi nước nấu mau chín hơn bánh tét, để ăn được lâu. Gọi tên là **Bánh Dừa** là vì vậy. Bánh lớn bằng nắm tay, có 4 góc, chơn chất như cái tên dừa mà ai đó đặt cho nó.

Cũng từ nguyên liệu đó, không có lá dừa phải dùng lá chuối và làm nên cái bánh có ba góc, hình chóp, tên là **bánh ú**, nhìn rất ấn tượng. Bánh ú, bánh dừa không biết có ý gì mà ai ai cũng cột hai cái đính thành đôi thành cặp, và như là quy luật nên tới nay không ai dám làm khác (?)

Tinh vi và công phu hơn, cũng từ nguyên liệu đó, người ta đã phát minh ra hai loại bánh chuyên dùng để "cúng cô hồn" Rằm Tháng Bảy. Đó là ***bánh ú lá tre*** lớn bằng ngón chưn cái, có nhưn bên trong, được cột chùm thành chục và làm bánh cúng.

Bánh cúng giống như bánh tét nhưng nhỏ bằng ngón chơn cái, dài độ gang tay, làm để cúng dịp rằm tháng Bảy, nên có tên gọi là bánh cúng. Bánh cúng gói bằng lá dừa, không có nhưn, chỉ có nếp trộn đậu đen, dừa sáp chung với nếp, cột bằng dây lát thành từng chục một chùm.

Không bằng lòng, hay vì quá ngán bánh làm bằng nếp nguyên hột nên người ta bày món bánh khác cũng dùng bột nếp hoặc bột gạo. Gạo và nếp thuở đó muốn làm bột phải rấm hoặc xay. Có loại bánh phải dùng bột rấm như ***bánh bò, bánh bèo, bánh lọt, bánh đúc***... mới dai, mới dẻo.

Bột xay bằng cối đá, sau đó còn phải rây rồi mới cho vào "khăn bồng" dằn cho hết nước, bẻ ra từng miếng nhỏ đem phơi nắng cho khô. Bội tẻ, bột nếp, nhìn không phân biệt nên thấy bà già xưa cẩn thận dùng than bếp gạch chéo chữ thập trên hũ trên lu để làm dấu và chỉ có bà mới biết đâu là gạo tẻ đâu là gạo nếp mà thôi!

Xay bột là công việc cực nhọc lắm! Xay bột để làm bánh đám giỗ, cúng rằm, ăn tết phải mất cả nguyên ngày, chưa kể còn phải dằn bồng cho ráo nước và phơi cho khô nữa. Bột khô ở quê, nhà nào cũng có không nhiều thì ít, để dành làm bánh, nấu chè, nấu canh bột... ăn suốt cả năm.

Có mấy loại bánh ở quê ngày xưa?

- Bánh đúc lá dứa, màu xanh như ngọc, cắt ra thành miếng hình lục giác dài giống như hình miếng chả, sắp vòng tròn trong cái dĩa kiểu "dúng tai bèo", bên cạnh có chén nước đường với ít đậu phộng điểm trên mặt. Bánh đúc quê miền Nam là bánh đúc lá dứa màu xanh như ngọc, ăn với nước đường không giống bánh đúc Hà Nội có màu trắng ngà.

Má bánh đúc, da đường phèn.
(Tục ngữ)

- ***Bánh bèo ngọt***, nhỏ bằng đồng xu, "mỏng te", chính giữa lún và xoáy tròn như "má lún đồng tiền" của con gái. Do vậy ở quê có người gọi tên là bánh bèo xoáy. Mỗi chiếc bánh còn được "trang điểm" một cách khéo léo bởi một lớp mỏng *"đậu xanh nấu chín đánh nhừ"* và một ít nước cốt. dừa. Chưa ăn đã thấy ngon rồi, chảy nước miếng rồi!

Còn ***bánh bèo trắng***, cũng làm bằng bột gạo ram nhưng không pha đường. Và trẻ nhỏ không khoái lắm.

- ***Bánh bò*** thì khỏi phải nói. Bánh bò làm bằng bột gạo rấm để lên men, pha đường cát trắng. Bánh bò sau khi hấp chín được cắt thành hình bình hành, nhìn bóng láng bởi trong bột có pha nước cốt dừa. Miếng bánh trông dầy mà xốp, mềm vì có "rễ tre" bên trong. Gọi tên là bánh bò rễ tre là vậy.

Còn ***bánh bò bông*** có pha màu hồng, đổ trong khuôn nhỏ mà sâu nên khi chín bánh nở chác ra làm ba cánh như cánh bông nên có người gọi là bánh bò chác. Bánh bò bông để trưng trong dĩa bàn nhỏ nhìn rất "lịch sự", ngày xưa dùng cúng ông Tơ bà Nguyệt.

Vái Ông Tơ một dĩa bánh bò bông,
Cúng bà Nguyệt Lão gắng công lo se giùm.
(Ca dao)

- ***Bánh lọt*** là bánh nhà quê như cái tên "lọt" ai đã đặt cho nó. Bột tẻ pha rất loãng với nước lá dứa để cho có màu có mùi rồi cho vào xon, cho lửa riu riu và khuấy cho đều kẻo bột bị "óc trâu". Thấy bột vừa chín tới, múc bột cho vào rổ tre đặt sẵn trên ảng nước lạnh, ép cho bột lọt qua lỗ của cái rổ nên có tên là bánh lọt. Nghe tên bạn biết ngay là bánh của xứ Nam Kỳ Lục Tỉnh.

Bánh lọt đựng trong chén, trong tộ, chan ngập nước đường, thêm vài muỗng nước cốt dừa còn sống và bưng mà húp tới no mới ngon, mới đã thèm! Bánh lọt thuở xưa thường ăn vào mùa hè cho mát chớ không ăn kiểu ở Little Saigon ngày nay đâu!

- ***Bánh ít*** làm bằng bột nếp có nhưn trắng hoặc ngọt.

Loại bột không pha đường gọi là bánh ít bột trắng. Loại bột có pha đường gọi là bánh ít bột ngọt: Bánh ít thường làm vào ngày giỗ hoặc dịp Tết. Có nhà làm mấy trăm bánh gồm cả bánh trắng, bánh ngọt, nhưn ngọt, nhưn đậu, nhưn dừa... để tập con cháu biết làm, trước là trước cúng sau ăn, sau là biếu bà con ăn lấy thảo. Mỗi thứ phải được làm dấu để phân biệt: không râu, một râu, hai râu... Nghĩ người nhà quê sao mà tài quá vậy?

- ***Bánh bột luộc, bánh lá***. Bánh bột luộc và Bánh lá, không biết ai đó chế ra kiểu bánh quá ư là đơn sơ, không có chút gì gọi là bánh cả? Ở nhà quê mấy bà mấy cô hay bày ra làm, gọi là để ăn chơi.

Bắt nồi nước sôi, lấy bột tẻ nhồi với nhiều nước, dùng ba ngón tay nắn bột thành từng miếng nhỏ và dẹp, thả vào nồi. Chờ một lúc khi thấy bột nổi lên, vớt ra cho vào chậu nước lạnh đến khi bột nguội mới vớt ra cho vào rổ cho ráo nước.

Đó là ***bánh bột luộc***. Miếng bột luộc chín nhìn to hơn, phồng lên có in dấu mấy ngón tay giống như đồ chơi bằng đất sét! Bánh bột luộc trông thô kịch, quê mùa trộn với dừa nạo, xưa hay làm vào buổi trưa để ăn trừ cơm, ngon lạ kỳ!

- *Bánh lá.* So với bột luộc, bánh lá xem có vẻ văn minh hơn, cao cấp hơn và người làm ra nó cũng tỏ ra có biết "nữ công nữ hạnh" hơn trước. Không biết nơi khác làm thế nào chớ xứ tôi "nắn" bánh lá trên lá dừa nước. Khéo tay nắn mỏng, vụng tay nắn dầy. Nắn xong, quấn lá theo vòng tròn, xếp có thứ lớp trên vỉ tre đặt sẵn trong nồi nước to. Đậy vung kín, đốt lửa to lên cho nước sôi độ tàn điếu thuốc là bánh chín.

Gánh hàng chè bánh ăn vặt bán dạo trên hè phố Sài Gòn.

Bánh chín có màu trắng trong, mịn màng được lột ra khỏi chiếc lá dừa. Cái bánh lá dài hơn gang tay, chỗ mỏng chỗ dầy do người nắn. Bánh lá trộn với nước cốt dừa gọi là "nước bồng con".

Bóc nguyên cái bánh lá dài lòng thòng hơn gang tay, cho vô miệng vừa ăn vừa phải ngửa mặt lên Trời. Nuốt chiếc bánh hai ba lần mà chưa hết, giống như con rắn nuốt mồi! Nhớ lại mà tức cười và tội nghiệp làm sao!

Có người nắn bột hình trái khế hoặc se bột thành sợi, gọi là làm ***bánh khế*** và ***bánh tầm***. Có người còn nắn bột hình con trâu coi ngộ ngộ.

*

Lịch sử bánh Việt Nam từ cái bánh dầy ngoài Bắc, tới đòn bánh Tét ở xứ Đàng Trong, được làm ra trước hết để dâng Trời Đất, tổ tiên ông bà, hiếu hỉ.

Rồi bánh trở thành quà và trở thành "món ngon vật lạ" đối với bọn trẻ con nhà quê, nhà nghèo. Với tuổi thơ Việt Nam và với tôi hồi nhỏ, cái bánh là ước mơ là hạnh phúc.

Cho nên đã trên 50 năm rồi mà tôi vẫn cứ còn nhớ hoài mấy cái bánh nhà quê như vậy...

Xôi Vò Cúng Đình

Đọc lịch sử thấy Ông Nguyễn Trãi (1380-1442), Ông Lê Quý Đôn (1726-1784) viết trong "Địa dư chí", ông Huỳnh Tịnh Của (1834-1907) viết trong "Đại Nam Quốc Âm Tự Vị" có kể các món ăn của người Việt mình ngày xưa. Riêng cố đạo A. De Rhodes, trong tự điển của mình xuất bản năm 1651, cũng có kể đến món "**xôi**", như là món ăn thông dụng của người Việt Nam.

- Hết xôi rồi việc.

- Xôi hỏng bỏng không.

(Tục ngữ)

Xôi đã có mặt trong tục ngữ như vậy nên có thể nói rằng xôi đã xuất hiện từ lâu trong đời sống. của người mình trước khi xôi được ghi vào tự điển của ông cố đạo.

Cũng từ lâu trong dân gian quen dùng hai tiếng "chè-xôi" ghép chung thành cặp, biểu thị cái gì gần gũi với đời sống lắm! Xôi như vậy chắc không chỉ là món ăn thường ngày như cơm mà còn có cái gì đặc biệt?

Theo định nghĩa *"Xôi là thức ăn nếp nấu bằng cách xông hơi nước sôi"*, khác với cơm là thức ăn do gạo nấu chung với nước. Xôi qua cách nấu cầu kỳ và phức tạp như vậy chắc không phải là món để ăn no như ăn cơm, mà xôi là món ăn cao cấp.

*

Người Việt Nam từ buổi đầu thời còn mông muội cho đến nay trong dân gian thường tin tưởng thần linh. Đất thì có Thần Đất, Thổ Công, Đất Đai Viên Trạch... Sông thì có Hà Bá, Ma Trơi. Núi non thì có Sơn Thần. Làng xã thì có Thành Hoàng... Đó là những vị thần linh hộ trì, giúp đỡ con người sống được bình an và hạnh phúc! Nay gọi đó là tín ngưỡng dân gian.

Ở miền Nam là vùng đất mới nên có nhiều tín ngưỡng dân gian cũng mới và xa lạ đối với người miền ngoài. Bởi *"tin là thực và trông cậy vào"* thần linh nên người miền Nam ở quê ở vườn quen bày lễ vật cúng kiến nhiều nơi ở bên ngoài và trong nhà ở, trong miễu, trong miếu, trong đình...

Món xôi làm từ nếp là lễ vật chánh thường được dùng để cúng, lâu ngày thành lễ tục trong dân chúng. Ở miền Nam, ngoài đình còn thấy có miễu và miếu là nơi mà người dân có tục đem xôi đến cúng theo thông lệ hai lần mỗi năm vào mùa Xuân độ tháng Hai và mùa Thu độ tháng Tám âm lịch, gọi là *"Xuân Thu nhị kỳ"*.

Cúng đình là cúng Thành Hoàng, vị thần sáng lập ra làng hoặc là người có công với địa phương được nhà vua sắc phong, có tên chép trong danh sách của Bộ Lễ. Tục lệ nầy trong Lục Tỉnh có vào thế kỷ XIX thời nhà Nguyễn đến sau năm 1975 không còn nữa!

Ngày xưa muốn đem lễ vật cúng đình người trong làng phải báo trước với ban hội tề. Lễ vật thường như trái cây, bánh, đặc biệt như ***xôi vò***. Người có có lời vái cầu xin điều gì với thần từ năm trước mới cúng trả lễ bằng heo quay. Hồi đó không ai mua bánh trái bán ở chợ đem về cúng đình bao giờ, mà phải tự tay làm lấy. Nhà nào có người khéo tay, giỏi "nữ công nữ hạnh" mới dám làm ***xôi vò*** đem đi cúng đình, nơi mà có biết bao con mắt trong làng dòm ngó.

Xôi trắng và ***xôi vò*** là hai loại thường được làm để cúng đình. Cái lệ nầy không thành văn nhưng không thấy ai làm xôi có màu như xôi lá cẩm, lá dứa, xôi nghệ... cúng đình bao giờ. Nếp dùng xôi để cúng đình phải chọn nếp loại ngon như nếp mỡ, nếp mù u, loại hột nhỏ phải phơi thật khô, giã thật trắng, lấy cho hết tấm, không được lộn gạo.

Gọi ***xôi trắng*** bởi xôi chỉ có nếp với nước cốt dừa. Hột nếp quện với dầu của nước cốt dừa làm xôi vốn trắng lại càng thêm trắng bóng rất lịch sự.

Còn ***xôi vò*** là xôi nếp chung với đậu xanh bỏ vỏ nấu chín đánh cho tơi nhừ. Xôi vừa chín tới phải trút ra rổ và dùng bàn tay vò nhẹ cho tất cả hột nếp đều "ăn" đậu. Xôi lại lần nữa và vò như vậy tới lần thứ hai. Xôi có tên và Xôi vò là vì vậy.

Người khéo lắm mới dám làm ***xôi vò cúng đình***. Làm xôi cúng đình phải dùng đến cả nửa thùng nếp. Xôi cúng đình được "đơm" trong cái mâm thau và không được dùng bất cứ dụng cụ nào khác. Do vậy hình ảnh *"mâm xôi cúng đình"* để lại ấn tượng khó

Triển lãm xôi cúng đình ở Việt Nam trong hội chợ.

quên trong người dân quê ở miền Nam! Cái mâm bằng thau được chùi cọ bằng xơ dừa với tro cho sạch hết teng, phơi nắng cho bóng, như chuẩn bị xây mâm trầu cau ngày cưới.

Xôi vò nấu chín để nguội cho vào cái thúng lớn cỡ bằng mặt mâm, đè ém nhè nhẹ vừa đủ sao cho hột xôi dính với nhau rồi úp ngược thúng xôi xuống lòng mâm thau. Mâm xôi vì vậy có hình giống như nóc nhà thờ Hồi giáo, rất ngộ. Gọi là *đơm xôi.*

Mâm xôi được đàn ông con trai đội lên đình, nhà nào không có đàn ông phải nhờ chòm xóm, không thấy giao cho đàn bà con gái.

Người miền Nam có tục *"lợi mâm, lợi quả"* sau khi lễ vật cúng xong, như gởi lại chút quà cho gia chủ, gọi là hưởng chút lộc của thần để lấy hên. Phần *"xôi lợi mâm"* đem về nhà phải cúng ông bà xong rồi mới được ăn.

Xôi trắng, xôi vò ở trong miền Nam cũng còn được dùng để cúng Bà cúng Cô trong miễu, trong miếu nhưng không quá long trọng bằng cúng trong đình.

Miễu trong Nam xóm làng nào cũng có. Miễu thờ "vị thần huyền thoại" vì không ai biết rõ danh tánh. Miễu có thể thờ ông Tà, thờ Bà, thờ Cô, thờ Cậu nào đó hoặc người chết oan, chết ức trong tai nạn. Miễu ít được chăm sóc, thường hoang phế nên càng tăng thêm vẻ huyền bí...

Miếu do người dân địa phương lập để thờ một hoặc nhiều người cụ thể có thật, nhưng không có sắc vua phong.

Miếu thường được thân hào nhân sĩ địa phương đóng góp công sức trùng tu, chăm sóc, và hằng năm đều có cúng theo lệ như cúng đình nhưng không long trọng lắm.

Xôi trong lễ tục của người miền Nam dùng cúng Đình, Miễu, Miếu, vừa mang màu sắc tín ngưỡng dân gian nhưng cũng vừa nói lên có lối ăn lối sống, cách đối nhân xử thế giữa người với thần linh và người với người.

*

Xôi có mặt trong tục ngữ cho thấy xôi đã đi vào đời sống dân gian của những con người miệt quê, miệt vườn từ lâu.

- *Năm ba xôi nhồi một chõ.*
- *Chịu đấm ăn xôi.*
- *Hết xôi rồi việc.*

(Tục ngữ)

Trong dân gian từ lâu rồi, xôi được dùng để cúng trong nhà, để làm quà biếu và để ăn chơi... Xôi dùng làm quà rất được trẻ con ưa thích. "Con nít đứa nào cũng ưa xôi", ông bà mình nói như vậy.

Dưới xôi một bậc thấy có món ***cơm nếp***. Cơm nếp không được xếp cùng hàng với xôi, không ai dùng để cúng. Cơm nếp là nếp nấu với nước như kiểu nấu cơm. Cơm nếp ăn với tôm rang, với cá kho mặn, với muối mè... thay cơm. Cơm nếp dùng ăn chơi hay ăn thiệt, ăn lấy no. Người lớn, con nít ở quê ai cũng thích. Cơm nếp dùng gói đem theo đi đường xa như là thứ lương khô vì để lâu không bị hư.

Cơm nếp trộn với dừa xác gọi là cơm-nếp-trộn-dừa, nhai nghe béo béo, no dai nên được nhà nông gói theo ăn khi đi làm ruộng. Cơm nếp trộn dừa muốn để lâu không thiu, phải trộn dừa khi cơm nếp còn nóng. Có người nấu cơm nếp trộn với đậu xanh, ăn giống như xôi đậu của mấy bà Bắc bán dạo trong khu bình dân, trong hẻm miệt Gia Định, Xóm Mới.

Xôi dùng cúng tại nhà không đơm trong mâm như cúng đình mà đơm trong dĩa. Xôi cúng ở tại nhà vào dịp nào?

- Trước hết xôi cúng trong ba ngày rằm Thượng-Trung-Hạ Ngươn mà người bình dân gọi là ba ngày Rằm Lớn. Xôi được cúng kèm với chè đậu trắng hoặc chè xôi nước. Cúng rằm lớn là cúng thần linh, "đất đai trong nhà trong cửa", cúng những người "khuất mặt khuất mày" gọi chung là "cúng cô hồn". Ngoài thần linh đất đai, còn cúng tổ tiên, cúng Phật, cúng Bà thờ trong nhà và cúng ngoài bàn Ông Thiên.

- Xôi cúng trong ngày Đầy Tháng, Thôi Nôi là xôi màu như xôi lá cẩm, lá dứa, xôi nghệ và được đơm trong dĩa. Gọi là cúng bà Mẹ Sanh, Mẹ Độ, 12 Đức Bà, 13 Đức Thầy và để mừng con cháu đầy tháng, giáp năm, hoặc nhơn dịp đặt tên cho con cháu.

Chè đựng trong chén, con trai phải cúng chè đậu, con gái cúng chè xôi nước. Ngoài việc cúng Bà Mẹ Sanh người ta cũng không quên cúng Phật, cúng Ông Bà, để cầu xin phò hộ cho con cho cháu ăn chơi, mau lớn, mạnh giỏi.

Xôi chè cúng xong, có lệ đem biếu bà con, chòm xóm như báo tin mừng. Đặc biệt xôi cúng Thôi Nôi được mấy bà vắt thành cục bằng trứng gà, bày trên mâm cùng với cục đất, cái kéo, cái lược, cây viết... để cho con cháu "bắt" chọn. Bắt cây viết sẽ làm quan, bắt cục xôi sẽ làm ruộng... cái lối nghĩ của người xưa truyền lại tới nay. Thật dễ thương!

- Xôi làm đám giỗ phải là *xôi vò* kèm với *cơm rượu*. Xưa ít thấy ai làm xôi trắng, xôi màu cúng giỗ. Xôi vò cúng giỗ đơm trong tộ, bới nhẹ tay cho hột xôi bời tời, càng rời càng khéo, chớ không giống như kiểu đơm xôi cúng đình. Tộ xôi vò được bày bên cạnh thố cơm rượu có nắp đậy. Mỗi bàn thờ chỉ dọn một tộ xôi vò và một thố cơm rượu. Xôi vò cơm rượu cúng xong được dùng ăn tráng miệng.

Người miền Nam không có lối ăn xôi với thịt với chả hay với giò lụa như bà con ngoài Bắc, nên câu nói có hai chữ *"xôi thịt"* chắc xuất hiện ngoài Bắc, sau mới vô Nam.

Xem như vậy, xôi là món ăn của người xưa, nhưng từ khi xuất hiện, xôi được dùng trong lễ tục gia đình và xã hội. Lâu ngày xôi gắn liền với tín ngưỡng dân gian cho đến nay, và như không có gì thay thế được trong lễ tục của người mình.

Ở miền Nam, xôi lại gắn bó với lễ hội, với đình làng, miễu-miếu và với tục lệ gia đình từ lúc con người mới sanh ra, nên cách nấu xôi, ăn xôi, trở thành văn hóa của cuộc sống con người xứ nầy.

Chè Xôi Nước Vừa Ngon Vừa Ngộ

Chè xôi nước là tên gọi loại chè viên tròn bằng cái bánh ít, vỏ ngoài làm bằng bột nếp, trong có cục nhưn làm bằng đậu xanh bỏ vỏ nấu chín đánh tơi nhừ.

Nhà văn nhà báo thấy viên chè trôi nổi trong xon nước đường nên gọi tên là ***chè trôi nước***. Nghe có lý, nhưng người bình dân không chịu uống lưỡi bẻ miệng nói theo! Và tới nay người mình trong ngoài cũng cứ gọi là chè xôi nước, thậm chí về miệt quê miệt vườn nghe có người còn gọi là *"chè siêu nước"* nữa!

*

Chè xứ mình phong phú lắm, có nhiều loại chè chúng ta chưa nghe tên và chưa ăn qua bao giờ. Chưa có thống kê xem xưa nay ta có bao nhiêu loại chè, loại nào đã mai một, lai lịch gốc tích ra sao.

Trong tự điển tiếng Việt có ghi mấy loại chè như: chè bà ba, chè bà cốt, chè bắp, chè bông lau, chè bột báng bột năng, bột khoai, chè củ năng, củ mài, chè chuối, chè đậu xanh, đậu đen, đậu đỏ, đậu trắng, chè hột lựu, hột sen, hột mít, hột me, chè hạnh nhân, chè nhãn, chè khoai lang, khoai môn, khoai mì, chè thưng, chè thập cẩm, chè trứng gà, trứng cút, chè trái cây, chè yến, chè xôi nước...

Đi về miệt Bạc Liêu, Hà Tiên, Châu Đốc thấy bà con người Tiều có món chè gọi là chè ỷ. Người Triều Châu, ta quen gọi là người Tiều, gốc từ Quảng Đông bên Tàu chạy qua Việt Nam vào thế kỷ 18, họ sống chung lộn với người mình ở miền Tây nhưng vẫn giữ tục lệ hằng năm vào tiết Đông Chí nấu chè cúng mừng Tết Đông Chí. Sau đó cả nhà cùng ăn gọi là ăn ỷ. Chữ "ỷ" nghĩa là tốt, dùng đặt tên chè để mong cả nhà tốt lành. Chè ỷ giống chè xôi nước của người Việt Nam.

[Đông chí là tiết giữa mùa đông nhằm vào khoảng 21, 22, 23 tháng 12 dương lịch, lúc nầy mặt trời xa xích đạo nhứt so với trong năm nên ngày ngắn nhứt và đêm dài nhứt; tiết Đông chí là một trong 24 Tiết trong năm, theo lịch cổ Trung quốc]

Có lẽ do thấy chè Ỷ của người Tiều mà người Việt ở Bạc Liêu khi vò nấu xôi nước còn dư bột, họ bèn vò thành từng viên nhỏ cỡ đầu ngón tay cũng gọi là viên ỷ, nấu chung với xôi nước, vừa giải quyết cho hết bột dư, vừa nhìn nồi chè phong phú "chất lượng" hơn. Khi múc chè xôi nước ra chén đều kèm theo vài viên ỷ, nhìn chén chè không đơn điệu và thêm mỹ thuật.

Nói về chè, tục ngữ mình có câu *"chè trên cháo dưới"* như nói lên cái sành ăn uống của người xưa; bởi ăn chè phải ăn lớp trên mặt mới ngon, ăn cháo thì muốn ăn phần dưới đáy có nhiều thịt cá.

Còn câu tục ngữ:

- *Chè hâm lại, gái ngủ trưa.*
- *Vợ đẹp đau lưng, chè ngon khan cổ!*

Có lẽ xuất phát ở miền Bắc, bởi ***chè*** ở trường hợp nầy chỉ là *nước trà*.

Chè không như trà, từ khi xuất hiện chè đã có sự phân biệt giàu nghèo, nên có loại chè chỉ dành riêng vua chúa, quí tộc, còn người dân không được ăn, không có tiền để ăn.

Chè cung đình là chè vương giả mang tánh y lý bổ dưỡng mà không ngon! Như là "Chè yến" được tìm thấy trong danh mục bát trân, 8 món ăn quý hiếm là *nem công, chả phượng, da tê ngưu, bàn tay gấu, gân nai, môi đười ươi, chân voi và yến sào.*

Yến sào là ổ chim yến có ở Quảng Bình, Quảng Ngãi, Đà Nẵng, Côn Đảo, Phú Quốc. Yến là loại quý hiếm, dinh dưỡng cao, có tác dụng kéo dài tuổi thọ theo y lý Đông phương.

Chè yến là loại chè cung đình, dành cho vua hoặc người được vua ân sủng ban cho.

Chè long nhãn, ***chè hột sen*** cũng thuộc chè cao cấp dành cho hàng quí tộc. Bởi nhãn là *"vương giả chi quả"*, sen là *"vương giả chi hoa"*. Hột sen, long nhãn nấu riêng thành hai loại chè, nấu chung gọi là *chè long nhãn hột sen* ăn rất bổ dưỡng. Ngày nay chè long nhãn, chè hột sen thường dùng cúng Phật và người có tiền có thể ăn dễ dàng.

Chè Sơn Qui Gò Công thuở xưa là loại chè dùng tiến cung. Sơn Qui còn gọi là Gò Rùa, quê hương Gò Công của Ông Phạm Đăng Hưng, thân sanh của bà Từ Dũ. Nơi đây có duyên làm ra món chè rất công phu, tỉ mỉ, bổ dưỡng bằng sản vật địa phương.

Sơn Qui thuộc đất giồng pha cát, làm cho trái dừa, cây mía đường, đậu xanh, đậu thạch (đậu ngự), củ năng... có hương vị ngon tinh khiết. Chè Sơn Qui lại được bàn tay khéo léo của con gái Gò Công tinh chế thành từng hột giống như hột lựu, nên sau nầy chè Sơn Qui được gọi là ***chè hột lựu.***

Còn chè dân dã được phổ cập trong dân gian tới nay vì nó ngon, ăn vào đã miệng, ở đâu cũng có, ai cũng có thể làm được. Có thể chia ra hai nhóm chè dân dã:

Một là chè nấu với các loại đậu trái khoai củ và

Hai là các thứ chè nấu với bột. Trong đó chỉ có chè đậu trắng và chè xôi nước được người ăn khen ngợi.

Chè đậu trắng là loại chè nấu bằng đậu trắng chung với nếp và phụ gia có nước cốt dừa với phẩm mùi. Nếp có tác dụng như chất xúc tác bao bọc quanh hột đậu trắng, là chất keo nối kết những hột đậu trắng với với nhau làm nên món chè đậu. Nếp không được người ăn "đếm xỉa" tới nên chè chỉ mang tên đậu trắng mà thôi!

Chè đậu trắng gọi là khéo và ngon là sau khi chín, người ăn không còn thấy hột nếp. Hồi xưa đậu trắng mua về, ngâm trong ảng phơi ngoài nắng cả ngày cho đậu mềm để nấu đỡ tốn củi. Nấu cho mềm, đem xả nước lạnh, gỡ bỏ hết mài đậu, lựa bỏ hết hột hư hột lép. Ngày nay đậu trắng đã được nấu chín, sạch mài, hột nào hột nấy trông "biết nói", vô lon bán sẵn ngoài chợ.

Mấy bà già xưa bảo rằng nấu chè đậu trắng bằng đường thẻ vàng mỡ gà, thơm hơn đường cát trắng, mà nhìn cũng lịch sự nữa, cho nên nhứt định không chịu dùng đường cát trắng như ngày nay. Chè nấu với đường cát trắng thấy "Sang mà không ngon!", mấy bà bảo như vậy. Nước cốt dừa và lá dứa phải cho vào xon chè khi còn nóng trên bếp, ngon hơn để riêng như "chè Cali".

Chè đậu trắng thuở xưa được ăn chung với xôi trắng và ăn nóng. Ngày nay mấy bà mấy cô hảo ngọt chỉ thích ăn chè lạnh, ăn chè "ên" không chịu ăn kèm với xôi. Đó là kiểu ăn chè của người Việt Nam ở Little Saigon.

Chè đậu trắng như tên gọi "đậu trắng" bởi vì đậu trắng ăn "bùi bùi-béo béo" cộng với cái "dai dai" đặc biệt của vỏ đậu trắng mà loại đậu khác không sao có được. Còn cái ngọt của đường, béo ngậy của nước dừa, cùng cái sền sệt của nếp chỉ là ở bên ngoài. Chè đậu trắng với tên nghe dân dã mà ngon, nhai nghe đã... nên xưa nay vẫn đứng đầu nhóm chè đậu là vậy.

Chè xôi nước đứng đầu mỗi nhóm chè bột được người ăn khen ngợi.

*

Còn chè xôi nước ăn ngon; nhìn ngộ ngộ, gợi hình gợi cảm. Chè xôi nước được gọi là là chè trôi nước, chè siêu nước. Cách nấu, cách ăn, viên to, viên nhỏ như thừa như thiếu, như chơi như thật, nổi trôi bồng bềnh trong xon nước đường, gây ấn tượng cho người nấu và người ăn.

Ai chế ra viên chè xôi nước thì không biết nhưng hình như nó có họ hàng gần với "bánh ít trần". Bánh ít trần với tên gọi đặc sệt Nam Kỳ, nghe nhà quê: bánh ít mà không mặc áo, không gói trong lá chuối, viên tròn, bột trắng nhưn trắng. Bánh ít trần thì luộc chín trong nước, còn chè xôi nước thì nấu chín trong nước đường phải có liên hệ nhau.

Viên chè xôi nước xưa to bằng cái bánh ít trần, Bột nếp bao bên ngoài rất dầy. "Cục nhưn" chè xôi nước giống hệt như nhưn bánh ít, phải vò cho cứng để khi ăn, dùng đũa dẽ đôi viên chè mà "cục nhưn" bên trong không bị bời rời, rơi rớt.

Tất cả viên chè vò tròn sẵn sàng chờ nước đường sôi thả vào một lúc. Giữ lửa cho nước đường tiếp tục sôi tới khi chè nổi lên đều mới hạ lửa. Cho vào ít gừng, đảo nhẹ sao cho chè chín đều, cho bột bên trong không bị nín, không có chỗ chín chỗ sượng.

Các công đoạn nhồi bột, vắt cục nhưn, nắn chè cho đến giờ chót luôn gặp cảnh thiếu nhưn dư bột. Bột dư không biết làm gì, nên bày làm ra viên chè nhỏ bằng đầu ngón tay cái, không có nhưn. Viên chè nhỏ do cảnh dư thừa mà có, được ai đó gọi khôi hài là "chè lủm chủm", bởi thả vô nước kêu lủm chủm; hoặc gọi là "chè ực", vì bỏ vô miệng nuốt nghe ừng ực! Ở xứ Bạc Liêu thì kêu là "viên ỷ" *(như đã có giải thích ở phần trên).*

Không có xon chè xôi nước nào mà không có những viên chè lủm chủm, lâu ngày khiến người ăn phải ghiền chè lủm chủm. Nay làm chè lủm chủm hay chè ực không phải vì dư bột thiếu nhưn mà là vì nhu cầu của người ăn chè. Ăn chè xôi nước thiếu viên lủm chủm như mất ngon, như thiếu vắng cái gì đó. Thế nhưng mãi mãi dưới cái nhìn của người ăn, người nấu, thân phận viên chè lủm chủm chỉ là "cô vợ nhỏ" không có danh phận. Không fair chút nào!

Nay chè xôi nước được cách tân, cải tiến. Luộc viên chè cho chìm trong nước lã như làm bánh ít trần, ngâm vào nước lạnh pha chút muối cho hết nhớt, chờ cho ráo mới cho vào xon nước đường đang sôi. Viên chè nay nhỏ hơn, ít bột mà nhiều nhưn. Khi ăn cho thêm nước cốt dừa, mè trắng. Viên chè nhỏ mà dẹp chớ không tròn và bự như xưa, nước đường cát trắng nấu trong veo cộng thêm vài lát gừng cho thơm và ăn không "nặng bụng".

Chè xôi nước tròn dẹp, viên to viên nhỏ, có nhưng không nhưn, ngoài ngọt trong lạt, nhìn ngộ ngộ mà ăn vào thấy ngon, nhai thấy đã. Đặc biệt chè xôi nước giành độc quyền để cúng đầy tháng, thôi nôi cho bé gái. Không sách nào dạy, mà cũng không thấy ai làm trái hay khác đi.

Phụ nữ bán dừa tươi, ăn uống giải khát (Phụ bản tranh vẽ)

Kẹo Dừa Bến Tre

Tôi không hề biết Bến Tre cũng như món kẹo dừa "đặc hữu của Bến Tre" cho đến khi "khăn gói gió đưa" từ Gò Công lên Mỹ Tho để theo học trường Nguyễn Đình Chiểu! Bến Tre xứ dừa, có món kẹo dừa, có tiếng đồn con gái Bến Tre "tắm nước dừa" đến với tuổi học trò của tôi vô cùng đẹp đẽ kể từ ấy.

*

Theo lịch sử, Bến Tre ngày xưa tuy đã có người Việt đến khai hoang cũng như Mỹ Tho, Hà Tiên, Rạch Giá..., nhưng bấy giờ Bến Tre coi như là vùng "biên cảnh", bởi chưa có chánh quyền cai trị.

Năm 1772 vùng đất gọi là Bến Tre chỉ là Đồn đạo, căn cứ quân sự thuộc Gia Định; đến năm 1779 là tổng Kiến Hòa thuộc Trấn Định (Định Tường sau nay); đến năm 1808 trở thành huyện Kiến Hòa bao gồm vùng đất Gò Công.

Thời Gia Long nước ta chia ra 3 khu vực gọi là thành. Đó là Bắc thành, Kinh thành và Gia Định thành: Năm 1834 Minh Mạng bỏ tên "thành", đặt tên mới là "kỳ" và chia nước ra làm 4 kỳ. Đó là Bắc kỳ, Kinh kỳ, Trung kỳ và Nam kỳ; đổi trấn thành tỉnh.

Hồi thời Gia Long cả nước có 27 trấn, khi đổi thành tỉnh, vua Minh Mạng cho lập thêm 4 tỉnh mới trong đó có tỉnh An Giang. Thành Gia Định ngũ trấn đổi thành Lục Tỉnh nên mới có tên Nam Kỳ Lục Tỉnh. Lúc nầy đất Gò Công tách ra lập huyện Tân Hòa, phần còn lại vẫn là huyện Kiến Hòa.

Đến năm 1907 Pháp chia Nam Kỳ Lục Tỉnh ra 20 tỉnh, huyện Kiến Hòa trở thành tỉnh Bến Tre như tên gọi ngày nay, với dân số bấy giờ 223.405 người, đứng thứ nhì ở vùng thổ châu sông Cửu Long, sau Mỹ Tho là 237.328 người.

Tỉnh Bến Tre gồm Cù lao Minh, Cù lao Bảo và Cù lao An Hóa, nằm bên bờ Sông Tiên, con sông trước kia được Trịnh Hoài Đức mô tả trong Gia Định thành thông chí: "*... nước ôm quanh cồn nọ, dựa theo bến kia, chảy vào ngòi này, chia ra nhánh khác... Nhiều sông giao hội cùng nhau, nên dân xứ nầy thiện nghệ đi sông, không ghe thuyền thì không giao thông được... Còn trong vườn* *thì có nhiều cau trầu, dưa quả, dầu gai; mương ngòi thì đầy cả cá, tôm, lươn, chạch; những vật ấy đủ gia dụng, khỏi mua nơi chợ. Dân giả trước vườn sau ruộng, đều có sản nghiệp làm ăn quanh năm, quả là một nơi phú túc.”*

Từ Sài Gòn, theo quốc lộ 4 đến tỉnh lỵ Mỹ Tho, qua bắc Rạch Miếu là Bến Tre. Bến Tre xưa nay mệnh danh là xứ dừa, với bốn bề sông nước, ruộng vườn; lối nào, đường nào cũng phải bước lên Bắc, lên ghe, xuống bến, lên bờ... bồng bềnh, và phải chờ phải đợi. Thật thú vị đối với người phương khác tới.

Ai người khăn gói gió đưa,
Về đây... quên hết nắng mưa bụi đời.
Khi yêu! Yêu lắm người ơi!
Cả trời, cả đất, cả người Bến Tre.
(Kiên Giang, “Hoa trắng thôi cài trên áo tím!”)

Về đây bạn mới khám phá ra “diện mạo Bến Tre” độc đáo: có đảo, có sông có biển, có nước ngọt, nước mặn, có ruộng, có vườn, có cây trái, có vườn cây kiểng, có rừng hoang hóa... làm cho diện mạo Bến Tre như một bức tranh độc đáo, ảnh hưởng đến đời sống văn hóa, con người xứ nầy.

Đến Bến Tre nghe bà con ở đây nói rằng người xứ nầy *“sớm văn minh”* dầu mới có mặt ở đây chưa đầy 300 năm. Bởi người ở đây sớm biết du nhập nhiều giống cây ăn trái từ nước ngoài như: trái bòn bon, chôm chôm, sầu riêng, vú sữa... cùng nghệ thuật trồng cây kiểng, kỹ thuật ghép cây, lai giống, lập vườn, đào mương lên liếp trồng dừa.

Người Bến Tre có cách gọi tên vùng đất cao đất thấp, tên đường nước chảy, tên chỗ lồi chỗ lõm rất phong phú. Cách gọi trạng thái nước lên nước xuống bằng "cái khẩu ngữ" đặc biệt nên người chỗ khác nghe không hiểu, không phân biệt được. Nầy nhé:

Cũng thời là dòng nước chảy nhưng có nhiều tên như là sông, rạch, kinh, xẻo, mương, xép, bộng, cửa, vàm, ngọn. Trên dòng sông có nơi gọi là doi, là vịnh, ngã ba, ngã tẽ, khúc, ruột ngựa, ngã bao, giáp hạt, giáp nước, đầu nguồn, dưới ngọn...

Trạng thái nước trong sông rạch có nước lớn, nước ròng, nước rong, nước kém, nước ươn, nước chết, nước xoay, nước đứng, nước sụt, nước sát, rặt, kiệt, nước những lớn, nước đầy mà, nước rút, nước nhảy bờ, nước nổi, nước tràn, nước lé đé, nước đổ, nước đạp...

Nơi nước đọng lại một nơi thì gọi tên là ao, hồ, đìa, vũng, trũng, đầm, láng, lung, bưng...

Nước dưới sông tùy theo mùa có độ mặn thay đổi, được gọi tên là nước ngọt, nước mặn, nước pha chè, nước lợ, nước chè hai, nước chua, chát. Màu nước thì có nước đục, nước trong, nước phèn, nước cáo, nước bùn, nước bạc, nước phù sa...

Bến Tre đã sanh ra bao đứa con kiệt liệt như Trương Tấn Bửu, Lãnh Binh Thăng, như Phan Thanh Giản, Trương Vĩnh Ký! Về văn học có Lê Hoằng Mưu, tuy thành danh muộn, 33 tuổi, nhưng là người kiệt xuất, mở đường cho lối viết tiểu thuyết chữ quốc ngữ *"theo lối mới"*.

Lê Hoằng Mưu (1879-1942) người làng Cái Cối, tổng Bảo Hựu, Bến Tre. Ông là cây viết độc lập, viết tiểu thuyết kết cấu chuyện theo Tây Phương chớ không theo chương theo hồi như truyện Tàu. Lối viết tiểu thuyết của Lê Hoằng Mưu là một đột phá vào lối viết cũ, làm dấy lên cuộc bút chiến lịch sử trong báo giới bấy giờ. Năm 1912 ông đã bày tỏ công khai quan niệm của mình trong cuộc bút chiến quanh tác phẩm của ông, cuốn *Hà Dương Phong Nguyệt*:

"Phần nhiều tiểu thuyết trong thiên hạ, lấy tình làm đề thì mới hay mà xem trong canh vắng. Nếu muốn, tác giả thêm vài đoạn hiếu và trung. Trong bộ tiểu thuyết nào cũng vậy, nếu lấy tình làm đề, thì sau cũng có tình nên hay tình hư, tích lành hay tích dữ để làm tuồng vay trả. Tự nơi người xem, thấy ***nên*** *học đòi, thấy* ***hư*** *xa lánh. Nếu muốn lấy gương nên mà chẳng để gương hư nhằm để so sánh hay là để làm vay trả, thì không có cái hư sao có cái nên, không biết cái xấu sao biết cái tốt."*

Nam kỳ bấy giờ có 4 tờ báo lớn như tuần báo ***Lục Tỉnh Tân Văn*** với chủ bút Trần Chánh Chiếu, ***Nam Trung nhựt báo***, ***Công Luận báo*** ra ngày Thứ Ba, Thứ Sáu với chủ bút Lê Sum, tuần báo ***Nông Cổ Mín Đàm*** đều tham gia bút chiến kéo dài hàng tháng trời. Đáng kể nhứt là giữa Nam Kiều Trần Huy Liệu với Lê Hoằng Mưu, nhà đương cuộc Pháp vì không muốn xáo trộn nên phải ra lịnh cấm lưu hành, tịch thâu tiểu thuyết *Hà Hương Phong Nguyệt*: Cuộc bút chiến chấm dứt!

Nói theo người Bến Tre, Lê Hoằng Mưu là nhà văn "xém văn minh", mà ngày nay gọi là "đổi mới".

Bến Tre còn có danh ***ông già Ba Tri***, cái tên dầu hư dầu thiệt, cũng nói lên khí phách của con người miệt nầy.

*

Món kẹo dừa góp phần làm cái danh Bến Tre càng thêm rạng. Về Bến Tre nghe người ở đây kể chuyện cây dừa như "cái đặc hữu" của mình. Cây dừa với sản phẩm của nó ngoài trái dừa còn thân dừa, lá dừa, gáo dừa, vỏ dừa; dây dừa, xác dừa, dầu dừa... góp phần làm nên nét văn hóa đặc thù Bến Tre. Dừa ở đây sống đến 100 năm gọi là dừa lão, dẫu còn sai trái mà cho ít dầu nhưng nhiều người "thương" không nỡ đốn bỏ!

Kẹo dừa Bến Tre có gì đặc biệt?

Kẹo hay còn gọi là bòn bon là *"thức ăn ngọt làm thành viên tròn, miếng vuông hoặc dài, cứng hoặc mềm, gói giấy hay để trần"*. Kẹo dừa được làm thành viên "tròn đài", ngọt bởi đường, và mạch nha, béo bởi nước cốt dừa và mùi thơm bởi sầu riêng Cái Mơn. Chính nước cốt dừa mà viên kẹo mang tên là kẹo dừa. Kẹo dừa được gói bằng giấy kiếng trong.

Tôi đã nhiều lần được thưởng thức qua món kẹo dừa Bến Tre nhưng nay mới biết trong viên kẹo dừa béo béo ngọt ngọt mình ưa mình thích, là do có mạch nha với sầu riêng vùng Cái Mơn.

Vào quận Mỏ Cày, cái nôi của kẹo dừa Bến Tre, được nói chuyện với những người làm kẹo từ thế hệ thứ nhứt, bạn sẽ phải lấy làm hãnh diện. Họ còn sống như vừa là chứng nhân vừa là người cố gìn giữ món kẹo dừa truyền thống Mỏ Cày năm xưa.

Ngày nay khi thị trường mở cửa, món kẹo dừa Bến Tre có mặt tận bên Trung Quốc vì người ở đây rất mê kẹo dừa Bến Tre. Chỉ mới năm trước thôi, kẹo dừa Bến Tre bán sang Trung Quốc lên trên 7.000 tấn, cùng với sản phẩm nổi tiếng khác như bánh phồng, bánh tráng.

*

Trên đất nước mình ngoài Bến Tre còn có nhiều nơi trồng dừa công nghiệp. Trước năm 1975, theo thứ tự có Bến Tre, Vĩnh Long, Định Tường, Bình Định và Quảng Ngãi là những nơi sản xuất dừa đáng kể. Thế nhưng chỉ có dừa ở tỉnh Bến Tre được khẳng định bởi thương hiệu ***"kẹo dừa Bến Tre"*** như nước mắm Phú Quốc, hủ tiếu Mỹ Tho vậy.

Món kẹo dừa góp phần làm nên "diện mạo" Bến Tre, làm cho người Bến Tre hãnh diện. Về thăm lại Bến Tre thưởng thức món kẹo dừa bạn sẽ nhận ra hương sắc người con gái xứ dừa xưa nay vẫn vậy. Thật đáng quý!

Đất Nam Kỳ có hai nơi phát: một là Gò Công và hai là Bến Tre. Gò Công nổi tiếng có nhiều cô gái vừa đẹp lại vừa biết làm đẹp lòng vua. Bến Tre tuy không có người đẹp tiến cung nhưng cũng phải công nhận là "xứ văn vật" dầu chưa đến 1000 năm.

Bắp Nướng, Bắp Gói

Bắp ngoài Bắc gọi là ngô. Bắp trong sách "Cây có vị thuốc ở Việt Nam" của giáo sư Phạm Hoàng Hộ viết:

"Là loại cỏ nhứt niên, cây cao 1,50 m - 2,0 m, to từ 1 - 1,5 cm, lá to rộng cỡ 5-8 cm có mép lá mỏng. Bông đực mọc tụ trên chót cao gọi là cờ bắp. Bông cái mọc ở nách lá, bên trong có gié to, gọi là cùi bắp, bao bởi chùm vòi nhụy rất dài gọi là râu bắp. Gié cùi bắp mọc nhiều hột màu vàng sắp theo 8-10 hàng dọc gọi là trái bắp, được bao bọc bởi nhiều lớp vỏ bẹ màu xanh.

Người Da đỏ gốc Trung Mỹ đã biết trồng bắp từ 5.000 năm trước ở Mexico. Ông Columbus mang bắp về trồng ở Âu Châu mới có tên là Blé d'Amérique. Râu bắp có dược tánh như lợi tiểu tốt, trị đái ít, viêm đường tiểu ở bàng quang, niệu đạo... Làm hạ được máu, trị kinh nguyệt đau, làm tan sạn ở túi mật, thận."

Trái bắp bà con ngoài Trung, ngoài Bắc coi như lương thực dùng ăn chung với gạo, gọi là "ăn độn" và người miền Nam mới biết "ăn độn" kể từ sau ngày 30 tháng tư năm 1975,

Ở Lục Tỉnh, thuở xưa lúc Trời vừa bắt đầu mưa vài đám đầu mùa, độ tháng ba, người nông dân bắt đầu dọn đất "bỏ hột bắp". Cây bắp rất dễ trồng, mau lớn, lụi hụi mới đó đã thấy bắp bắt đầu trổ cờ coi rất ngộ nghĩnh, dễ thương và nên thơ!

Ngó lên đám bắp trổ cờ,
Đám dưa trổ nụ, đám cà trổ bông.
(Ca dao)

Hồi nhỏ ai cũng mê ăn bắp nướng. Kể từ khi bắp trổ cờ và có trái, tôi "siêng năng" thăm nom mỗi ngày. Bấm thử trái bắp, thấy hột vừa mới cứng bèn "lén lén" bẻ mấy trái đem đi nướng mà nào có biết bắp non hay già. Sau nầy lớn lên nghe ông già bà cả trong xóm nói nhìn cờ bắp là biết được bắp non bắp già.

Bắp non xao xác trổ cờ,
Người thương đứng đó giả lơ không chào.
(Ca dao)

Nói nướng chớ thật ra là đốt. Trái bắp nguyên vỏ, bỏ vào bếp chất rơm đốt cháy có ngọn cao gần bằng đầu!

Lửa cháy rơm, cháy tới vỏ bắp và làm trái bắp bị nám đen, bay mùi thơm thơm, khen khét hấp dẫn lạ kỳ. Khều trái bắp ra khỏi đống tro, dùng rơm quét cho sạch tro, sạch khét, vừa cạp vừa thổi cho khỏi phỏng miệng! Có trái phải nướng đi nướng lại mấy lần mới chịu chín, vì sợ ăn đau bụng.

Bắp bà tôi nướng bằng lửa than có màu vàng rực mà không khét. Bà cẩn thận lấy chiếc đũa tre lụi vào cùi bắp làm cán cho mấy đứa cháu của bà cầm cho khỏi phỏng tay. Bắp nướng có trét chút mỡ hành, cạp từng hột lúc còn nóng bốc khói nghe đã miệng. Nhai từ từ để nghe cái ngọt của bắp nếp đầu mùa hòa với cái beo béo của mỡ hành... thật tuyệt. Và ăn như vậy mới đúng là ăn bắp nướng.

Bắp non mà nướng lửa lò,
Đố ai ve được cô đò Thủ Thiêm.
(Ca dao)

Ở chợ quê hồi xưa không thấy ai bán bắp nướng vì nhà nào cũng có. Sau nầy lên Sài Gòn vào trong khu bình dân, xóm lao động, hẻm cụt hẻm sâu... chỗ nào cũng thấy có bày bán bắp nướng. Khách hàng không phải chỉ có trẻ con mà phần nhiều là mấy bà mấy cô sồn sồn, quây quần bên bếp lửa, vừa chờ trái bắp của mình nướng chín vừa nói cười rôm rả.

Còn ***bắp rang***. Bắp hột phơi khô đem đi rang cho ta món bắp rang. Cách rang, cách ăn để lại cho tôi nhiều ấn tượng. Bắc cái nồi đất lên bếp, thường là nồi nứt bể không xài được, cho vào độ hai vùa cát ghe bầu, giữ lửa hồi lâu cho cát thiệt nóng. Cho vào tiếp theo vài vùa bắp, dùng đũa bếp đảo đều hột bắp, giữ lửa tiếp tục. Nghe tiếng nổ "bốc bốc" phải giảm lửa nhưng vẫn tiếp tục đảo cho bắp nổ hết mà không khét. Dứt tiếng nổ, trút nồi bắp ra nia, dùng sàng thưa sàng bỏ cát...

Thế là có mẻ bắp rang nóng hổi thơm nực, ai cũng muốn ăn. Trẻ con mỗi đứa lãnh một vùa bắp rang vừa đi vừa ăn, mặt mày đứa nào trông cũng rạng rỡ, vui cười giòn như tiếng bắp nổ. Bắp rang ăn nóng hoặc ăn nguội đều ngon. Bỏ bắp vào túi áo để ăn từ từ, vừa ăn vừa để dành, tới chiều lấy ra ăn tiếp vẫn nghe ngon lành. Đó là kiểu ăn bắp rang hồi nhỏ ở nhà quê.

Cái ngon của bắp rang là tự tay rang lấy hoặc ngồi bên bếp lửa nghe tiếng bắp nổ và chờ ăn bắp. Ăn bắp rang loại popcorn ở Huê Kỳ, ăn trong rạp xi-nê hay ngồi coi truyền hình làm sao bằng bắp rang với cát ghe bầu ngày xưa cho được.

Đặc biệt, **bắp nấu** đến với tôi như định mạng nên không sao quên được!

*

Cha tôi mất lúc tôi lên 9 tuổi, bấy giờ gia đình phải bỏ nhà bồng bế đi tản cư. Tôi không biết lúc đó ai bày cho mẹ tôi cái nghề nấu bắp đem ra chợ bán, để rồi từ đó "gánh bắp nấu" gắn chặt với cả gia đình như định mạng mà đến nay tôi còn nhớ từng chi tiết và từ công việc.

Bắp hột được mua ở vựa ngoài chợ đem về phải ngâm với nước vôi ăn trầu để giã cho dễ tróc vỏ và cho bắp khi chín sẽ được dẻo. Ngâm bắp độ nửa ngày mới vớt ra, để ráo nước rồi cho vào cối giã cho tróc hết vỏ. Nhà không có đàn ông nên mẹ tôi mướn người làm “chày đạp” để chị em tôi giã bắp mỗi ngày. Ngày nào cũng có mấy thằng bạn lối xóm đến đạp phụ và được tôi “trả công” bằng cách cho ăn “mọng dừa” và uống nước dừa khô.

Bắp giã xong, sảy bỏ hết vỏ, sàng lấy cám bắp đem rang chín, trộn muối, đường, gọi là muối mè để ăn với bắp gói. Bắp gói hồi đó được gói bằng lá chuối tươi, lá dứa gai dùng làm muỗng và khi có người mua mới gói, chớ không làm sẵn như kiểu bắp gói bán ở Little Saigon.

Bắp gói ăn với dừa xác, muối mè bắp, giá mỗi gói lúc đó 5 cắc (50 cent). Buổi sáng ăn gói bắp lót dạ, bổ dưỡng lại no dai nhờ có dừa xác.

Bắp được nấu bằng lò trấu, dùng nồi đất loại lớn nhứt, mỗi nồi độ góc tư giạ bắp. Từ đầu hôm nấu tới đi ngủ mới chín. Hôm nào gặp bắp không nở, phải chắt bớt nước để khỏi bị nhão, thế là tôi lại có được tô nước cháo bắp ngón lành! Nồi bắp chín phải để hầm trên bếp đến sáng cho bắp nở đều, mềm và dẻo.

Bắp nấu gói lá chuối.

Tôi chắc nhiều người chưa biết và chưa có dịp thưởng thức

món nước cháo bắp. Nước cháo bắp còn nóng, để một chặp, thấy đóng trên mặt lớp dán cháo, vừa thổi vừa húp thật tuyệt vời, béo mà ngọt không cần đường. Húp xong tộ cháo, liếm môi liếm mép vẫn còn thấy béo thấy ngọt.

Sáng nào mẹ tôi cũng thức dậy sớm, bà giở bắp ra cái ảng da lu, chuẩn bị gióng gánh xong mới đánh thức chị em tôi.

Phần dưới đáy nồi bắp lúc nào cũng có dề cơm cháy. Cơm cháy bắp được xé ra từng mảnh, xếp tròn trên miếng lá chuối được cắt tròn cỡ cái chén. Đó là món cơm cháy bắp, rất được khách hàng ưa chuộng, muốn ăn phải đặt trước.

Đôi gióng gánh đi liền với nghiệp buôn bán của mẹ tôi tới khi chúng tôi trưởng thành. Nó vừa là phương tiện sanh sống vừa là kỷ niệm của cha tôi để lại.

Đòn gánh có mấu,
Con sấu có tai,
Con nai có gạc...
(Vè, Đồng dao Lục Tỉnh)

Đòn gánh có hai mấu hai đầu, làm bằng loại tre già, tre gốc, lựa khúc hơi cong. Chẻ làm đôi, trau chuốt cho láng, không quá dầy hoặc quá mỏng, sao cho mềm mại, cho nhún nhảy, gánh mới nhẹ và không bị tức. Hai đầu đòn gánh có gắn hai cái mấu để giữ đôi gióng không tuột, không rớt, gọi là mấu đòn gánh.

Chiều dài cây đòn gánh luôn luôn phải dài bằng sải tay người, để cho đôi gióng không bết đụng đất mà cũng không chạm chân người sử dụng. Làm đòn gánh phải chọn thanh tre "lẻ đốt" như ba hoặc năm đốt... để mắt tre không rơi vào khoảng giữa đòn gánh, không làm gãy và không làm đau vai.

Đôi gióng ở ngoài Bắc gọi là đôi quang, nên mới nói là quang gánh là vậy.

Không may quang đứt lọ rơi,
Bò ra lém ngém, chín nơi chín chồng.
(Ca dao)

Chiếc gióng thắt bằng sợi dây mây chẻ mỏng, vuốt láng. Thắt gióng phải lựa mây già, đem hơ lửa, nhúng nước và phải có mỹ thuật. Con gái chưa chồng thuở xưa kén chọn gióng gánh như chọn nón chọn khăn vậy.

*

Tôi lớn dần bên gánh bắp cho tới khi ra tỉnh học mới thôi.

Bắp nấu cùng với gióng gánh đến với tôi tình cờ rồi như số mạng là như vậy!

Gần đây, có mấy lần về thăm lại Sài Gòn, tình cờ thấy có gánh bắp nướng trong hẻm gần nhà. Đứng nhìn trái bắp nướng đang bốc khói trên bếp lửa, nghe mùi thơm quen thuộc khiến nhớ chuyện ngày xưa.

Không biết giờ đây ở chốn nhà quê còn có ai bán bắp gói như mẹ tôi ngày xưa hay không?

Đàn ông gióng gánh trên vai (Phụ bản tranh vẽ)

Thịt Kho Nước Dừa Ngày Tết

Nói Tết người mình liên tưởng tới ăn! Tết bao hàm lễ nghi và cỗ bàn ăn uống. Thiếu ăn không thể gọi là Tết. Món ăn ngày Tết của người mình mang ý nghĩa đặc biệt, vừa "thanh khiết" vừa là cái gì "dành riêng", lâu ngày trở thành bộ phận của "Văn hóa Tết truyền thống".

"Thanh khiết" bởi là thức ăn làm ra cốt dùng để "dâng" ông bà, cho nên tuy có rất nhiều món ngon nhưng "không tinh khiết" như món mắm, món cá kho khô, thịt rừng. v.v... không ai cúng bao giờ.

“Dành riêng” bởi thức ăn trước khi cúng không được ăn, để bày tỏ tấm lòng kính trọng của con cháu đối với ông bà, tổ tiên; như ở trong gia đình có món ngon vật lạ, con cháu không được phép ăn trước ông bà và người lớn vậy!

Món ăn ngày Tết theo thời gian đến nay có món biến đổi khác xưa, có món mai một không còn nữa! Và cũng có món được tô đậm thêm trở thành món ăn không thể thiếu trong ngày Tết. Gọi là món ăn truyền thống ngày Tết.

Thịt kho nước dừa cũng được gọi là “thịt kho tàu”, “thịt kho rệu” hoặc “thịt kho trứng vịt” là món ăn truyền thống Tết của người miền Nam.

Món thịt kho nước dừa thoạt tiên chỉ “dành riêng” để cúng ông ba trong ba ngày Tết, như bánh phồng bánh tráng, dưa kiệu, bánh tét, dưa hấu. v.v... ngày thường không có!

Không biết tác giả của món thịt kho nước dừa là ai?

Nhiều người cho rằng, rất có thể món thịt kho với cá lóc trong bộ “thịt kho dưa giá”, là tiền thân của “thịt kho nước dừa” ngày nay (?)

Kho là “nấu thức ăn với muối hoặc nước mắm”. Nước mắm làm cho các món kho của Việt Nam mang hương vị đặc biệt, độc đáo, gây ấn tượng cho thực khách và làm cho người ăn phải “nhớ” hoài!

Vị trí nước mắm trong xon thịt kho nước dừa là thành tố mai phục, tiềm ẩn, ít được người nhắc tới, nhưng thịt kho nước dừa mà thiếu nước mắm không còn là thịt kho nước dừa nữa! Vì chắc chắc không thể ngon!

Nói nước mắm người mình nghĩ tới nước mắm Phú Quốc như là một thương hiệu. Bởi nước mắm ở đây có tiếng là ngon, có mặt từ trên 200 năm rồi!

Nước mắm Phú Quốc làm bằng cá cơm, chứa 12 tháng trong chiếc thùng đặc chế bởi loại cây ở địa phương. Nước mắm Phú Quốc vì vậy có màu "vàng cánh gián" tiết ra từ gỗ đỏ săng đá, có hương vị đặc biệt tiết ra từ thịt gỗ và vỏ cây tràm. Màu và hương vị đặc trưng địa phương đã làm nên phẩm chất nước mắm, không đâu sánh bằng.

Nước mắm ngon Phú Quốc góp phần làm cho xon thịt kho nước dừa thêm độc đáo!

Thịt heo thì sao?

Thịt heo từ xưa ít khi có mặt trong bữa cơm gia đình của người mình, nên hình ảnh con heo gắn liền với món ăn riêng dành cho lễ nghi đình đám và ngày tư ngày tết. Thịt heo ngày nay rất phổ biến trong bữa cơm hằng ngày của người mình rồi, nhưng nó vẫn được dùng làm món ăn chánh trong ngày tết mà không có gì thay thế được.

Thịt heo làm các món tết như nem, tré, lạp xưởng, bánh chưng, bánh tét, hầm với măng, làm thịt đông, thịt kho nước dừa, v.v...

Không biết từ khi nào mà người dân quê có cái lệ chia thịt heo để ăn Tết?

Hình như có sự phân công, nên năm nào trong xóm cũng có người làm heo sau ngày đưa Ông Táo, để gọi là "chia" nhau ăn Tết. Chia thịt thường được trả bằng lúa thay vì trả bằng tiền, nên gọi là chia chớ không gọi là bán.

Năm đó mẹ tôi có được chia cái giò heo và miếng thịt ba rọi. Giò để hầm với măng tươi. Thịt ba rọi để kho với nước dừa.

... Thịt ba rọi để nguyên miếng đem rửa và để cho ráo nước. Cắt ra từng miếng vuông sắc cạnh, cỡ bằng cái bánh ít. Ướp sơ với chút muối bọt và đường tán. Sắp từng miếng thịt vào xon nóng bắc trên bếp, trở qua trở lại. Dừa xiêm đã chuẩn bị mấy hôm trước, chặt lấy vài trái, lấy nước đổ thẳng vào xon cho ngập thịt...

Thuở đó xon dùng kho thịt là xon đất và chiếc bếp lò gọi là bếp "cà ràng" cũng làm bằng đất, loại đồ gốm Thủ Dầu Một, rất thông dụng. Người ở quê và cả mẹ tôi nữa, có thói quen lo sắm từng cái xon để kho thịt ăn Tết, không chịu dùng xon cũ.

Cái bếp "lò ràng" đặc chế dùng để nấu bằng củi, tránh được gió, giữ nhiệt lâu, nên được dùng để kho thịt, "sên" mứt gừng, thắng nước cốt dừa quết bánh phồng, xào nhưng làm bánh ít, hầm giò heo, v.v...

Ngày Tết xon nồi sắm mới với ý nghĩa để giữ gìn món ăn được "tinh khiết".

Heo thuở xưa là loại heo cỏ, heo giống Thuộc Nhiêu, Cái Bè, nuôi bằng cám, tới 12 tháng tuổi. Heo nuôi thả chạy rong, mỏng da, thịt mềm và thơm làm món gì cũng ngon, rất được mấy bà ưa chuộng.

Ngày nay trong nước có đàn heo gần 30 triệu con/ năm 2006 với các giống Yorkshire, Landrace, Duroc, Pietrain, nuôi trong chuồng, bằng thức ăn chế biến công nghiệp bị mấy bà chê thịt không ngon. Nên ngày Tết phải tìm cho được thịt heo nội địa, giống Thuộc Nhiêu hay giống Móng Cái, nuôi bằng cám.

Nước dừa trong xon đã sắc lại, thịt chín tới cho màu vàng đậm bóng, và mùi nước dừa nghe ngọt lịm. Thêm vào xon thịt một dung dịch "nước pha với nước mắm", nồng độ sao cho nồi thịt khi chín rệu vừa ăn: không mặn, không lạt... Nhiều nước mắm sẽ làm cho thịt cứng. Ít nước mắm sẽ làm thịt lạt, bở, giữ lâu dễ bị thiêu!

Xon thịt vừa sôi, vớt sạch bọt. Trứng vịt đã luộc chín, bóc vỏ cho vào xon. Canh lửa riu riu cho nước không bị đục, hầm cho tới khi thịt rệu. Trứng vịt lúc nầy có màu vàng sậm, tròng trắng cứng mà giòn, tròng đỏ bên trong cứng không bị bể khi xẻ trứng làm đôi. Nước trong xon tới lúc này trong veo, nhìn xuyên thấu tận đáy xon, qua từng sớ thịt, trên mặt như có lớp váng cháo.

Xon thịt nước dừa kho xong bao giờ cũng trước Tết, cẩn thận để trên giỏ treo, mỗi ngày đem hâm lại một lần cho tới ngày 30 tết.

Ở quê theo thói quen kho thịt chung với cá lóc. Nay được cách tân, cá lóc riêng, giữ cho xon thịt kho nước dừa ngày tết không bị đục nước vì cá lóc.

Nước dừa là thành phần làm nên tiếng tăm của món thịt kho nước dừa. Vị ngọt thanh thao của nước dừa xiêm tươi làm cho thịt kho ngọt mà không ngán ngấy; vị the the của nước dừa xiêm làm cho xon thịt kho mau chín. Nước dừa xiêm có hơi như gas soda làm cho miếng thịt mềm mà giòn không bở, để vào miệng nghe thanh thao, độc đáo. Chất the the và hơi gas trong nước dừa xiêm tươi làm cho thịt kho nước dừa không có gì thay thế cho được. Nên kho thịt với nước dừa khô là đánh mất cái độc đáo của thịt kho nước dừa rồi!

Chiều 30 Tết năm đó mẹ tôi chuẩn bị mâm cơm rước ông bà gồm đủ món canh, kho, xào, bánh tráng, dưa hấu... rất công phu.

Dĩa thịt kho nước dừa có một miếng thịt, một khứa cá lóc, một trứng vịt và ít ớt băm điểm lên trên. Kèm theo là dĩa dưa giá được đậy bằng cái quặng làm bằng lá chuối tươi để giữ cho dưa giá không bị hôi ê!

Mâm cơm rước ông bà hôm ấy là cả tấm lòng của mẹ tôi đối với Ông bà. Chờ cho tàn cây nhang, châm 3 lần rượu, một lần nước trà, mới được dọn xuống để cả nhà cùng ăn.

Thịt kho không chỉ dùng cúng ngày rước ông bà mà sau đó bữa nào thịt kho cũng được dọn cúng, cho đến ngày chót "kiếu ông bà." Mỗi ngày xon thịt được hâm lại nên mấy miếng thịt càng rệu càng ngon hơn nữa.

Ngày Tết đồ ăn ê hề, mấy miếng thịt kho nước dừa cùng vài miếng thịt vịt, cá kho, v.v... ăn không hết tạm thời được cho vào xon gọi là "xà bần". Khuya đi chơi về, lấy xon xà bần ra hâm nóng, lựa mấy miếng thịt kho rệu gói với bánh tráng, với vài cọng rau thơm, một ít dưa giá cải chua. Cao lương mỹ vị không bằng! Đêm nào cũng ăn như thế, đến qua tết chỉ còn ít nước thịt kho, chấm cải chua ăn cơm, thật đã!

Riêng bà tôi thích ăn thịt kho rệu với bánh phồng. Bà ăn ngon lành như chưa bao giờ được ăn, thấy bà ăn mà bắt thèm! Sau nầy lớn lên, mỗi lần Tết, ở nhà cũng bày ăn thịt kho rệu với bánh phồng, đúng ngon thiệt. Nhưng nay thì bà đã theo về với ông bà rồi!

*

Ngày nay thịt kho nước dừa, trứng gà thay trứng vịt, xon cá lóc được kho riêng, trở thành quen thuộc đối với người Việt Nam chúng ta ở hải ngoại.

Không đợi đến Tết, lúc nào chúng ta cũng ăn được món thịt kho nước dừa. Ăn với cơm hoặc gói bánh tráng với rau sống.

Vậy mà Tết đến, xon thịt kho nước dừa truyền thống không thể thiếu trong mỗi gia đình chúng ta, bởi mâm cơm rước ông bà chiều Ba mươi Tết làm gì cũng phải có tô thịt kho nước dừa. Món thịt kho nước dừa cách nấu ăn xưa nay có gia giảm thêm bớt tùy khẩu vị, nhưng căn bản vẫn vậy. Thiếu thịt kho nước dừa, ngày Tết của chúng ta dầu ở ở đâu dường như mất ít nhiều ý nghĩa!

Bởi thịt kho nước dừa, thịt kho dưa giá, từ lâu thuộc về phong cách và văn hóa Tết truyền thống của chúng ta rồi.

Phụ Lục

PHONG TỤC TẬP QUÁN NGƯỜI LỤC TỈNH

Khạp nước mưa dành cho khách qua đường uống giải khát (Phụ bản tranh vẽ)

Về Thăm Vĩnh Long
Thủ Phủ Nam Kỳ Lục Tỉnh

Viết nhơn "30 Ngày thăm nhà ở Việt Nam"

Trước khi trở về lại Mỹ tôi quyết định về thăm Vĩnh Long, quê hương thứ hai, bởi ở đó có họ hàng thân tộc của "mẹ sắp nhỏ"!

Vĩnh Long cũng đã từng là nơi dừng chơn, là trạm trung chuyển của tôi thời thanh niên trong những chuyến xuôi ngược Miền Tây lo Cứu lụt, Vận động thành lập Viện Đại Học Cần Thơ và làm việc cho Viện Đại học Hòa Hảo Long Xuyên.

Sáng sớm hôm đó tôi đã có mặt tại Vĩnh Long, rồi vượt sông rạch, qua cầu xi măng, cầu khỉ vào tận Cái Nhum, là "vùng xa vùng sâu" mà mặt trời mới lên tới ngọn cây. Cảnh vật hai bên hiện ra: trên có nhà ngói, nhà lá, dưới sông có ghe máy đuôi tôm ngược xuôi nổ bình bịch trông vui mắt.

Bất giác nhớ lại đoạn văn của Bàng Bá Lân tả cảnh "Đời sống của đồng bào miền Nam":

"Có thể nói rằng ở đây thò tay ra chỗ nào cũng có tiền. Rừng dừa bát ngát, vườn chuối mênh mông... Dừa chuối hái xuống, chất đống bên đường, không người coi cũng không sợ mất. Lúa gặt đập ngay tại chỗ, thường để cách đêm không ngại gian phi; Miền quê ở đây, ít có trộm đạo. Vì vậy nhà cửa thôn trang không cần làm chắc chắn. Bốn tường trống trải, mở rộng đón gió bốn phương..."

Nay lối ăn cách sống người ở đây có thay đổi và cách tân đi nhiều lắm rồi nhưng cái chơn chất, thiệt thà của con người ở đây vẫn còn.

Bữa đó, sau khi xe đò xuống chợ, chú em lấy ghe máy đuôi tôm đưa chúng tôi qua sông. Ngồi trên chiếc xuồng máy đuôi tôm mà nhớ đến chiếc xuồng ba lá năm xưa của bà con dùng đưa tôi đi phát lương thực cứu lụt. Chiếc xuồng hồi đó nhỏ mà dài với

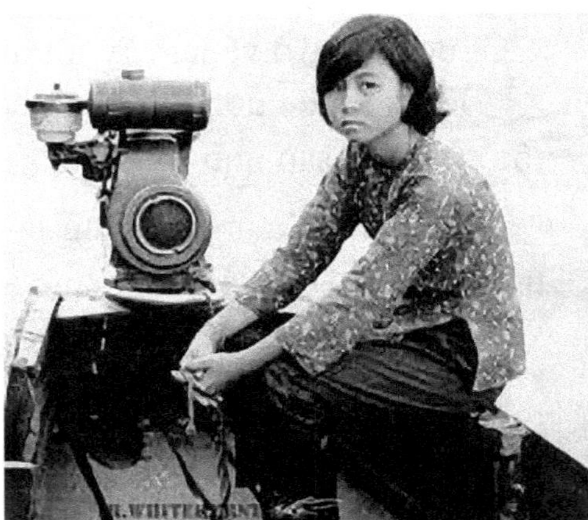

Ghe máy đuôi tôm thông dụng trên sông rạch lục tỉnh thời trước.

2 lá be hai bên và 1 lá be đáy (nên gọi Ba Lá), mũi như lái không phân biệt, nên xoay trở thuận tiện.

Hôm đó tôi được gia đình mấy em đãi món lẩu chua nấu cá lóc ăn kèm rau nhút, bông so đũa; món cá chạch tươi ướp "muối sương" chiên giòn, tôm thẻ rim ... mấy món mà mấy em cho là vừa ngon lại lạ miệng đối với người viễn xứ như tôi!

Cá lóc dưới ao mới câu, khứa ra còn máu, thả vào nồi lẩu nước sôi, chín nứt da thấy bắt thèm. Dĩa bàn đầy rau nhút non cắt khúc, cùng bông so đũa như đang chờ đợi mọi người. Tôm càng và cá chạch nữa... Tất cả đều là "cây nhà lá vườn."

- Đúng là mấy món này bên Mỹ không có. Tôi vừa nói vừa gắp mấy bông so đũa cho vào chén. Chan miếng nước lẩu chua, nêm ít nước mắm ngon... và ăn ngon lành khiến cả bàn ai thấy cũng thèm!

Miếng ăn tuy là vật chất nhưng nó làm cho tình thân tộc, họ hàng thêm bền vững và tình xóm làng, quê hương thêm đậm đà... mà hình như chỉ người mình mới có (?).

*

Trên đường trở lại Sài Gòn, tôi không quên ghé thăm **Văn Thánh Miếu & Văn Xương Các**, thắng địa của đất Long Hồ.

Văn Thánh Miếu nằm cách thị xã Vĩnh Long chừng 2 cây số trên đường Vĩnh Long đi xuống Vĩnh Bình,

Văn Thánh Miếu ở Vĩnh Long.

trong khu đất rộng rãi, u tịch khiến ai đến cũng thấy lòng lắng đọng và hoài cổ!

Đất Nam Kỳ Lục tỉnh vào thời vua Tự Đức chỉ có Văn Thánh Miếu Bình Dương (Biên Hòa) và Trường Thi Tú Tài Gia Định. Sau khi Pháp chiếm 3 tỉnh miền Đông, cụ Phan Thanh Giản được vua Tự Đức bổ nhậm làm Khâm sai Kinh lược Đại thần coi 3 tỉnh miền Tây, trấn đóng tại Vĩnh Long. Chính lúc nầy, cụ cho xây Văn Thánh Miếu và Văn Xương Các tại Long Hồ (Vĩnh Long) và Trường Thi Tú Tài tại An Giang (Châu Đốc).

Và **Vĩnh Long từ đấy trở thành thủ phủ của Nam Kỳ Lục Tỉnh** thay thế Biên Hòa - Gia Định.

Khu thắng địa Long Hồ khởi công xây cất năm 1865 và hoàn thành năm 1867 gồm Văn Thánh Miếu và Văn Xương Các.

Lúc đó, mỗi năm Xuân Thu nhị kỳ đều có cúng tế long trọng. Mùa Xuân cúng vào ngày Đinh, thượng tuần tháng Hai, và mùa Thu vào ngày Đinh, hạ tuần tháng Tám âm lịch.

Đến năm 1866 các chức sắc trong làng họp dân lại cử ra ban Bảo thủ Miếu có tên là "Sung Chính hội" để lo nhang đèn thường nhựt.

Ngày 26 tháng 6 năm Đinh Mão (1867) Pháp chiếm Vĩnh Long, cụ Phan Thanh Giản uống thuốc độc kết liễu đời mình vào ngày 5 tháng năm Đinh Mão (1867).

Bước vào cổng chánh, theo con đường duy nhất có hai hàng cây cổ thụ dẫn vào khu thắng địa. Cảnh quang thanh tịnh, trầm lắng mà hoành tráng, đẹp mà cô liêu... khiến tôi phải ngập ngừng dừng bước!

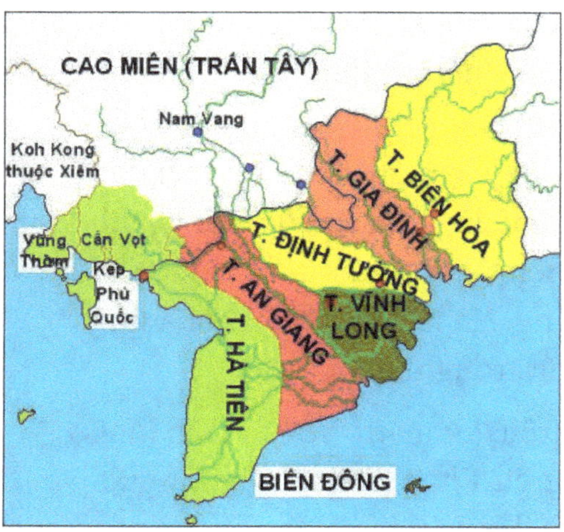

Đây là khu **Văn Xương Các** hiện ra bên mặt với vọng lầu cao 50 mét, trên thờ Đức Văn Xương Đế Quân. Thuở sanh tiền cụ Phan Thanh Giản thường dùng nơi nầy để hội ngộ trao đổi văn chương thi phú với các bậc thi nhơn ở đất Nam Kỳ.

Ngày 26 tháng 6 năm Đinh Mão (1867) Pháp chiếm Vĩnh Long, cụ Phan Thanh Giản uống thuốc độc kết liễu đời mình vào ngày 5 tháng 7 năm Đinh Mão (1867), và sau nầy được thờ trong Văn Xương Các.

Văn Xương Các còn thờ những vị có công trong việc xây dựng Văn Thánh Miếu như Đốc học Hàn Lâm Thị giảng Học sĩ Vĩnh Long là Nguyễn Thông, Tuần Vũ Hà Tiên là Lê Nguyên và quan Án Sát An Giang là Phạm Hữu Chánh cùng 78 vị Phủ, Huyện, Thường Biện, Cử Nhơn, Tú Tài cùng các Hội, Ban, hương chức trong làng có công.

Qua khỏi khu Văn Xương Các, đi đến cuối đường là tòa nhà Văn Thánh Miếu to lớn hơn, cổ kính, xây mặt nhìn ra khu vườn bông với cây kiểng được chăm sóc trông rất đẹp. Trong nhà Văn Thánh Miếu có Chánh điện thờ Đức Khổng Phu Tử, hai bên Tả vu, Hữu vu thờ thất thập nhị Hiền.

Ngay từ lâu các bậc kỳ lão nhơn sĩ trong làng đã có lập ra "Hội Chấn Hưng Văn Thánh Miếu" lo việc cúng tế hằng năm cũng như sửa sang tu bổ. Đến năm 1867 công việc nay giao lại cho làng Minh Hương rồi mãi cho đến năm 1889 thì hương chức làng Long Hồ mới chánh thức phụng lãnh trách nhiệm. Và từ đó hằng năm vào hai ngày mùng 4 và 5 tháng 7 âm lịch có tổ chức cúng giỗ cụ Phan Thanh Giản rất trọng thể.

Rời Văn Thánh Miếu, trên đường trở về Sài Gòn lòng tôi ngậm ngùi nhớ thương cụ Phan Thanh Giản, người được dân miền Nam tôn là ***"Trung Liệt Đại Thần"***.

Cuộc đời cụ Phan sanh ra như để nhận sứ mạng khó khăn của dân tộc trong thời kỳ vận nước ngửa nghiêng, triều đình phân hóa, lòng dân ly tán!

Lãnh trách vụ Như Tây Chánh sứ, cầm đầu sứ bộ sang Pháp điều đình xin chuộc 3 tỉnh miền Đông! Cụ Phan là người sứ thần đầu tiên của Đại Việt đối mặt với nước phươngTây, kẻ thù mới, chớ không phải Bắc triều.

Trong thời gian ở Pháp, Chánh sứ Phan Thanh Giản đã mời đại sứ hai nước Áo và Thổ Nhĩ Kỳ tại Pháp đến để tìm hiểu cách đánh thuế hàng hóa hải quan đem về nước áp dụng. Phó sứ Phạm Phú Thứ thì học cách lấy nước tưới ruộng của dân Ai Cập, dùng trâu thay sức người, đem về phổ biến cho dân miền Trung.

Khi Vĩnh Long bị mất rồi 3 tỉnh miền Tây mất theo... cụ Phan Thanh Giản trước khi uống thuốc độc kết liễu đời mình đã dặn lại con cháu sau nầy chớ cộng tác với Pháp!

Nhiệm vụ không thành nhưng là kẻ sĩ như cụ không làm nhục mệnh vua!

*

Kết thúc 30 ngày về thăm nhà ở Việt Nam, trở lại Huê Kỳ tôi cố quên đi những điều đau lòng! Nhưng chuyến đi Vĩnh Long, hình ảnh Văn Thánh Miếu và Văn Xương Các và cuộc đời Phan Thanh Giản sao vương vấn trong tôi?

California, Lập Hạ năm 2007

Người Lục Tỉnh Ăn Tết Ngày Xưa

Đối với người Việt mình, Tết là lễ đón mừng năm mới, có cúng tế, chúc mừng vui chơi và đặc biệt là có ăn uống.

Tết giờ đã đến sau lưng,
Ông vải thì mừng, con cháu thì lo.
(Ca dao)

Ông bà mình ngày xưa cả năm làm lụng vất vả mà vẫn thiếu ăn thiếu mặc. Tết đến có thêm bao thứ phải lo: lo trả nợ, lo sắm sửa cho gia đình, áo quần mới cho con cái, lo "chỗ phải chỗ quấy", nhứt là lo làm món ngon vật lạ trước cúng ông bà tổ tiên sau cho con cháu ăn.

Tết của mình gọi là Tết Ta để phân biệt với Tết Tây, Tết Mỹ, Tết Úc... Sống trên xứ người, Tết lắm khi hẩm hiu, phải đi cày để trả bill! Năm nào Tết Ta nhằm vào weekend, có được mấy ngày nghỉ thì còn gì bằng,

Đã trên 30 ăn Tết trên xứ người chắc không ít người trong chúng ta đã quên đi ít nhiều lễ tục Tết của mình ngày xưa khi còn ở quê nhà.

Nay nhắc lại để nhớ, để cho con cháu biết và cũng xem xem cái gì còn và cái gì đã mất theo thời gian và không gian.

*

Lần theo bài "Về Tết? chúng ta về thăm lại Lục Tỉnh xem người ở đây xưa ăn Tết thế nào.

Hạ lợi bước qua,
Chánh ngày hăm ba, Lễ đưa ông Táo.
Hai là lễ đáo, Tảo mộ ông bà.
Cổ tích bày ra, Truyền cho con cháu.
Từ ngày hăm sáu, Dĩ chí ba mươi.
Cá thịt tốt tươi, Ông bà tiếp rước.
Phải dùng cây trước (trúc), Lấy nó làm nêu.
Thiên hạ cúng đều, Lo chung đồ đạc.

Vè là loại văn vần trong dân gian, đặc thù của xứ Nam Kỳ Lục Tỉnh, nội dung ghi lại sự việc đặc biệt nào đó đã xảy ra, vè không có tên tác giả.

Vè Tết cho ta thấy người mình có tục **cúng đưa ông Táo về Trời**, có **lễ Tảo mộ**. Tục nầy có từ ngày xưa tới nay, người mình trong nước và hải ngoại vẫn còn giữ dầu có thay đổi ít nhiều.

Còn tục lệ dựng nêu ngày Tết bằng cây trúc cây tre mang ý nghĩa đuổi tà ma thì nay không ai còn giữ, bởi không đi có niềm tin ma quỷ chăng?

Ở miền Nam mùa ***lễ Tảo mộ ông bà*** bắt đầu từ ngày 20 đến 28 Tết là chấm dứt. Mỗi nhà có một ngày tảo mộ riêng, đã được ông bà chọn đâu từ đời trước và con cháu sau nầy cứ thế mà theo, không ai dám đổi ngày Tảo mộ.

Ngày xưa khi đến ngày tảo mộ, ở gia đình người nào cũng dậy sớm, phân công người lo mộ xóm trên, kẻ lo mộ xóm dưới, người đi mang dao, mang cuốc như đi làm ruộng. Sau khi dọn mộ sạch cây cỏ, quét vôi hoặc đắp đất, đặt tờ giấy vàng bạc trên mộ rồi lấy hòn đất dằn

Gói bánh tét sau sân nhà, chuẩn bị ăn tết.

lên cho khỏi bay, xong xuôi mới rót rượu ra ly khấn vái. Cúng vái xong lấy ly rượu cúng, rưới hết lên phần mộ.

Xưa làm ăn ở đâu, ngày giáp Tết ai cũng phải về nhà từ đường, nhà cha mẹ để cùng gia đình đi tảo mộ; năm nào không về được lòng cảm thấy như có tội với tổ tiên và còn bị bà con quở trách.

Quần rộng áo dài, Ăn chơi ba bữa.
Bịt khăn sắm sửa, Làm tuổi mẹ cha.
Đèn đốt vậy mà, Tứ cung tứ bái.
Trại thời giữ đạo, Gái phải dằn lòng.
Xuân nhựt ngày đêm, Đèn chong hương đốt.
Chơi bời mùng một, Chí những mùng hai.
Liên gia trong ngoài, Ăn mừng năm mới.
Chữ an chữ thới, Dán trước hàng ba.
Phú quới vinh hoa, Dán vô trước cửa.
Tài lợi lộc phước, Dán trước hàng nhì.
Vạn trực duy tân, Dán vô cửa giữa.
Dán thời phải lựa, Cột cái định tường mà dán.
Trên trang ông Táo, Để chữ "Hiển Linh".
Lấy câu "Thái Bình", Dán ngoài cửa ngõ.

Tục lệ Tết người nầy bắt chước người kia, đời trước đến đời sau, không ai cấm mà cũng không ai dám làm khác. Và thế mới gọi là truyền thống dân tộc.

Ngày Tết, không phải chỉ có trẻ con mà cả người lớn ai cũng xum xuê đồ mới trong ba ngày Tết. Tết phải mới từ trong ra ngoài, áo quần nhà cửa... làm cho cái không khí Tết càng thêm rộn ràng, náo nhiệt mà ngày thường không bao giờ có.

Tục lệ ***"làm tuổi"*** trong Nam rất đặc biệt. Sáng Mùng Một con nít mừng tuổi ông bà cha mẹ xong, kéo nhau từng nhóm đi mừng tuổi chòm xóm như ở Mỹ trẻ con đi xin kẹo ngày lễ Ma.

Hồi đó chưa có bao lì xì như bây giờ. Có người, có nhà không cho tiền mà cho kẹo "thèo lèo cứt chuột", cho bánh in, chà là, mứt bí. Có người cho trái quýt, trái cam. Nói chung có gì cho nấy.

Câu đối, câu liễn sau này ít còn thấy trong ngày Tết. Ngày Tết xưa người ta còn mua giấy bông về rồi quay hồ dán lên vách như bây giờ ta sơn quét vôi cho mới vậy. Nhà có chữ nghĩa hay mua bộ tranh "Tứ Thời", tranh truyện Tàu bốn miếng về treo trên vách bồ kho nhà trên. Kiểu ăn Tết nầy rất phổ biến ở Lục Tỉnh cho đến thập niên 70. Nay rất tiếc không còn nữa và có nhiều người đã quên mất rồi!

Ngày nay tục "làm tuổi" gọi là ***lì xì năm mới***, rất hấp dẫn đối với trẻ con và thanh niên nam nữ bởi có tiền lì xì: Con cháu nay có lệ lì xì cha mẹ ông bà trong ngày Tết, phổ biến ở hải ngoại lẫn trong nước.

Quần điều áo đỏ, Quần rộng vãng lai.
Chánh ngoạt sơ khai, Tháng giêng duy thỉ.
Canh ba giờ tí, Thức dậy làm gà.
Lễ vật bày ra, Nhang, đèn, trà, nước.
Tiên sư giáng trước, Ứng biện vô dò.
Rượu rót liên do, Kim ngân tiếp đốt.
Giờ nầy thiệt tốt, Thạnh lợi chủ gia.
Giờ đặng kể ba, Làm ăn phú quới.

Tết của người Lục Tỉnh xưa khác người ngoài Trung, người ngoài Bắc. Đại Nam Nhứt Thống Chí thời nhà Nguyễn ghi, ở xứ Gia Định:

"Đất nhiều sông ngòi, nên người nào cũng giỏi bơi lội. Nhân dân đủ người bốn phương mỗi nhà mỗi tục. Dân nông thôn thì hậu như chất phác, dân thành thị thì chơi bời. Việc tang chế cưới gả cũng có người theo lễ chế, người thờ Phật cũng có. Ngoài ra những việc tiễn năm cũ mừng năm mới các tiết Nguyên đán, Đoan dương, thờ cúng tổ tiên cho đến khi gặp sanh nhựt thì mời khách, gặp tiết tốt vui mừng, đại khái các tỉnh Nam kỳ đều giống nhau cả."

Như vậy tuy người Lục Tỉnh là dân tứ xứ, sống chung lộn nhau nhưng lễ nghi ngày Tết giống nhau là ai nấy đều thích ăn chơi. Nên ăn chơi trong ngày Tết là một mảng lớn trong sanh hoạt văn hóa của người xưa miệt nầy.

- Năm mới thì phải ăn chơi.
Người nào thảnh thơi.
Thì chơi gà đá.
Em nhỏ chơi vòng bài pháo.
Mấy người hết áo, Bị những bài cào.
Bắt kẻ mượn rào, Là người say rượu.
Mấy người cố cựu, Đặt chuyện cười chơi.
Trồng chuối ngược đời, Trèo lên tụt xuống.
Kẻ ăn người uống, Bánh trái thiếu chi.
Kẻ đánh cu li, Người chơi bông vụ.
Gặp ai cũng rủ, Là tụi ba que.
Ngồi lại một bè, Là quân xỏ lá.

Múa lân Tết trước bàn ông Thiên.

Con tôm con cá, Giống nó thiệt gian.
Bày ra giữa đàng, Ai ai cũng chuộng,
Mấy tay cùng chuộng, Cầm bạc lo le.
Mới đặt con xe, Xổ ra con pháo.
Thua rồi lơ láo, Áo chẳng gài khuy.
Bước cẳng ra đi, Cúi đầu lầm lũi.
Mấy người lớn tuổi, Chơi chỗ thảnh thơi.
Mấy tay điếm đàng, Chơi theo tửu quán.
Nhựt nguyệt khai tân,
Bầu kỳ hát ăn mừng năm mới."

Trong cái ăn, cái chơi Tết của người Lục Tỉnh nói lên bản chất của những con người "xiêu tán" bỏ xứ từ miền Ngoài xuôi Nam. Họ trọng nghĩa khí, coi rẻ tiền của, như Trịnh Hoài Đức (1765-1825) trong Gia Định thành thông chí nhận xét:

"Đất Gia Định rộng lớn, phì nhiêu, sản xuất đủ mọi sản phẩm, dân cư phong phú, không bao giờ lâm vào cảnh thiếu ăn thiếu mặc. Người Gia Định quen ăn tiêu phung phí, trong miền Gia Định rất ít có người giàu có, vì cớ không ai chịu dành dụm để làm giàu cả."

Tết mang đến cho mọi người niềm vui, hạnh phúc cùng cái phải lo toan. Nay không biết có ai còn lo toan như ông bà mình ngày xưa không?

Tết giờ đã đến sau lưng,
Ông vải thì mừng, con cháu thì lo.

Nhắc chuyện Tết xưa ở Lục Tỉnh chắc làm bạn chạnh lòng tiếc nuối một quá khứ đẹp đẽ ngày nào.

Los Angeles, Cuối Thu năm 2006

Người Tiều ở lục tỉnh ngày Tết tới miễu đền thờ Thần cúng heo quay và xin xâm cho năm mới (Phụ bản tranh vẽ)

Mâm Ngũ Quả Ngày Tết Xưa Và Nay

Ngày đầu năm mới âm lịch người mình gọi là Tết. Tết do chữ Tiết của Hán tự mà trại ra. Ngày đầu năm ta cũng gọi là Tết Nguyên Đán. ***Nguyên*** là đầu năm, Đán là buổi sớm.

Nước mình từ xưa tới nay ăn Tết theo âm lịch như người Tàu nên có người hiểu lầm là lịch của ta chỉ chép lại lịch Tàu! Không phải như vậy, đã từ lâu qua các triều đại, vua của ta đã có cho thiết lập tòa Khâm Thiên Giám để coi thiên văn và làm lịch cho dân dùng, chớ không phải chỉ chép theo lịch Tàu.

Người Việt Nam mình có tục ăn Tết từ lúc nào, khó có thể biết chánh xác được. Theo sách thì người Tàu biết làm lịch từ 3.000 năm trước Tây lịch, nhưng cho tới đời nhà Hạ (2205-1818 trước TL) mới lấy tháng Dần làm tháng Giêng đầu năm để ăn Tết.

Tục ăn Tết nay được Tích Quang và Nhâm Diên lúc sang làm Thái thú ở Giao Chỉ và Cửu Chân truyền sang nước Việt Nam vào thế kỷ thứ I.

*

"Mâm ngũ quả" ngày Tết

Theo lịch sử thì mâm ngũ quả khởi thủy được người mình dùng cúng trong ngày giỗ và ngày Tết.

Dân tộc mình từ xưa coi việc thờ cúng tổ tiên như đạo lý sống *"uống nước nhớ nguồn"*. Kính trọng ông bà cha mẹ lúc sanh tiền cũng như khi quá vãn. Xem *"Sự tử như sự sanh, sự vong như sự tồn"* nên có tục lệ thờ cúng tổ tiên.

Ngày giỗ và ngày Tết được tổ chức trang trọng, bày lễ vật đủ 4 thứ để cúng không thể thiếu. Không ai biểu ai mà cho tới nay người mình vẫn còn gìn giữ và lưu truyền ra tận hải ngoại tuy có gia giảm.

Bốn món đồ cúng như: Một là mâm cỗ (món mặn), hai là xôi chè (món ngọt), ba là bình cắm hoa tươi, bốn là mâm ngũ quả.

Mâm ngũ quả xuất hiện trong lễ giỗ gia tiên và ngày Tết, rồi về sau mặc dầu ngày giỗ vẫn có trái cây nhưng không ai gọi mâm trái cây ngày giỗ là mâm ngũ quả. Và mâm ngũ quả nay được hiểu là mâm trái cây ngày Tết mà thôi.

Tại sao là ngũ mà không, tam, tứ hay lục quả?

Con số 5 có liên hệ đến ý niệm về ***ngũ hành***. Ngũ hành là sự chuyển vận của kim, mộc, thủy, hỏa, thổ, nói theo ngày nay là thuyết vũ trụ quan mà người mình chịu ảnh hưởng của Tàu. Nên trong suy nghĩ chúng ta thường mang ý nghĩa ngũ hành như:

- Ngũ Cốc, 5 loại lương thực là đạo-lương-thục-mạch-tắc làm căn bản để người ta sanh tồn.

- Ngũ Vị, 5 loại mùi vị căn bản làm điều hòa âm dương trong ăn uống là mặn-đắng-chát-cay-ngọt có lợi cho sức khỏe.

- Ngũ Sắc, 5 màu căn bản là xanh-vàng-đỏ-trắng-đen, phải sử dụng hài hòa giúp cho cuộc sống bình an.

- Ngũ phúc là ***Phú*** (giàu có), ***Quý*** (sang trọng), ***Thọ*** (sống lâu), ***Khang*** (mạnh khỏe), ***Ninh*** (an toàn). Đó là ước vọng của loài người mang ý nghĩa sâu sắc về tinh thần.

Mâm ngũ quả theo người mình do vậy xưa tới nay mang ý niệm ngũ hành, nên chỉ có 5 thứ trái cây, không thể có 3, 4 hay 6 là vì vậy.

Ý niệm ngũ hành trong mâm ngũ quả ngày Tết còn thể hiện cái ước vọng "no đủ quanh năm" của người xưa, nay theo thời gian và hoàn cảnh thổ ngơi từ Bắc vào Nam có ít nhiều khác nhau.

Ngày Tết, người miền Bắc bên cạnh chiếc bánh chưng xanh, cành đào đỏ còn có mâm ngũ quả trên bàn thờ. Năm loại trái cây ngoài Bắc thuở xưa gồm:

(1) là nải chuối tiêu còn xanh với trái phải còn "đầu ruồi" chưa bị rụng;

(2) là cam Bố Hạ loại cam sành xanh tươi ẩn hiện màu vàng;

(3) là cặp trái đào tiên hay trái hồng xiêm Xuân Đình màu đỏ hồng;

(4) là cặp khế mọng nước no tròn còn vương nhánh lá tươi xanh;

(5) là trái phật thủ miền Cao Bằng cho mùi thơm cả nhà trong ba ngày Tết.

Trong Sài Gòn Lục Tỉnh, thuở xưa ngày Tết nhà "có gì cúng nấy" miễn sao có lòng thành là được. Dần dần mới hình thành mâm trái cây gồm có 5 thứ như ***lê, lựu, đào, mai, phật thủ*** có tên gọi mang ý nghĩa tốt lành.

Theo ông Trương Vĩnh Ký thì mâm ngũ quả trong Nam mang ý nghĩa ***"ngũ phước"*** là ***Phú Quý Thọ Khang Ninh***.

Rồi tới nay, người dân miền Nam chọn 5 loại trái cây là: ***mãng cầu, trái sung, trái dừa, trái đu đủ, trái xoài*** mà theo cách phát âm của người miệt nầy là ***"Cầu Sung Vừa Đủ Xài"*** như nói lên cái ước vọng của gia chủ trong ngày Tết.

Càng ngày mâm ngũ quả trong miền Nam càng thêm phong phú hơn, mang thêm nội dung và ý nghĩa sinh động. Như có thêm ***trái quít*** bởi đồng âm với ***Cát*** là tốt lành; ***trái tắc*** đồng âm với Đắc nghĩa là đắc lợi; ***trái thơm*** tượng trưng cho sự thơm tho; ***trái lê*** với ý nghĩ là Lợi lộc (theo cách viết chữ Hán trái lê viết từ chữ Lợi có thêm chữ Mộc).

Cũng trong ý nghĩa nay nên người miền Nam xưa nay ưa chuộng ***cây mai*** ngày Tết mong cho gia đình may mắn, và cặp ***dưa hấu*** tượng trưng cho Đất tròn, còn màu đỏ để lấy hên đầu năm mới v.v..

Ngày nay đời sống người mình khá hơn xưa nên sự phong phú thể hiện rõ trong mâm ngũ quả ngày Tết mà vẫn giữ được truyền thống tốt đẹp. của tổ tiên.

Ngoài Bắc trong Nam, ngày Tết ai ai cũng có mâm ngũ quả 5 màu, 5 trái với ước vọng no đủ quanh năm.

Ra hải ngoại, mâm ngũ quả không chỉ chưng trên bàn thờ để cúng tổ tiên ngày Tết mà còn được bày ra ngoài cửa trong đêm 30 để Đón Giao Thừa.

Đây là một tục lệ tốt đẹp của ta trên xứ người, làm cho ngày Tết của mình đã thiêng liêng thêm ý nghĩa và đáng yêu biết bao!

Mâm ngũ quả cùng với khói hương Đón Giao Thừa tỏa lan trong đêm 30 Tết sẽ chứng giám tấm lòng thành và ước vọng của của mọi gia đình người Việt mình đang sống xa quê hương.

Viết vào những ngày giáp Tết dương lịch 2006.

Đi Ăn Món Huế

Viết nhơn "30. Ngày thăm nhà ở Việt Nam.
Thân tặng nhà văn Mường Mán

*

Tôi biết món phở Bắc từ khi bước chơn lên đất Sài Gòn. Và cũng từ đó tôi biết thêm món bún bò Huế. Có lẽ bún bò Huế là món Huế đầu tiên tôi được ăn, và cũng là món ăn để lại trong tôi nhiều "ấn tượng Huế" từ thời trai trẻ.

Những ngày về thăm Việt Nam hầu như bữa nào cũng đi ăn quán. Sài Gòn ngày nay bước "ra cửa là gặp quán ăn". Thượng vàng hạ cám muốn ăn thứ gì cũng có, giá cả tùy theo túi tiền, nhiều khi mắc tiền không phải là ngon, nên đi ăn ở đất Sài Gòn bây giờ lắm lúc phải cần "thổ địa".

Ăn hoài món Sài Gòn cũng chán!

Hôm đi thăm Huế, tôi yêu cầu người hướng dẫn viên "rặc" Huế đưa đi ăn mấy món ăn cung đình, thưởng thức rượu Mai quế lộ, rượu Ngũ gia bì, hoặc rượu thuốc Minh Mạng hoàng đế toa cho biết!

Thực đơn hôm đó có ***canh cá liệt nấu măng chua***, ***tôm cháy*** và ***giá xào thịt bò***. Món canh cá liệt nấu măng chua "hao hao" giống cách nấu "mẫn", món ăn dân dã trong Nam, nhưng "đồ màu" (gia vị) có khác; bát canh Huế hôm đó thật hấp dẫn và ăn rất bắt cơm nhờ mấy ly rượu thuốc toa Minh Mạng!

Con cá liệt là cá nước ngọt, trong Nam không có và tôi chỉ được biết qua ca dao:

Nước mắm ngon dầm con cá liệt,
Em có chồng rồi nói thiệt anh nghe.

Món ăn cung đình xứ Bắc ngàn năm văn vật, thời vua Lê chúa Trịnh, hồi người Hà Nội bấy giờ chắc không ai còn nhớ; chớ ẩm thực cung đình Huế thì hầu như vẫn còn trong ký ức mỗi người dân Huế bởi ngày nay người ở đây đang cố tái tạo lại.

Nói chuyện với mấy ông bạn già Huế sau đó, mới biết cái gọi là ***"ẩm thực cung đình Huế"*** có hai mảng khác nhau:

Một, là những **cỗ bàn làm để cúng** trong các **ngày lễ của các vua** nhà Nguyễn. Gồm có đại cỗ yến để thiết đãi sứ thần Trung Hoa và cỗ yến ban cho các vị tân khoa trạng nguyên, tiến sĩ.

Hai, là **thực đơn các bữa ăn thường nhựt của vua** chúa và các bà hoàng trong cung đình có từ thời vua trước để lại cho vua sau rồi được lưu truyền ra ngoài dân chúng cố đô Huế.

Nói về cỗ bàn cung đình thuở xưa gồm hạng lớn có 161 phẩm vị, hạng quí có 50 phẩm vị, cỗ điểm tâm có 12 phẩm vị.

Các sản vật ngon từ Bắc vô Nam được lịnh tiến cung, mùa nào thứ ấy. Như dừa ở Vĩnh Long, cam đường Thanh Hóa, vải Hải Dương, xoài Phú Yên, Quảng Bình nhiều nhứt có dưa hấu, bột mì tinh, tương đậu, rượu dâu, v.v...

Đặc biệt nhứt có món ***đuông dừa*** trong miền Nam, sách chữ gọi là *"hồ da tử"*, món ngon bổ dưỡng được chọn khắc trên Cửu đỉnh đặt trước nhà Thái Miếu.

Nghe nói, nên hôm sau trước lên máy bay về Sài Gòn, bèn vào thăm kinh thành lần thứ hai, có ý tìm "hồ da tử" nhưng rất tiếc vì đến sớm nên chưa có người bán vé vào tham quan!

Theo sách *"Thực phổ bách thiên"* ghi lại 100 bài dạy nấu ăn kiểu cung đình Huế, vật liệu trong đó gồm thịt chiếm 17%; gia cầm 9%; tôm cá 28%; rau dưa đậu 28%; mắm các loại 14%; các món quí như bào ngư, vi cá, yến sào, hải sâm... chỉ có 5%.

Vật liệu và 100 món ăn vương giả cung đình xem ra cũng rất gần với món ăn của người Huế bình dân.

Còn món ***"nem công chả phượng"*** thì được biết chẳng qua đó là món chả làm bằng thịt heo xếp chung trong dĩa với các loại rau trái củ đậu có hình con công con phượng!

*

Vào Sài Gòn có mấy người bạn rủ rê đến quán Ruốc, nơi mà Báo Thanh Niên rao trên mục "Shop văn nghệ" là điểm hẹn Huế giữa Sài Gòn. Nghe nói ông bạn Mường Mán là người phụ quán cho bà xã nên tôi háo hức đến xem coi có "nặc Huế" hay không?

Cái tên Ruốc nghe lạ tai với tôi, lại được Mường Mán chọn làm thương hiệu như để giới thiệu Ruốc là món gia vị chủ đạo cho các món "nặc Huế" của nhà hàng anh chăng?

- *Hiện nay Huế của bạn có bao nhiêu món ăn?"* Tôi hỏi ông bạn già người Huế cùng đi ăn quán Ruốc.

- *Sơ bộ Huế có 600 món, trong đó có trên 300 món ăn mặn, 150 món ăn chay, trên 100 món ăn cùng loại với bún như bánh canh, cháo, bún bò và 50 món như dưa, mắm, muối đậu, ruốc, nước chấm...,* Ông bạn Mường Mán vọt miệng trả lời.

Dân Huế vô Sài Gòn, tha phương cầu thực ít khi có dịp về lại Huế dầu đường đi không còn cách trở, và có không ít người chọn Sài Gòn là quê hương. Tất cả họ tìm nhau, tìm đến không khí Huế giữa đô thị Sài Gòn, trong đó có cái Quán Ruốc nằm khiêm nhường ở 38/6P đường Nguyễn Văn Trỗi thuộc Phường 15 Quận Phú Nhuận, Sài Gòn.

Hôm đó được giới thiệu mấy món "chủ lực" Huế mà hợp khẩu dân Lục Tỉnh như tôi là gân bò chấm ruốc, Sườn chiên sốt ruốc, dồi trường, tôm chiên, cái gì cũng chấm ruốc.

Nghe đồn món Huế nêm ruốc nghe "nặng", mùi khó ăn như câu tục ngữ *"Ruốc tháng Hai chẳng khai thì thối!"* nhưng ăn ruốc ở đây tôi không thấy nặng mùi mà lại hạp khẩu vị nữa!

- *Có rượu Minh Mạng không chú?* Tôi hỏi nhỏ chú phục vụ.

- *Quán Ruốc giới thiệu rượu đế Làng Chuồn, có hương vị đặc trưng Huế bởi nếp và men Huế chan bằng nước sông Hương. Rượu theo xe đò lặn lội vô tận Sài thành hoa lệ, vào tận quán Ruốc nầy:* Chú phục vụ giới thiệu Rượu Làng Chuồn.

Gắp miếng dồi trường chiên giòn, chấm ruốc, cho vào miệng nhai nhè nhẹ, để từ từ thưởng thức món ngon Huế.

Hớp ngụm rượu đế Làng Chuồn nghe từng hơi nóng chảy trong huyết quản khiến tôi có cảm giác đê mê, hòa nhập và chia sẻ nỗi niềm những người bạn Huế xa xứ.

Nhớ thuở còn đi học, hồi đầu thập niên 70 của thế kỷ trước, có lần tôi đã dẫn đoàn Sinh Viên Sài Gòn ra cứu lụt ngoài Trung, lần đó có rủ rê mấy cô bạn Huế mới quen đi ăn món Huế. Sao cô nào cũng từ chối và tỏ vẻ mắc cỡ! Thì ra người Huế rất hiếm khi đi ăn quán, đi ăn nhà hàng như người Sài Gòn. Người Huế ngại nói đi ăn quán, phải kêu tránh là "đi kéo ghế", vì hàng-quán là loại *"cơm hàng cháo chợ"* chỉ dành cho hạng bình dân lao động! Còn người Huế giàu sang, chánh hiệu... thì có các "O" tam tòng tứ đức, công dung ngôn hạnh chu toàn cho đức lang quân rồi. Đờn ông Huế vì vậy chỉ biết "ăn cơm nhà" và cũng ngại không dám ăn cơm hàng cháo chợ!

Ở Sài Gòn, vào trong quán Ruốc thấy đàn ông con trai, cả con gái nói giọng Huế ăn uống dạn dĩ với "chút còn lại Huế" dễ thương...

Đến món **bánh khoái** mà tôi nghe có người phát âm như là "bánh khói", cũng là "món đỉnh" của quán Ruốc. Bánh được *"chế biến theo công thức gia truyền của O Phiên, người đầu bếp chánh của quán, từ khâu xay bột gạo đến khâu pha chế nước lèo. Cái bánh dọn ra dĩa tròn vành vạnh, cong dòn,*

vành ngoài vàng rộm đường viền màu trứng rám gấp hờ, ngậm lợp nhưn tôm, thịt, giá, hành, quyện vào nhau, đẹp cả hương lẫn sắc. Từng miếng bánh nóng hổi, giòn rạm ăn kèm khế, chuối chát, vả, cải con chấm nước lèo đặc sánh những gan, thịt bầm, mè rang giã nhuyễn tan hòa trong thứ nước tương bầm được sản xuất từ các ngôi chùa cổ kính ở Huế, "nhấn" thêm miếng ớt bom giòn, vị béo, bùi, cay, chua, chát ngọt... làm khoái không chỉ đầu lưỡi mà khích khoái cả tâm hồn."

Tôi chưa được thưởng thức cái ngon của cái "bánh khoái Thượng Tứ" ra làm sao, nhưng đọc đoạn văn giới thiệu món bánh khoái của ông quản lý Mường Mán, chợt nhớ ngày xưa Nguyễn Tuân nói đại ý rằng người Huế không chỉ ăn bằng miệng, mắt, mũi, tai... mà hình như còn ăn bằng cả tâm hồn nữa!

Cảm ơn những món ăn Huế đã cho tôi ấn tượng đẹp trong chuyến về thăm quê hương lần nầy.

Cảm ơn ông bạn Mường Mán, 50 năm mới gặp lại!

Một số món ăn tiêu biểu của người đất Thần Kinh Huế.

Lư đồng kiểu dáng Gia Định ngày xưa.

Chùi Lư Ăn Tết

Không biết tự bao giờ mà người mình có cái tục lệ trưng bày bộ "đồ thờ" trên bàn thờ tổ tiên trong gia đình? Bộ "đồ thờ" ngày xưa được gọi là bộ "tự khí."

Bộ đồ thờ thông thường trong gia đình gồm có bát hương hay gọi là lư hương, cặp chưn đèn, một bình bông gọi là lộc bình, một cái chò để chưng trái cây, một ống đựng nhang, bộ đồ trà bộ đổ rượu... Bộ "đồ thờ "được đặt trên bàn hương án, trước hương án có treo bức màu đỏ thêu kim tuyến để che phần dưới gầm bàn thờ.

Trên vách, sau bàn thờ còn có treo hoành phi, câu đối viết bằng chữ Nho sơn son thếp vàng, hoặc cẩn xà cừ trông rất rực rỡ và trang nghiêm.

Bàn thờ tổ tiên, gia đình người Việt Nam nào cũng có. Nhà nghèo làm bằng tre (gọi là giường thờ) hay bằng gỗ tạp; gia đình có tiền bàn thờ làm bằng gỗ quí chạm trổ hoặc khảm xà cừ; nhà quí phái mướn thợ làm tủ đặc biệt để thờ, gọi là tủ thờ.

Tủ thờ là sản phẩm đặc biệt của Gò Công, có cửa hai bên hông thay vì ở phía trước; kiểu dáng trang nhã lộng lẫy, bề thế hoành tráng, hoa văn chạm xà cừ rất độc đáo.

Bàn thờ dòng họ, gọi theo chữ Hán là nhà Từ đường, có thờ thần chủ (bài vị) trong đó có ghi tên thụy, hiệu, chức tước và ngày tháng năm sanh và mất của tổ tiên, ông bà đến năm đời, gọi là *"ngũ đại mai thân chủ"*.

Tên Thụy là gì? Thời trước, mỗi người có nhiều tên như nhũ danh, tên tự, tên hiệu và tên thụy.

"Nhũ danh" hay còn gọi là **tiểu danh**, là tên đặt lúc mới sanh, tên lúc còn bú. Nhũ danh ngày nay được dùng gọi "tên thật" của người đàn bà có chồng thay vì gọi theo tên chồng; thí dụ bà Ngô Đình Nhu nhũ danh Trần Lệ Xuân.

Do tục lệ cữ tên, nên người xưa có lệ đặt thêm **"tên Tự"**, vì không muốn cho người khác biết và gọi tên mình. Ông Bùi Kỷ tên tự là Ưu Thiên.

Còn **"tên Hiệu"** là tên mà các nhà Nho tự đặt cho mình như ngày nay các nhà văn nhà báo đặt cho mình bút hiệu. Một người có thể có nhiều tên hiệu. Nguyễn Công Trứ hiệu là Ngộ Trai.

Còn **"tên Thụy"** là tên đặt cho người chết. Thuở xưa các nhà Nho, quí tộc, người có chức phận trong xã hội, khi chết được người thừa kế đặt cho tên Thụy. Công thần nhà Nguyễn lúc chết được vua ban cho tên thụy, như Nguyễn Huỳnh Đức được vua Gia Long ban tên thụy là Trung Nghị.

Ngày nay, việc thờ cúng tổ tiên của người mình đơn giản hơn xưa rất nhiều, không còn có lệ đặt tên Thụy, tên Tự. Bài vị được thay bằng cuốn sổ ghi chép tên họ, chức tước, ngày mất của tổ tiên ông bà ba đời để nhắc nhớ ngày cúng giỗ và ngày tết.

*

Nói Tết là nói về lễ nghi là chánh. Theo phong tục Việt Nam mình thì ngoài xã hội lấy "chữ trung tín" làm gốc, trong gia tộc lấy "chữ hiếu thuận" làm nền tảng. Giềng mối xã hội tồn tại bền vững mấy ngàn năm nhờ thế.

Cúng tế ngày Tết cũng như ngày giỗ nói chung. có hai phần: *lễ nghi* và *mâm cỗ*.

Mâm cỗ ngày Tết phải là những sản vật đặc biệt "dành riêng", ngày thường không có, chuẩn bị nấu nướng phải "thanh khiết" để bày tỏ tấm lòng kính trọng tổ tiên. Do đó chúng ta thấy thuở xưa có những món ăn chỉ có trong ngày Tết như bánh chưng, bánh tét, thịt kho dưa giá, dưa hấu, bánh phồng... lâu ngày trở thành món ăn truyền thống Tết là vậy.

Giàu hay nghèo, ai ai cũng coi lễ nghi ba ngày Tết là biểu thị lòng kính trọng của con cháu đối với người quá vãng...

Lễ nghi ngày tết biểu thị qua bộ “đồ thờ”. Bộ đồ thờ ông bà do vậy trở thành là “linh vật”, được mọi gia đình coi trọng nhứt trong ngày tết. Ngày trước ở quê người mắc nợ rất sợ bị “siết” bộ lư hương để trừ nợ, mặc dầu luật pháp Việt Nam thời phong kiến cũng như thời Tây vẫn cấm buôn bán nhà thờ, ruộng hương hỏa, nói chung là tài sản thuộc nhà thờ.

Việc thờ cúng tổ tiên ngày Tết của bậc vua chúa

Bắt đầu từ đời nhà Lý (1009-1228) việc thờ cúng cha mẹ, tổ tiên của vua được quy định như một định chế chánh thức ghi trong Bộ Lễ phỏng theo nhà Châu bên Tàu.

Vua Lý Thái Tổ sau khi lên ngôi 10 năm, cho xây nhà Thái Miếu nơi tổ quán ở làng Đình Bảng thuộc Bắc Ninh ngày nay; đến khi vua Lý Thái Tổ băng hà năm 1028, ông được con là Lý Thái Tông cho lập miếu thờ.

Đến đời vua Lý Anh Tông, vào năm 1169 nhà vua cho lập Điện Thanh Hòa để thờ thần chủ các vị tiên đế cùng tiên hậu nhà Lý và hằng năm theo thời tiết, ngày tết làm lễ cúng tại đây.

Nhà Nguyễn cũng lập nhà thờ cúng tổ tiên của mình ở quê quán Tống Sơn, tỉnh Thanh Hóa; riêng tại kinh đô Huế, bên trong hoàng thành có dựng 4 miếu thờ tiên đế và tiên hậu là:

1- Triệu Miếu thờ tổ khai sáng Nguyễn Kim.

2- Hưng Miếu thờ thân phụ Gia Long là Nguyễn Phúc Luân.

3- Thái Miếu thờ 9 Chúa Nguyễn.

4- Thế Miếu thờ 7 vua Nguyễn là Gia Long, Minh Mạng, Thiệu Trị, Tự Đức, Đồng Khánh, Kiến Phúc và Khải Định.

Ngoài ra trước sân Thế Miếu, vào năm 1835 đời vua Minh Mạng thứ 16, cho bày 9 đỉnh đồng gọi là cửu đỉnh có khắc tên: Cao, Nhân, Chương, An, Nghị, Thuần, Tuyên, Dũ và Huyền. Tại sao lại là con số 9 đỉnh mà không là một hoặc 2,3 ...? Lập 9 đỉnh vì vua Minh Mạng dự liệu sẽ có 9 vua được thờ trong nhà Thế Miếu. Nhưng cuối cùng như ta thấy chỉ có 7 vua được thờ, tương ứng tên 7 đỉnh là Cao, Nhân, Chương, An, Nghị, Thuần, Tuyên; còn lại 2 đỉnh sau cùng tên Dũ và Huyền không tương ứng với vị vua nào thờ trong miếu!

Như vậy tổ tiên của nhà vua không thờ ở nhà từ đường như người dân, và lệ nầy có từ nhà Lý tới thời nhà Nguyễn thì hết. Đỉnh đồng ở thước nhà Thế Miếu nhà Nguyễn tương tợ như bộ lư đồng ở nhà từ đường hoặc gia đình người dân (?)

Bộ lư đồng có khi nào?

Trước khi có bộ lư hương bằng đồng thì bộ đồ thờ của mình làm bằng sành sứ hoặc gỗ. Sau khi lấy nước ta, Pháp có cho in hình bộ lư đồng trên tờ giấy bạc mệnh giá cao nhứt lúc đó là 100 đồng, rất được người mình coi trọng, gọi là “giấy bộ lư”.

Phải chăng bộ lư đồng có từ thời Pháp thuộc?

Bộ lư đồng là cái đỉnh bằng đồng nhỏ dùng để đốt trầm hương. Bộ lư đồng có hai phần. Phần dưới là cái bình, có ba chân đặt trên cái bệ, dùng chứa trầm hương; phần trên là cái nắp, đậy nhô lên, bên trên có con kỳ lân. Bộ lư đồng được trình bày hoa văn với đường nét nhẹ nhàng, tinh vi khéo léo.

Cùng có mặt với bộ lư hương trên bàn thờ là cặp chưn đèn, dùng để cắm cặp đèn cầy mỗi khi hành lễ.

Tục lệ đốt trầm hương của nước mình du nhập từ Trung Hoa vào đời Tam Quốc, lúc đó Trương Tân là Thứ Sử Giao Châu mỗi khi đọc thư đều đốt hương. Thuở ấy người Tàu dùng cỏ thơm tẩm mỡ đốt lên cho có mùi thơm mỗi khi tế lễ, cúng bái chớ không dùng hương trầm như bây giờ.

Bộ đồ thờ đặt trên bàn hương án, trước hương án có treo bức màn màu đỏ thêu kim tuyến dùng che phủ không cho thấy phần dưới gầm bàn thờ.

Nghề đúc đồng ở nước ta có từ thời Phùng Nguyên, thời Đông Sơn nhưng mãi cho đến thời kỳ tự chủ, nghề đúc đồng chỉ sản xuất binh khí.

Tại Sài Gòn xuất hiện mấy trung tâm đúc đồng sớm như là Chợ Quán, Tân Hòa Đông, Gò Vấp, Hóc Môn. Lúc đầu chỉ đúc binh khí, về sau thêm đúc chuông, tượng Phật, chim hạc, linh vật để thờ, binh khí dùng trưng bày trong chùa đình miếu, bình bông, lư hương, chân đèn, ô ăn trầu, mâm, nồi chảo, xon, v.v...

Khi người Pháp chiếm Nam Kỳ và cho mở hai trường Mỹ Nghệ ở Biên Hòa và Thủ Dầu Một vào đầu thế kỷ XIX đã góp phần lớn vào việc phát triển nghề đúc đồng ở Sài Gòn. Từ đó những sản phẩm đồng của các nghệ nhân do hai trường nầy đào tạo với kiểu dáng mới lạ, kỹ thuật tân tiến được phổ biến ra tận miền Trung, miền Bắc, được đón nhận nồng nhiệt, đặc biệt là các Phật tử và gia đình có tiền.

Bộ lư đồng với kiểu dáng độc đáo mà ngày nay được mọi người ưa chuộng là tác phẩm của các nghệ nhân ở Biên Hòa và Thủ Dầu Một (?)

Tới nay, bộ lư đồng là bộ đồ thờ không thể thiếu trên bàn thờ trong ngày Tết của mọi gia đình người Việt Nam trong nước và hải ngoại. Và "chùi lư ăn tết" đã trở thành một phần "văn hóa Tết" của chúng ta.

*

Theo cách nói cách nghĩ xưa nay của người mình thì cái gì cho ngày tết đều gọi là ĂN dù chẳng phải ăn.

Dọn nhà ăn tết, tảo mộ ăn tết, may áo mới ăn tết, cất nhà ăn tết, về quê ăn tết, và **chùi lư ăn tết**.

Chùi lư ngày Tết là để bày tỏ tấm lòng. tôn kính và thương mến của con cháu với ông bà tổ tiên nên rất được mọi gia đình người mình coi trọng.

Không khí chùi lư không ồn ào, náo nhiệt bởi không có nhiều người tham gia như quết bánh phồng, giã gạo, gói bánh tét... nhưng không kém rộn ràng, náo nức, thi vị và để lại nhiều kỷ niệm khó quên đối với những ai đã có thời từng chùi lư ăn tết!

Không nhớ từ lúc nào, mà cứ hễ Tết đến là tôi được giao nhiệm vụ phải lo chùi bộ lư ăn tết?

Trời vào tết thuở xưa rất lạnh! Sáng dậy sớm lo nấu một chảo nước sôi với lá me già. Để nước sôi hồi lâu cho lá me ra hết nước chua. Tháo rời bộ lư, đẳng ra từng miếng nhỏ, cho vào chảo. Nấu thêm hồi lâu! Tôi không còn nhớ ai đã bày ra cái kiểu nấu lư đồng bằng nước lá me như thế? Nhưng phải nói là rất công hiệu! Nhờ vậy mà bộ lư nào trong xóm tôi cũng sáng bóng vào dịp tết.

Trời tháng Chạp, nắng vàng rất gắt. Bộ lư sau khi luộc "tới", được mang đem đi "xếp hàng" phơi trên đống rơm trước sân. Không mấy chốc lớp ten đổi từ màu xanh trở thành mốc trắng. Dùng xơ dừa khô chà cọ từng miếng đồng, chà tới chà lui ba lần bảy lượt. Xong "nước nhứt" phải đem phơi tiếp để chà "nước nhì", "nước ba"! Chà xong miếng nào đem phơi miếng đó, cứ thế cho đến khi tất cả đều được chà qua ba "nước". Có những miếng đồng phải đem luộc lại lần thứ hai! Trong góc lõm, chỗ phần chìm của hoa văn, nhứt là con lân, phải chà lại bằng khế hoặc bằng chanh.

Công việc chùi lư phải hoàn tất nội nhựt, không thể kéo sang ngày sau. Ăn vội ba hột cơm cho có sức để tiếp tục giai đoạn "chùi bóng". Bộ lư bóng là phải "lên nước", không để lại dấu tay, đặc biệt là con kỳ lân trên đỉnh lư hương phải sáng bóng chiếu lấp lánh.

Kỳ lân là con vật không có thật, do con người tưởng tượng ra. Kỳ lân là linh vật trong bộ tứ linh: Long, Lân, Quy, Phụng. Theo truyền thuyết thì khi kỳ lân xuất hiện tức có thần nhân ra đời để cứu nhân độ thế.

Bộ lư hương và tô chén dĩa cúng Tết phải làm sạch sẽ.

Kỳ lân trên đỉnh lư hương đầu có sừng, đuôi dài cong về phía trước, nhe răng, hả miệng như đang phun lửa... Kỳ lân ngự trị trên đỉnh lư đồng với tư thế bốn cẳng chồm phóng lên, bề thế và trông oai vệ làm sao! Hình ảnh kỳ lân, rồng, rùa, phụng tuy tứ linh huyền thoại nhưng gần gũi với mọi người và không làm trẻ con sợ như các con vật khác. Người xưa tin rằng kỳ lân thờ trong nhà sẽ đem lại phúc lành cho gia chủ cùng mọi người trong nhà cả năm. Ngoài ra trên bộ lư còn có hình những mắt tre tượng trưng cho sự sống thọ như nói lên khát vọng của con người.

Bộ đồ thờ trên bàn thờ tổ tiên mỗi loại đều mang ý nghĩa, nói lên cái triết lý và quan niệm sống của tổ tiên chúng ta ngày xưa. Như:

- **Cái lư hương** tượng trưng cho thái cực;

- Hương trầm đốt lên tượng trưng cho các vì tinh tú trên Trời;

- Cặp chưn đèn khi đốt lên tượng trưng cho hai vầng Nhựt Nguyệt;

- Bình bông gọi là "lục bình" tượng trưng cho lục căn, cái "tâm Không" và Thanh tịnh...

Sáng 30 tết năm đó, tôi trang trọng đặt bộ đồ tự khí trên bàn thờ ông bà. Bộ lư và đôi chân đèn bằng đồng bóng lộn, chiếc lục bình sứ đầy bông vạn thọ, dĩa trái cây ngũ quả trên chiếc chò... Bàn thờ lúc nầy rực rỡ lên mặc dầu chưa lên đèn. Lòng tôi bỗng dâng lên niềm vui sướng và hạnh phúc như tràn lên da lên thịt. Săm soi, ngắm nghía, dòm hết chỗ nầy tới chỗ khác. Nhìn con kỳ lân mà tưởng như nó đang sắp phun lửa thật! Và cả nhà không ai dám đụng tay vào bộ lư đồng cho đến qua tết.

Chiều 30 tết, mẹ tôi năm nào cũng có lệ rước ông bà rất sớm. Bên ngoài nắng chiều chói chang trải dài trước sân. Nhìn trong nhà nơi nào cũng sáng và khác thường. Bàn thờ lúc nầy đã lên đèn, khói hương bốc ra từ con kỳ lân bay tỏa thơm ngát làm ngây ngất mọi người.

Bộ lư đồng như có thần lực làm cho bàn thờ trong ngày tết thêm linh thiêng! Làm cả nhà ai cũng nhận ra như Hạnh Phúc đang đâu đây.

Lâu lắm rồi, qua bao cái tết tha hương tôi không còn có dịp "chùi lư ăn tết". Và không biết bà con trong nước có ai còn nhớ chút gì đến chuyện ***chùi lư ăn tết*** ngày xưa hay không?

Lễ Hội Ngày Tết Của Người Sài Gòn

Người Việt Nam minh chịu ảnh hưởng văn hóa Trung Hoa, tin rằng giữa Trời-Đất-Người có sự thông đạt nhau; lễ hội của người mình vì thế cũng dựa theo nguyên lý tự nhiên và sự vận hành của Trời Đất.

Trong năm, chúng ta có nhiều lễ hội chánh như:

- **Lễ hội Nguyên Tiêu** vào ngày Rằm tháng Giêng, còn gọi là Tết Thượng Ngươn, treo đèn mừng trăng sáng đầu tiên trong năm;

- **Lễ hội Thanh Minh** ngày 5 tháng Ba, gọi là lễ viếng mộ, hội du xuân;

- Lễ hội Mùng 5 tháng Năm mang ý nghĩa diệt trừ sâu bọ, là lễ hội trái cây, có tổ chức đua thuyền mừng con nước bắt đầu lên;

- Lễ hội Vu Lan vào. ngày Rằm tháng Bảy, mang ý nghĩa xá tội vong nhân, còn gọi là Tết Trung Ngươn;

- Lễ hội Trung Thu vào Rằm tháng Tám, gia đình đoàn tụ đón trăng, có múa lân múa rồng;

- Lễ hội Rằm tháng 10, gọi là Tết Cơm Mới, mừng thu hoạch ngày mùa, con gọi là Tết Hạ Ngươn;

- Lễ hội Tết Nguyên Đán, tức lễ hội đầu năm mới, mang ý nghĩa thiêng liêng và đặc biệt nhứt của người mình.

Địa dư hình thái nước mình ở vùng khí hậu nhiệt đới, sự đổi thay của Đất Trời trong năm luôn gây đói khát chết chóc... nói chung là khổ đau cho con người! Xuân đến, Trời Đất thay đổi ấm áp, cảnh vật cây cỏ tốt tươi!

Tết Nguyên Đán là dịp bày cỗ bàn tế lễ tổ tiên và vừa là cơ hội cho mọi người hòa nhập với thiên nhiên Đất Trời.

*

Lễ hội Tết dân gian của người Sài Gòn mang ý nghĩa vừa tín ngưỡng tôn giáo vừa nói lên "Đạo lý sống" của con người Sài Gòn-Lục Tỉnh, đặc thù ở phương Nam.

Trước khi xuất hành đi Lễ hội đầu năm, mọi người phải chu toàn lễ nghi tại nhà thể theo đạo lý của tổ tiên. Tục lệ này trở thành những điều bắt buộc và không ai

Chợ hoa Tết đường Nguyễn Huệ, Sài Gòn thập niên 1960.

dám bỏ qua. Đó là Lễ Rước Ông Bà và Lễ Trừ Tịch gọi là Giao Thừa.

Lễ rước Ông Bà

Lễ rước ông bà ngày xưa bao giờ cũng do người gia trưởng chủ lễ. Gia trưởng cũng là người thay mặt gia đình thực hiện mọi lễ nghi trong nhà. Cái lệ nầy ngày nay vẫn còn, dầu không cứng nhắc như xưa!

Lễ rước Ông Bà mang ý nghĩa thỉnh mời Ông Bà về ăn Tết với con cháu, được mọi gia đình tổ chức rất sớm vào chiều 30 Tết.

Ngoài hoa quả đèn hương, phải có cỗ bàn. Cỗ bàn phải thanh khiết, được chuẩn bị trước với thức ăn đặc biệt "dành riêng" ngày Tết mà ngày thường không có. Mọi người trong nhà phải lạy bàn thờ sau khi gia trưởng cúng xong, rót 3 từng rượu, chờ hết nhang mới được dọn xuống. Cả nhà quây quần bên mâm cơm cúng Ông Bà đầu năm là niềm hạnh phúc đối với bậc cha mẹ!

Lễ Trừ Tịch hay còn gọi là Đón Giao Thừa

Là lễ cử hành vào đúng giữa đêm 30 tết lúc hết giờ Hợi năm cũ, bước sang giờ Tý năm mới. Giờ khắc giao tiếp nầy gọi là Giao Thừa rất linh thiêng.

Xưa người ta tin tưởng rằng mỗi năm có thần Hành Khiển và Phán Quan do Trời phái xuống trần thế trông coi dân gian: Lễ Trừ Tịch nhằm đưa thần năm cũ và đón thần mới với sự chứng kiến của Thần Hoàng, Bổn Cảnh, Thổ Thần, Thổ Địa... Do vậy Lễ Trừ Tịch ngày xưa chỉ có cử hành ở làng xã. Các xã quan, chức sự có trách nhiệm lập bàn hương án tại ngã ba đường cái, với hương đăng, hoa quả, xôi gà, cờ lọng, trống chiêng rất long trọng.

Nay gia đình Việt Nam nào cũng có lệ cử hành lễ Trừ Tịch tại nhà và được gọi chung là lễ cúng Giao Thừa. Bàn hương án được gia chủ trang trọng đặt trước nhà, với hương đăng hoa quả, bánh tét bánh chưng xôi đỏ..., và không còn thấy cúng gà.

Trong dân gian ngày nay không còn ai coi lễ Lễ Trừ Tịch, Giao Thừa là lễ bàn giao nhiệm vụ hai quan Hành Khiển, Phán quan cũ mới như ý nghĩa ban đầu. Giao Thừa ngày nay mang ý nghĩa cúng Trời Đất, Thần hoàng Bổn Cảnh... để cầu xin năm mới được Phước Lộc Thọ, An Khang, Hạnh Phúc... Sau khi làm lễ tại nhà mọi người mình mới được phép xuất hành.

Đặc biệt trong người Sài Gòn có tục lệ đi lễ hội chùa Bà Bình Dương, chùa Bà Bà Tây Ninh, Lăng Ông ở Bà Chiểu. v.v...

Lễ hội Chùa Bà Bình Dương

Chùa Bà ở Bình Dương là ngôi chùa của người Việt gốc Hoa, thể hiện tánh chất khoan dung đặc biệt trong tín ngưỡng của người dân Đồng Nai-Gia Định đối với người Hoa thời phản Thanh phục Minh và người Hoa "xa phương cầu thực" sau này.

Chùa Bà Bình Dương là ngôi Miếu thờ Thiên Hậu Thánh Mẫu hay Thiên Hậu Cung; được người Việt gốc

Hoa lập tại thị trấn Thủ Dầu Một. Khách đến từ các tỉnh miền Tây, Vũng Tàu, nhứt là Sài Gòn vào những ngày đầu Xuân mà cao điểm là hai ngày 14 và Rằm tháng Giêng âm lịch. Người đến chùa để cầu an và xin tài lộc. Người hành hương chen nhau vào thỉnh cho được "cây nhang đại" còn cháy, đem về cắm vào lư hương trên bàn thờ trong nhà, gọi là "thỉnh lộc Bà", mong cho cả năm được Tài Lộc.

Có nhiều người Việt người Hoa từ hải ngoại tìm đến đây vào ngày tết với niềm tin tưởng được Bình An, phát Tài Lộc trên xứ người!

Lễ hội Điện Bà Tây Ninh

Quần thể kiến trúc ở núi Bà Đen phảng phất nét tín ngưỡng dân gian miền Nam, xây dựng trên đỉnh núi Tây Ninh mà dân gian gọi là núi Bà Đen.

Nơi đây có điện Linh Sơn Thánh Mẫu thờ bức tượng đồng đen; mà theo kể lại, ngày xưa có người con gái, con ông quan ở Trảng Bàng, tên Đênh, xuất gia đầu Phật rồi chết trên núi rất linh hiển... Dân gọi là Bà Đen.

Ngọn núi Tây Ninh cao 900m, là núi cao nhứt miền Nam, nên hằng năm vào đầu xuân có hơn triệu lượt người đến để "leo núi" như muốn nói lên tấm lòng kiên trì thiết tha lên đỉnh để viếng Bà!

Leo mệt nhưng miệng luôn lẩm bẩm "Khỏe! Khỏe!" như thay cho lời niệm "Nam Mô A Di Đà Phật". Nay có nhiều bà leo lên không nổi nhưng nhứt định không chịu đi bằng đường cáp treo!

Lên đỉnh núi Bà Đen cao nhứt miền Nam để được ngắm nhìn cảnh vật núi non, hang động với nước chảy dưới chân và được dịp dùng cơm chay thanh đạm đầu năm, là niềm ao ước của người Đồng Nai-Gia Định!

Lễ hội Tết ở núi Bà Đen trở thành là nét văn hóa đặc trưng Miền Nam như lễ vía Bà Chúa Xứ Núi Sam Châu Đốc vậy.

Lễ hội Lăng Ông Bà Chiểu

Người dân Sài Gòn có thói quen gọi lăng thờ Tả Quân Lê Văn Duyệt ở Quận Bình Thạnh Sài Gòn là lăng Ông "Bà Chiểu". Ông Lê Văn Duyệt (1763-1832), danh tướng nhà Nguyễn, được phong Khâm sai Chưởng Tả quân, hai lần làm tổng Trấn Gia Định. Khi còn sanh tiền ông đặc biệt nâng đỡ người Hoa, tạo nên một giới Hoa Kiểu với tổ chức bang hội làm giàu ở Chợ lớn!

Sau khi ông mất năm 1832, đến vụ nổi loạn của Lê Văn Khôi từ 1833 đến 1835 (con nuôi Lê Văn Duyệt, triều đình và vua Minh Mạng kết Lê Văn Duyệt 11 tội "tự chuyên", mả bị sang bằng và dựng bia ghi: "*quyền yểm Lê Văn Duyệt phục pháp xử*" ngay tại mả cũ.

Mãi tới thời Tự Đức, Lê Văn Duyệt mới được truy phục chức vụ, mả được xây lại và tên ông trở thành nhân vật huyền thoại trong giới người Hoa Chợ Lớn!

Người Tàu Chợ Lớn tôn vinh Lê Văn Duyệt là "Phò Mã Gia Gia", như là ông Bổn, một vị thần trong lịch sử Trung Hoa rất được thờ phổ biến trong giới người Tàu hải ngoại vùng Đông Nam Á.

Lăng Ông Bà Chiểu, Sài Gòn vào thập niên 1960

Hàng năm. tại Lăng Ông Bà Chiểu có hai lễ hội lớn, đó là ngày giỗ mồng Một tháng 8 âm lịch và ngày đầu xuân mồng Một mồng Hai Tết, số người tham dự trên một nửa là người Tàu và một số tiểu thương vùng Sài Gòn - Gia Định.

Lê Văn Duyệt vừa là nhân vật lịch sử vừa là nhân vật huyền thoại, khiến người Saigon - Gia Định - Đồng Nai - Lục Tỉnh ai cũng muốn đến lăng Ông mộ cho biết!

Khách đến lăng ông Bà Chiểu ngày Tết để cầu phát tài, bỏ tiền vào thùng "phước sương" để đổi lấy lộc hoặc thỉnh cây nhang còn cháy đem về nhà mong được "Ông" giúp họ làm ăn phát tài.

Người Việt hải ngoại khi có dịp về quê ăn Tết đều không quên ghé viếng lăng Ông để cầu Tài - Lộc!

Đi Lễ hội ngày Tết cúng vái lạy ra sao?

Nói đến Lễ, chúng ta hình dung ba động tác là Xá, Lạy và Khấn.

- *Khấn* là lời cầu xin, là lời vái, không được nói ra tiếng, không cho người bên cạnh nghe thấy, sợ phạm thượng và để tỏ lòng thành.

Ngày nay trong dịp Tết, người đi lễ hội chủ yếu cầu Tài Lộc và không ngần ngại khấn to như bày tỏ tấm lòng thành khẩn của mình trước đấng thiêng liêng!

- *Xá và Lạy* tùy theo lễ nghi mà số lần lạy khác nhau, nói lên nội dung và ý nghĩa của buổi lễ. Nay đi lễ hội thấy ít ai thực hành đúng.

Lạy 2 lạy với 2 xá là dành cho ông bà, cha mẹ hiện tiền, nói chung dành cho người trưởng thượng còn sống. Trong đó một lạy tượng trưng Âm, một tượng trưng Dương, nói lên âm dương hòa hợp, mong cha mẹ sống mãi.

Lạy 3 lạy với 3 xá là lạy ở chùa; chỉ Tam Bảo: Phật, Pháp, Tăng.

Lạy 4 lạy với 4 xá dành cho tổ tiên đã khuất, ý nghĩa tứ thân phụ mẫu...

Lạy 5 lạy với 5 xá dành cho vua, ý nghĩa trường tồn Kim, Mộc, Thủy, Hỏa, Thổ. Đối với thần thánh ở Đình, Miếu, Miễu hay Đền... cũng lạy 5 lạy với 5 xá.

Trong các lễ nghi không thể thiếu nhang. Trước khi xá lạy là lễ thượng hương hay nói nôm na là thắp nhang, đốt nhang.

Tục lệ đốt nhang trong tất cả các lễ nghi của người Việt Nam có từ lâu, do người Hoa truyền sang ta từ thời Tam Quốc. Số lượng nhang dùng trong các lễ nghi từ xưa theo nguyên tắc số lẻ, con số Dương. Do đó nhang phải dùng 1, 3, hoặc 5, v.v... chứ không ai dùng 2, 4, 6 cây nhang cả.

*

Qua thời gian cùng sự nhận thức của con người, những lễ hội nói chung của chúng ta có cái bị phai mờ có cái mai một đi rồi. Đặc biệt lễ Lễ hội dân gian ngày đầu Xuân của người Sài Gòn thì ngày càng được người mình tô đậm nét hơn xưa, coi như là nét đẹp Tết truyền thống ở đất Phương Nam.

Chợ Hoa Tết Nguyễn Huệ sáng sớm chờ khách mở hàng.

Ghe bông Tết từ lục tỉnh nườm nượp cặp bến Sài Gòn.

Không biết rồi đây người mình còn giữ được cái tinh thần lễ hội đầu Xuân, nét đẹp "Văn Hóa Ngày Tết" của chúng ta hay không?

Nếu để mất đi thì quả thật tiếc biết chừng nào!

Đường phố Sài Gòn tràn ngập người đi mua sắm Tết.

Gói Bánh Tét Trên Đảo Galang

Tàu của Cao Ủy Tỵ Nạn Liên Hiệp Quốc đưa chúng tôi từ đảo Ku Ku đến đảo Galang thuộc nước Nam Dương vào một buổi chiều tháng 6 năm 1984.

Bước lên bến, ai nấy đều ngồi "chồm hổm" xếp thành bốn hàng dọc để cho lính của Nam Dương có dẫn theo vài người Việt Nam tới nhìn mặt và điểm danh. Xong xuôi, đoàn người dắt dìu nhau đi vào trại theo sự hướng dẫn của nhân viên Phòng Xã hội gồm người Nam Dương và người Việt.

Nắng chiều chói chang trên đảo; mồ hôi ướt cả người, tôi mệt mỏi và nặng nhọc đi vào trại Galang. Nhà cửa cất san sát, người đông như hội. Nhìn sang hai bên đường, lô nhô đàn bà con nít vẫy tay chào "người mới tới". Trông họ, thấy ai nấy cũng hồn nhiên vui vẻ và hạnh phúc lộ lên mặt lên môi khiến lòng tôi bớt lo và cảm thấy vui lây.

Trước mặt tôi là con lộ cái bằng đất đỏ chạy thẳng tắp theo hướng Bắc Nam nối liền Galang I với Glang II, dài độ 3 cây số. Dọc hai bên đường là những dãy nhà gọi là barrack, mái lợp tôn, vách ván coi khang trang và sạch sẽ, là chỗ ở của những người Việt tị nạn.

Vào thời điểm này có trên 25 trại tị nạn mà tên nghe quen thuộc với người minh như Galang, Pinang ở Nam Dương; Sikkhiu, Songkla, Phanat ở Thái Lan; Battaan, Palawan ở Phi Luật Tân; Pulau Tenga ở Mã Lai; chưa kể những nơi như Hồng Kông, Đài Loan, Trung Quốc, Nhựt Bổn.

Sau này được biết, tính tới ngày đóng cửa trại tị nạn, có trên 850 ngàn người Việt mình được đi định cư và độ trên 850 ngàn người đi mà không đến!

Galang bấy giờ có trên 10 ngàn người tạm cư, trong đó có một ít người Cambodia.

Đến đảo Galang, nghe người mình nói với nhau câu "*Galang tình người*" như biểu thị cái tình cảm của những người tha phương sống tạm bợ trên đảo. Nơi đây thuyền nhân đến rồi đi như "*Trời Galang chợt nắng chợt mưa*" vậy!

Riêng tôi lòng ngổn ngang trăm mối. Mừng vui, lo lắng, toan tính bao điều trong đầu nhưng tất cả không trên một cơ sở nào và không biết tâm sự cùng ai! Bởi ở đây hình như không ai chia sẻ với ai một cách thiệt tình vì kể từ sau năm 1975 người dân miền Nam đã học được bài học "thành thật khai báo là chết"!

Có không ít những người mình đến đây nhờ "canh me", hay "đi hôi". Họ là nông dân, người đánh cá, đàn bà con nít không dính dáng gì đến quân nhân công chức Việt Nam Cộng Hòa. Họ đang tựu ba tựu bảy để học cách khai báo với phái đoàn phỏng vấn hầu được đi Mỹ.

Quân nhân công chức Việt Nam Cộng Hòa vì coi như cầm chắc cái thẻ xuống tàu đến Singapore để lấy vé máy bay đi Mỹ, nên ai nấy thoải mái, hả hê cà phê thuốc lá ngày đêm...

Tôi món mén đi thư viện đọc sách báo để tìm hiểu thêm về đời sống nước Mỹ, tham gia sanh hoạt trong trại để giúp đồng bào, và tự giúp mình có chỗ dựa tinh thần trước bao sóng gió, vùi dập của người mình ở đảo!

*

Rồi lui hui Tết đến.

Tết ở Galang cũng có cái không khí se lạnh, có nắng vàng chói chang, có gió lộng giống như Tết quê nhà. Bấy giờ tôi làm Trưởng Phòng Xã Hội, trực thuộc Phòng Cao Ủy Tị Nạn Liên Hiệp Quốc, phụ trách 3 trung tâm: Trung tâm Phụ Nữ, Trung tâm Thanh Niên và Trung tâm Thiếu Nhi. Galang năm đó chuẩn bị ăn Tết sớm.

Mấy sạp bán áo quần, mấy tiệm may, tiệm hớt tóc rồi đến quán cà phê, mấy xe bán bánh mì thịt do người Việt làm chủ... nhộn nhịp hẳn lên.

Phòng Xã Hội xây bên sườn đồi trên đường Galang I vào Galang II, năm đó tôi "chơi trội" cho treo tấm bảng "Chúc mừng năm mới" bằng tiếng Việt. Ở các lớp ESL và các lớp Anh văn dành cho người đi Mỹ, thầy trò theo lệ năm trước tổ chức liên hoan. Trò Việt, thầy giáo Mỹ, thầy giáo Nam Dương chúc Tết nhau.

Chùa Galang năm đó có tổ chức triển lãm tranh và cây cảnh, tập văn nghệ đón mừng Xuân coi rất là Tết.

Lương thực ở đảo vừa thiếu vừa thừa. Đậu xanh, đậu nành, đậu phộng, gạo muối lúc nào cũng dư, được người mình đem trao đổi với thổ dân trên đảo để lấy thịt, cá, chuối... Thổ dân sống trên đảo Galang là những người Nam Dương bị chánh phủ "bỏ ngoài đảo cho chết dần" sau vụ nổi lên bất thành do Cộng sản Tàu xúi giục.

Gia đình tôi liều mạng vượt biên hết cả nhà nên được ăn cái Tết "tha hương trọn vẹn" đầu tiên trên đảo Galang.

Cá kho dưa giá, món truyền thống Việt Nam trong ngày Tết, giờ đây được "tái phục chế" lại. Không sống trên đảo bạn khó tưởng tượng và không thể hiểu làm sao có được mấy món như vậy.

Thuở xưa hồi còn ở nhà, ngày Tết mẹ tôi hay tổ chức "trút giá" bằng "cát ghe bầu", nay sống trên Galang giá được trút bằng cát biển. Đậu xanh sau khi ngâm nước, lựa bỏ hột lép hột hư, vớt ra cho vào thùng thiếc nhỏ, loại thùng đựng bơ, được khoét lỗ dưới đáy, cứ lớp cát lớp đậu... Ủ mấy ngày là bạn có được "ổ giá sống" để làm dưa giá ngon lành.

Thịt heo rừng (trao đổi với thổ dân) lựa lấy phần bụng để "kho tàu" với mấy cái trứng gà do Cao Ủy phân phối. Cá nục câu, đem vô còn tươi rói, làm sạch khứa làm ba, đem chiên sơ với bơ cũng của Cao Ủy phát. Nghe mùi thơm thơm, trở khứa cá qua cho cá chín vàng đều, thả vào nồi thịt đang chờ trên bếp. Để lửa tiếp tục riu riu cho nổi thịt rục. Thế là có được nồi thịt kho tàu độc đáo trên đảo Galang để đón Tết.

Chiều 30 Tết năm đó, một mâm cơm được dọn lên trên sạp gỗ Barrack, cũng là chỗ ngủ của gia đình, vừa để cúng đất đai thổ trạch, vừa rước ông bà về ăn Tết,

Ảnh minh họa bà cháu bên nhau canh nồi luộc bánh tét.

theo cái nghĩa "con cái ở đâu ông bà ở đó". Đốt ba nén nhang, cắm tạm trong chén gạo dùng làm lư hương, lòng hướng về quê nhà, bởi ở nơi đó lúc nầy chắc mẹ tôi cũng đang rước ông bà và đang cầu nguyện cho vợ chồng con cái tôi sớm rời đảo.

Nải chuối sứ mới đổi bằng gạo hôm rồi, nay đã chín, được để vào cái đĩa nhôm, trang trọng dọn lên cái bàn thờ làm bằng thùng giấy! Rồi cả nhà ngồi ăn bữa cơm cuối năm với món "thịt kho dưa giá" ngon đặc biệt, hạnh phúc không gì bằng!

Nhìn bên ngoài mặt trời đang chen lặn, còn để lại hơn nửa vòng tròn đỏ rực nhô lên trên biển, lúc nầy sau bếp, nồi Bánh Tét lửa còn cháy đỏ...

*

Tết năm đó, Phòng Xã Hội tôi có tổ chức gói bánh Tét.

Công việc gói bánh giao cho mấy chị em trong Trung tâm Phụ nữ. Có bà Hai, bà Năm, nghe nói đã qua đời; chị Bảy, Chị Tư hiện định cư bên Úc; chị Tám, chị Ba nghe nói đang ở Quận Cam... là những người khéo bếp núc, giỏi nữ công nữ hạnh. Bà Hai chuẩn bị dây cột bánh và đã đem gạo đổi lấy dừa khô từ mươi ngày trước. Nếp và đậu đen đậu đỏ, phải nhờ mấy thầy giáo cuối tuần về Pinang mua đem qua.

Bánh Tét gói bằng nếp trộn đậu đen đậu đỏ, nhưn bằng đậu xanh nấu chín đánh nhừ, không dùng nhưn thịt heo, sợ làm phiền người bạn Nam Dương.

Sáng 30 Tết, mấy bà tập hợp đến barrack của tôi rất sớm để nạo dừa, nấu đậu xanh làm nhưn, xé lá chuối...

Em đang gút nếp bên sông,
Nghe anh có vợ thúng trôi, nếp chìm.
(Ca dao)

Nếp đem ra suối gút cho sạch, để cho ráo nước, trộn với đậu đỏ đậu đen, dừa xác, và cho vào chảo. Bắc lên bếp xào cho khô, canh lửa nhỏ từ từ cho nếp thấm dừa xác, tới khi hột nếp thật khô và ráo nhìn trong bóng mới thôi. Mấy bà nói nếp gói bánh tét phải xào như vậy mới mau chín và bánh dẻo hơn. mà để lâu không thiu.

Bánh tét gói xong cột cứ hai đòn làm một, thả vào cái nồi nước "thùng phuy", nấu đều lửa độ 8 tiếng đồng hồ là chín đúng vào sáng mùng một Tết. Bà Hai là người canh lửa, canh giờ, tự tay vớt các đòn bánh tét ra, cẩn thận ngâm vào nước lạnh rồi mới treo lên cho ráo. *"Làm như vậy bánh mới hổng bị nhớt"*, bà nói với mọi người như truyền kinh nghiệm. Thì ra bánh tét khi gói cột 2 đòn thành một nhằm để treo sau khi nấu chín.

Bánh không có nhiều, chúng tôi mang lên tặng cho Cao Ủy và chỉ giữ lại một đòn để cùng ăn với nhau cho biết Tết. Bánh Tét làm năm đó được mấy bà gọi đùa với nhau là "Bánh Tét Cao Ủy", cái tên nghe ngộ ngộ khiến tôi nhớ mãi cho tới nay.

*

Kể từ ngày rời đảo Galang đến nay tính ra đã trên 20 năm rồi. Nhớ lại bấy giờ tôi vừa quá tứ tuần mà nay mình đang bước vào vào tuổi "cổ lai hy"!

Tôi đã qua bao cái Tết nơi xứ người rồi nhưng hình như không cái Tết nào được "hạnh phúc" bằng cái Tết trên đảo Galang (?)

Lâu lắm rồi tôi không gặp lại những người đã cùng gia đình tôi chia sẻ buồn vui trên đảo. Tin rằng nay dẫu ở chân trời góc biển nào, những ai đã có những ngày sống ở đảo như tôi đều nhận ra rằng: Hạnh phúc nhứt đối với chúng ta có lẽ là những ngày sống ở đảo!

Hương vị thịt kho tàu trên đảo và cái không khí gói "Bánh Tét Cao Ủy" tới nay vẫn ở trong tôi và cứ mỗi lần nhắc lại nghe như còn mới tinh và nguyên vẹn... Cái không khí thân thương và ấm cúng của hôm gói Bánh Tét năm đó đã góp phần làm cho cái Tết trên đảo Galang đối với tôi thêm đậm đà, hạnh phúc và thi vị biết bao!

Và cũng vì vậy Tết trên đảo Galang với món thịt kho tàu, "bánh Tét Cao Ủy" trở thành kỷ niệm, một kỷ niệm khó quên trong đời tị nạn của tôi.

Mẹ bồng dỗ con (Phụ bản tranh vẽ)

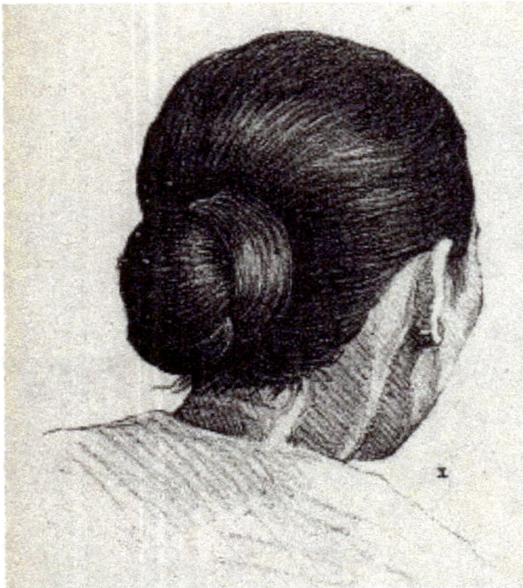

Búi tóc phía sau là kiểu tóc có truyền thống từ lâu đời của phụ nữ Nam kỳ. Kiểu tóc này phù hợp với khí hậu nóng ẩm cũng như tập quán sinh hoạt, lao động của phụ nữ vùng sông nước. Có nhiều cách búi tóc, đơn giản nhất là cuộn phần tóc dài phía sau thành "củ hành".

Tóc sau khi búi có thể bọc thêm túi lưới tròn, giắt thêm khúc lược để giữ cho tóc không bị sút, đồng thời tiện để lấy ra chải búi lại khi cần.

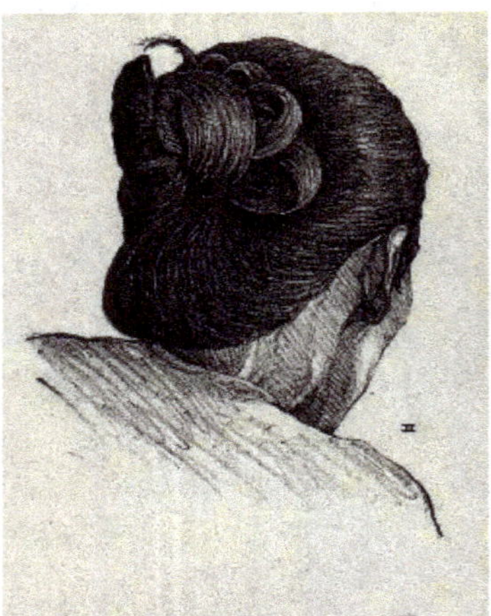

Bới đầu bánh lái "ba vòng một ngọn": kiểu búi tóc phổ biến của phụ nữ Nam kỳ, người thuộc tầng lớp nào cũng có thể sử dụng kiểu búi này, chỉ khác nhau ở phần trang sức giắt trên búi tóc. Kiểu này làm khá công phu và cần tóc rất dài, ai tóc ngắn hoặc ít tóc phải kết thêm "tóc mượn". Gọi là bánh lái vì tóc uốn cong 3-4 vòng (thường được giắt bên thuận tay của người búi tóc) cùng chung 1 ngọn nhìn như cái bánh lái của con tàu. Hiện nay kiểu tóc này hầu như đã thất truyền. *[phụ bản tranh vẽ]*

SÁCH THAM KHẢO (Phần II)

- Trịnh Hoài Đức, *Gia Định Thành Thông Chí*, NXB Tổng Hợp Đông Nai, 2005.
- Phạm Hoàng Hộ, *Cây Có Vị Thuốc ở VN*, NXB Trẻ, 2006.
- Nguyễn Công Tỷ, *Cây thuốc và Vị thuốc phương Đông*, NXB Tổng Hợp, 2004.
- Nguyễn Kim Dân, *Dược Thảo toàn thư*, NXB Tổng Hợp, 2006.
- Vương Hồng Sển, *Saigon Năm Xưa*, Xuân Thu, Hoa Kỳ 1976.
- Sơn Nam, *Lịch Sử Khai Hoang Miền Nam*, NXB Văn Nghệ tp HCM, 1994.
- Trần Trọng Kim - Nguyễn Văn Ngọc - Trần Đình Phúc - Đỗ Thận, *Quốc Văn Giáo Khoa Thư*, in năm 1948, NXB Trẻ in lại năm 2007.
- Vũ Bằng, *Món Lạ Miền Nam*, NXB Văn Học, Hà Nội 1994.
- Vũ Bằng, *Thương Nhớ Mười Hai*, NXB Văn hóa Thông Tin, Hà Nội 2002.
- Thạch Lam, *Hà Nội 36 Phố Phường*, NXB Văn hóa Thông Tin, Hà Nội 2000.
- Ngô Thị Bích Thủy, *56 thực đơn nấu theo phong vị xứ Huế*, NXB Phụ Nữ, 2005.

DANH MỤC SÁCH THAM KHẢO

- Huỳnh Bích Châu, *Nghệ thuật pha nấu món ăn Trung Hoa*.
- Lê Văn Lân, *Bút Khảo Về Ăn*, NXB Làng Văn, 1993.
- Thái Văn Kiểm, *Cố Đô Huế*, Nhà Văn Hóa BGD/VNCH xuất bản năm 1960.
- Quách Tấn, *Nước Non Bình Định*, NXB Thanh Niên, 1999.
- Lê Cần Thơ, *Quê hương Ngút Ngàn*, tác giả xuất bản, Houston 2000.
- Trần Văn Chính, *Tục Ngữ Ca Dao Việt Nam*, 1997.
- Trần Văn Chi, *Hương Vị Ngày Xưa*, NXB Xưa và Nay, Hoa Kỳ 2005, tái bản 2006
- Trần Văn Chi, *Tình Nghĩa Giáo Khoa Thư*, NXB Xưa và Nay, Hoa Kỳ 2005, tái bản 2006.
- **Chuyên khảo bằng tranh vẽ về Đông Dương:** ***Bộ Tranh Chuyên khảo*** *(The Monograph of Fine Drawings of Indochina / Monographie Dessinée de L'Indochine)* được thực hiện bởi các học sinh của Trường Mỹ nghệ Gia Định (l'École d'Art de Giadinh, tiền thân của Đại học Mỹ thuật TP.HCM) theo sự chỉ đạo của ông J.G. Besson (Thanh tra các trường Mỹ thuật Nam kỳ kiêm Hiệu trưởng Trường Mỹ nghệ Gia Định). Đây là một tuyển tập những bức ký họa miêu tả phong cảnh, công trình, đời sống sinh hoạt của người Việt thời kỳ đầu thập niên 1930.

Theo lời nhiếp ảnh gia Pháp gốc Việt, Quang Lâm, có **tổng cộng 8 bộ gồm 40 bức vẽ / bộ** và đề tài riêng. Những ai am hiểu tranh ảnh Đông Dương sẽ nhận ra một số bức vẽ lấy đề tài từ các tấm bưu thiếp hoặc ảnh chụp khá nổi tiếng được công bố vào khoảng năm 1900-1910.

Đàn ông bới tóc, chít khăn điều (Phụ bản tranh vẽ)

Những cách đội khăn của phụ nữ Nam kỳ xưa: đội khăn với nón lá (trên), quấn khăn rằn (trái), cột khăn bông (phải)

Đám cưới điển hình của người lục tỉnh ngày xưa: cô dâu đội nón quai thao, chú rể bưng quả đựng lễ vật, rể phụ bưng khay phủ nhiễu điều. (Phụ bản tranh vẽ)

MỤC LỤC

Phần II
MÓN NGON MIỀN NAM

Phụ Lục

PHONG TỤC TẬP QUÁN NGƯỜI LỤC TỈNH

NAM SƠN TRẦN VĂN CHI

Tình Nghĩa Giáo Khoa Thư

Song Publishing
2024

NAM SƠN TRẦN VĂN CHI

TÁC PHẨM ĐÃ XUẤT BẢN

1. *Trần Văn Chi, Hoạt Động tại Hoa Kỳ*. Đông Á xuất bản năm 2001.
2. *Tìm Hiểu Cải Lương*. Văn Mới xuất bản năm 2005. Sách đã hết. Đang chờ tái bản.
3. *Hương Vị Ngày Xưa*. Xưa Và Nay xuất bản lần đầu năm 2005. Tái bản lần thứ nhứt năm 2006.
4. *Tình Nghĩa Giáo Khoa Thư*. Xưa Và Nay xuất bản lần đầu, năm 2005: Tái bản, in lần thứ Hai, năm 2006. Tái bản, in lần thứ Hai, năm 2006. NX B SỐNG - Tái bản, in lần thứ Ba, 2024.
5. *Bảo Đại Vị Hoàng Đế Cuối Cùng Của Triều Nguyễn*. Xưa Và Nay xuất bản, 2013.
6. *Triều Nguyễn Và Công Cuộc Mở Đất Phương Nam*. NX B SỐNG - Tái bản, in lần thứ Hai, 2024.
7. *Hương Vị Ngày Xưa & Món Ngon Miền Nam*. NX B SỐNG - Tái bản, in lần thứ Hai, 2024.

ĐÓN ĐỌC TÁC PHẨM SẮP IN 2024:

8. *Good Morning Little Saigon.*

NAM SƠN TRẦN VĂN CHI

Triều Nguyễn và Công Cuộc Mở Đất Phương Nam

Song Publishing
2024

www.ingramcontent.com/pod-product-compliance
Lightning Source LLC
LaVergne TN
LVHW050836051026
849532LV00006BA/1980